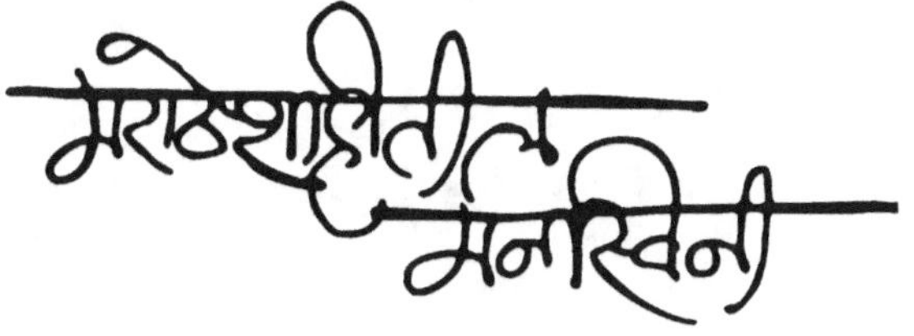

डॉ. सु. र. देशपांडे

मेहता पब्लिशिंग हाऊस

MARATHESHAHITEEL MANASWINI by DR. S. R. DESHPANDE

मराठेशाहीतील मनस्विनी : डॉ. सु. र. देशपांडे

© डॉ. सु. र. देशपांडे

विश्वकोश कॉलनी, पाचगणी रस्ता, वाई, (सातारा)

प्रकाशक   : सुनील अनिल मेहता, मेहता पब्लिशिंग हाऊस,
               १९४१, सदाशिव पेठ, माडीवाले कॉलनी, पुणे – ४११ ०३०

अक्षरजुळणी : एच. एम. टाइपसेटर्स, ११२०, सदाशिव पेठ, पुणे ४११ ०३०.

मुखपृष्ठ   : चंद्रमोहन कुलकर्णी

प्रकाशनकाल : सप्टेंबर, २००३ / मार्च, २००५ / पुनर्मुद्रण : जून, २०११

ISBN 81-7766-389-5

चार मनस्वी शब्द

'मराठेशाहीतील मनस्विनी' हा डॉ. सुरेश देशपांडे यांचा ग्रंथ अनेक दृष्टींनी महत्त्वाचा आहे. शिवशाही आणि पेशवाई यांच्या दोन शतकांतील राजकीय, ऐतिहासिक परिस्थिती ही या पुस्तकांतील लोकोत्तर स्त्रियांच्या कर्तृत्वाची पार्श्वभूमी आहे. असे असले तरी तत्कालीन सामाजिक परिस्थितीचे दर्शनही या पुस्तकातून घडते. माझा इतिहासाचा अभ्यास नाही; त्यामुळे या पुस्तकाचे ऐतिहासिक दृष्ट्या मूल्यमापन मी करू शकत नाही आणि मला ते सामान्य वाचकाच्या दृष्टीतून करण्याचीही गरज वाटत नाही. कारण या पुस्तकात तेवढेच नाही. तेवढेच असते, तर हे पुस्तक सामान्यांच्या दृष्टीने कोरडे झाले असते. पण या पुस्तकामध्ये सत्तेसाठी धडपडणाऱ्या मानवी मनाचे दर्शन प्रखर स्वरूपात घडते. या पुस्तकात स्त्रियांची जीवनचित्रे, त्यांची व्यक्तिचित्रे महत्त्वाची असली, तरी पुरुष मनांचेही चित्रण अनुषंगाने घडताना दिसते. किंबहुना त्यांच्या सत्तेसाठी चाललेल्या रणधुमाळीत जेव्हा काही मूल्ये उराशी धरून, न्यायासाठी, कर्तव्यासाठी, क्वचित घराण्याच्या पुण्याईसाठी स्त्रियाही हातात समशेरी आणि मनात धारदार निष्ठा घेऊन रणांगणात उतरतात, तेव्हा इतिहास व्यापक, उदात्त, तरीही प्रखर वास्तवदर्शी घडतो. त्याचा पडताळा प्रस्तुत पुस्तकात येतो. म्हणून ते अतिशय वेधक स्वरूपाचे लेखन वाटते.

राजघराण्यातील किंवा श्रीमंतांच्या स्त्रिया; त्या असे काय पराक्रम गाजवणार आहेत? त्यांचे सगळेच आयुष्य गोषात किंवा राजवाड्याच्या सोनेरी पिंजऱ्यात गेलेले असते. त्यांना काय जगाच्या व्यवहाराचे ज्ञान असणार? ऐतखाऊ, परावलंबी माणसे गड्यांकडून साधीसुधी कामे करून घेतात; त्यांना काय तलवार किंवा घोडा फिरवता येणार?... असे काही गैरसमज राजघराण्यातील नाजूक स्त्रिया पाहून, अनेक जनसामान्यांचे झालेले असतात. सर्वसाधारणपणे माझेही तसेच होते. राजघराण्यातील स्त्रियांविषयी लिहिताना नेहमीच लेखक आदराने, गौरवाने किंवा अतिशयोक्तीने लिहितात. तसेच काहीतरी अलंकृत लेखन आपणाला वाचावे लागेल, असे मला वाटत होते. त्यात पुन्हा प्रस्तुत पुस्तकांत असलेल्या इतिहासप्रसिद्ध स्त्रियांची मला सर्वसाधारण माहिती होती. त्यामुळे या पुस्तकात आणखी काही वेगळे वाचायला मिळेल, असेही मला वाटत नव्हते. म्हणून अगदी कोरडेपणाने या पुस्तकातील लेखन चालू लागलो आणि बघता बघता कधी खिळून मंत्रमुग्ध

होऊन गेलो, याचा मलाच पत्ता लागला नाही; इतके हे लेखन वेधक आणि वेगळे आहे.

याचे कारण असे, की डॉ. देशपांडे यांनी इंग्रजी-मराठीमध्ये पूर्वीच प्रसिद्ध झालेले इतिहासाचे चाळीस पंचेचाळीस ग्रंथ वाचून, मूळची अस्सल कागदपत्रे आणि पत्रव्यवहार पाहून या स्त्रियांचा अभ्यास केला आहे. त्यांच्या आधारे मनाशी निष्कर्ष काढलेले आहेत, वाचलेल्या ग्रंथांतील मजकुराची, घटना-प्रसंगांची निवड-पाखड केलेली आहे आणि मगच ही व्यक्तिचित्रे रेखाटली आहेत. त्यामुळे ती अस्सल, प्रत्ययकारी वाटणारी, वाचकमनासमोर ठसठशीतपणे उभी राहणारी झाली आहेत. या स्त्रियांच्या मनातील विविध गुंतागुंतींचा मागोवा त्यांनी यशस्वीपणे घेतला असल्यामुळेच या स्त्रियांचे अंतर्बाह्य आचरण जणू आपल्यासमोरच घडते आहे, असे वाटते. असे वाटण्याचे आणखी एक कारण असे, की मनस्विनींची ही व्यक्तिचित्रे ठसठशीत झाली आहेत.

विविध स्वरूपांची व्यक्तिमत्त्वे असलेल्या या लोकोत्तर स्त्रिया आपल्या वैध हक्कांसाठी, सत्तेसाठी, कर्तव्यासाठी, मुलासाठी, स्वराज्यासाठी, वारशासाठी संघर्ष करताना, जिवाची बाजी लावताना, प्रसंगी राजकीय कटकारस्थानेही करताना दिसतात.

मध्ययुगातील समाजस्थिती ही उघड-उघड कट्टर पुरुषप्रधानच होती. त्या सामाजिक स्थितीत स्त्रीला नगण्य स्थान होते. ती कितीही बुद्धिमान, विचारी, महत्त्वाकांक्षी, स्वतंत्र वृत्तीची असली, तरी तिला गौणच लेखले जात असे. अशा परिस्थितीत दादागिरी करणाऱ्या पुरुषांना सांभाळत, भोवतालचा पुरुषप्रधान गोतावळा सांभाळत, नातेसंबंधातील अधिकारी पुरुषांना समजून घेत, त्याला गोंजारत आणि सांभाळून घेत, कधी मनस्वीपणे त्याची योग्य ती जागा त्याला दाखवून देत, अतिशय चतुराईने या स्त्रियांनी आपला कार्यभाग साधलेला दिसून येतो. वास्तविक सत्ता आणि राज्य सांभाळण्यासाठी किती कारवाया आणि कटकारस्थाने पुरुषमंडळींना करावी लागतात, याची कल्पना आपणास असतेच. अशा पुरुषांनाही नामोहरम करणाऱ्या रणरागिणी स्त्रिया प्रस्तुत ग्रंथात आहेत. आपली कृत्ये आणि चाल यांची, पुरुषांनी वेढलेल्या या क्षेत्रात दूरदृष्टीने आखणी करून या स्त्रिया यशस्वी कशा होऊ शकतात, याचे उत्कृष्ट नमुने म्हणजे या मराठी मनस्विनी आहेत. म्हणून हे पुस्तक आजच्या काळातील स्त्रियांनी अवश्य वाचलेच पाहिजे, अशा योग्यतेचे झालेले आहे.

स्त्रीमुक्तीकडे वाटचाल करणारी आजच्या म्हणजे आधुनिक काळातील स्त्री ही अधिकाधिक बंधमुक्त होत चालली आहे. अधिक स्वतंत्र, अधिक धीट, अधिक व्यापक क्षेत्रातील आव्हाने स्वीकारणारी आजची स्त्री आपण पाहतो आहोत; तिचे धडाडीचे व्यक्तिमत्त्व आपण आज कौतुकाने स्वीकारत आहोत. पण मध्ययुगीन इतिहास-काळातील राजस्त्रियांची प्रस्तुत पुस्तकातील व्यक्तिचित्रे अनुभवताना वाटते, की अट्टल पुरुषप्रधान संस्कृतीमध्ये आपली योग्य ती सीमा न ओलांडताही या स्त्रिया किती चतुराईने आणि हिरिरीने आपला कार्यभाग साधून घेतात!... राजघराण्यातील या तथाकथित अशिक्षित स्त्रिया चार पावले आधुनिक स्त्रीच्याही पुढे बुद्धीच्या आणि कर्तृत्वाच्या दृष्टीने आहेत, याचा प्रत्यय येतो. त्या कशा आहेत हे समजून घेण्यासाठी तरी आधुनिक स्त्रीवादी वर्गाने हा ग्रंथ जरूर अभ्यासला पाहिजे.

वास्तविक डॉ. सुरेश देशपांडे यांनी हा ग्रंथ सर्वच मराठी रसिक, जाणकार वाचक वर्गासाठी लिहिला आहे. मराठेशाहीत आणि पेशवाईत राज्य चालविताना किती विचित्र प्रकारची संकटे परचक्राच्या रूपाने बाहेरून आणि गृहकलहाच्या रूपाने आतून निर्माण होत होती, यांची सहज मीमांसा डॉ. देशपांडे प्रस्तुत व्यक्तिचित्रांच्या पार्श्वभूमीसाठी करतात. त्या पार्श्वभूमीवर राजघराण्यातील स्त्रियांचे जीवन आणि आचरण किती बिकट होते, ते डॉ. देशपांडे सांगतात. अशा बिकट स्थिती-परिस्थितीतही या स्त्रिया स्वबुद्धीने आणि कार्याने यशस्वी होतात. त्यामुळे त्यांच्या विषयीचा सामान्य वाचकाचा आदर द्विगुणित होतो. त्या आदरापोटी या स्त्रिया महाराष्ट्रात, मराठ्यांच्या इतिहासात होऊन गेल्या, याचा अभिमान वाटू लागतो. मराठी स्त्रिया अशा **मनस्विनी** असू शकतात, या जाणिवेने ऊर भरून येतो. तरीही राज्यकारभार करणे आणि राज्य चालविणे ही सुळावरची पोळी आहे, याचा अनुभवही पानोपानी येतो.

डॉ. देशपांडे यांनी हे सर्व अतिशय ओघवत्या शैलीत, वेधक-भेदक प्रसंग-घटना निवडून घेत त्यावर तितकेच स्वाभाविकरीत्या भाष्य करत, विषयीभूत व्यक्तीचे गुण-दोष सांगत, अंतिम मोल दाखवून देत सांगितले आहे. त्यांच्या या अशा प्रकारच्या ग्रंथामुळे मराठी साहित्यसृष्टी समृद्ध होण्यास निश्चितपणे मदत झाली आहे, असे मला वाटते.

डॉ. आनंद यादव

मनोगत

एकोणीसशे नव्वद सालचा मे महिना असेल! मराठी विश्वकोशाच्या सतराव्या खंडातील 'छत्रपती शिवाजी' हा लेख तपासून-समीक्षून पूर्ण करण्याची विनंतीवजा आज्ञा तर्कतीर्थ लक्ष्मणशास्त्री जोशी यांनी मला केली. मराठी विश्वकोशाचे प्रमुख संपादक या नात्याने पुढील खंडांचे काम आपल्या डोळ्यादेखत पूर्ण व्हावे, अशी त्यावेळी त्यांची मनोमन इच्छा होती. ह्या सुमारास इतिहास विषयातील वर्णक्रमाने येणारे लेख मी इतिहास विषयाच्या मराठी विश्वकोशाचा संपादक या नात्याने पाहत होतो, पण शास्त्रीजींच्या या आज्ञेमुळे मी शिवछत्रपतींची नोंद फाईलमधून बाहेर काढली. अर्थात, हा व्याप्तिलेख एका सिद्धहस्त लेखकाने लिहिला होता. मराठी विश्वकोशात येणाऱ्या तपशीलवार लेखांचा निर्देश 'व्याप्तिलेख' या संज्ञेने केला जातो; कारण त्यात सर्वंकष माहिती अभिप्रेत असते. त्यामुळे हा लेख मी प्रथम तर्कतीर्थ लक्ष्मणशास्त्री यांना दाखविला. शास्त्रीजींनी 'या लेखात बरीच काटछाट करावी लागेल, तेव्हा संपादकीय संस्कार करून नंतरच तो मला दाखवा', असे सांगितले. साहजिकच मी शिवाजी महाराजांसंबंधी माहिती असणारी अनेक विश्वसनीय चरित्रे, बखरी, जेधे शकावली, शिवभारत, शिव-दिग्विजय, करिने इत्यादी मूळ साहित्य नजरेखालून घातले. त्यांतील महत्त्वाची चरित्रे वाचून काढली. तेव्हा एक गोष्ट मला प्रकर्षाने जाणवली, की शिवाजी महाराजांच्या जीवनात, त्यांची आई जिजाबाई हिला एक वेगळेच स्थान आहे. तिच्याशिवाय राजांचे चरित्र ही कल्पनाच करवत नाही; ते अपूर्णच राहील, असे म्हटल्यास अतिशयोक्ती होणार नाही. पडद्यामागे राहून जिजाबाईने काळजीपूर्वक महाराजांचे जे चरित्र आणि चारित्र्य घडविले, त्यास मराठी इतिहासात तोड नाही. या सर्वांतून जिजाबाईच्या चरित्रातील अनेक बारीक-सारीक तपशील पैलू उजेडात आले आणि जिजाबाईचे एक छोटे का होईना, आपण चरित्र लिहावे, अशी माझी मनोधारणा झाली; परंतु त्या दृष्टीने प्रयत्न करताना मराठ्यांच्या इतिहासातील आणखी काही कर्तृत्ववान स्त्रियांची नावे माझ्या डोळ्यासमोर आली. मनस्वी जीवन जगणाऱ्या या कर्तबगार महिलांतील काही निवडक स्त्रियांची चरित्रे या निमित्ताने आपण लिहिली, तर ते एक चांगले व्यक्तिचित्रे रेखाटणारे पुस्तक होईल, असा विचार करून मगच प्रस्तुत पुस्तकाचा स्थूल आराखडा तयार केला.

मराठा कालखंडात अनेक कर्तबगार, कर्तृत्ववान मनस्विनी स्त्रिया झाल्या. त्यांच्यापैकी प्रत्येक स्त्रीला जीवनातील अवघड व खडतर प्रसंगांना सामोरे जावे लागले; पण त्यावर मात करून त्यांनी नियतीने सोपविलेली जबाबदारी, कर्तव्य म्हणून धैर्याने पार पाडली. जिजाबाईचा वारसा त्यापुढील स्त्रियांनाही लाभला.

त्यामुळे पुढे येसूबाई, ताराबाई, कोल्हापूरची महाराणी जिजाबाई, उमाबाई दाभाडे, राधाबाई, अनुबाई, गोपिकाबाई, आनंदीबाई, अहिल्याबाई होळकर, बायजाबाई शिंदे, मस्तानी, राणी लक्ष्मीबाई वगैरे अत्यंत हुशार व विलक्षण कर्तृत्व असलेल्या स्त्रिया आपल्या विशिष्ट गुणांनी इतिहासात प्रसिद्ध पावल्या; परंतु काही स्त्रियांविषयी, विशेषत:अनुबाई, राधाबाई, काशीबाई, उमाबाई, रमाबाई इत्यादींविषयी विश्वसनीय माहिती अद्यापि उपलब्ध नाही. खरे पाहता आणखी अनेक कर्तबगार स्त्रिया इतिहासाच्या पोटात दडलेल्या असतील!

प्रस्तुत पुस्तकात एकूण नऊ मनस्विनी स्त्रियांची जीवनचरित्रे मूळ ऐतिहासिक साधनांचा धांडोळा घेऊन लिहिली आहेत. या सर्व स्त्रिया कर्तबगार तर आहेतच, पण प्रत्येकीचा तिच्या पतीच्या कर्तृत्वात मोठा सहभाग आहे आणि या सर्व मराठ्यांच्या इतिहासातील आहेत. म्हणून मी 'मराठेशाहीतील मनस्विनी' हे शीर्षक पुस्तकास दिले आहे.

या पुस्तकाच्या लेखनात अनेकांनी मला बहुमोल सहकार्य दिले आहे. त्या सर्वांचा उल्लेख या छोट्याशा मनोगतात करणे शक्य नाही; तथापि काहींच्याबद्दल कृतज्ञता व्यक्त केलीच पाहिजे. माझे बालपणापासूनचे मित्र, ज्येष्ठ व श्रेष्ठ साहित्यिक डॉ. आनंद यादव यांनी आपला सर्व लेखनप्रपंच अल्पकाळ बाजूला ठेवून विषयाला अनुरूप अशी प्रस्तावना लिहून दिली. एवढेच नव्हे, तर त्यांनी माझे हस्तलिखित अत्यंत काळजीपूर्वक वाचून, अनेक मौलिक व महत्त्वाच्या सूचना केल्या. माझे व यादवांचे अतिशय जिव्हाळ्याचे मैत्रीपूर्ण संबंध लक्षात घेता त्यांचे आभार मानणे फारच औपचारिक आणि कृत्रिम दिसेल! मला त्यांच्या ऋणात सदैव राहण्यात अधिक धन्यता व समाधान वाटते.

मराठी विश्वकोश, प्राज्ञपाठशाला मंडळ, टिळक ग्रंथालयाचे अनुक्रमे श्री. न. व. नायगांवकर, श्रीमती कानडे आणि श्री. अनिल वैद्य यांनी त्यांच्या ग्रंथालयातील अनेक संदर्भ ग्रंथ वेळोवेळी मला शोधून दिले आणि काही दुर्मिळ साहित्य उपलब्ध करून देऊन बहुमोल मदत केली. त्याबद्दल त्या सर्वांचा मी मन:पूर्वक आभारी आहे.

या पुस्तकाची सर्व जुळवाजुळव झाल्यानंतर मेहता पब्लिशिंग हाऊसचे, श्री. सुनील मेहता यांनी आपलेपणाने हे पुस्तक छापून दिले, त्याबद्दल मी त्यांचा अत्यंत ऋणी आहे.

मराठी वाचक माझ्या या प्रयत्नाचे स्वागत करतील, असा विश्वास आणि आशा व्यक्त करतो.

—डॉ. सुरेश र. देशपांडे

Contact : ✆ 020-24476924 / 24460313
Website : www.mehtapublishinghouse.com
info@mehtapublishinghouse.com
production@mehtapublishinghouse.com
sales@mehtapublishinghouse.com

अनुक्रम

।। शिवमाता जिजाऊ ।।

शिवरायांची आई जिजाबाई हिचे महाराष्ट्राच्या इतिहासातील स्थान अनन्यसाधारण आहे. ती केवळ स्वराज्य संस्थापक शिवाजी महाराजांची माता नव्हती, तर दीनदुबळ्यांची, रयतेची माता होती. पती शहाजी यांनी दुसऱ्या विवाहानंतर (इ. स. १६३०) तिच्याकडे काहीसे दुर्लक्ष केले आणि ते बेंगळूरमध्ये एखाद्या संस्थानिकासारखे शाही जीवन व्यतीत करू लागले. अशा प्रसंगी पुणे-सुपे प्रांतात, महाराष्ट्रात राहून तिने चंदनाप्रमाणे झिजून बालशिवाजीचे संगोपन, संवर्धन केले आणि ह्या पुरुषोत्तमाने आईच्या अथक प्रयत्नांचे चीज तर केलेच, पण स्वतंत्र हिंदवी स्वराज्याची निर्मिती करून मराठ्यांची अस्मिता जागृत ठेवली. अशा प्रेरणादायी जिजामातेचे चरित्र स्फूर्तिदायक आहे. मात्र त्याला करुणेची झालर आहे.

जिजाबाईचे मूळ घराणे सिंदखेडच्या जाधवराव देशमुखांचे– सुखवस्तू जहागीरदारांचे! सिंदखेड किंवा सिंदखेडराजा हे गाव बुलढाणा जिल्ह्यात दौलताबाद-वेरुळपासून जवळच आहे. सिंदखेड ही लखुजी जाधवाची जहागीर. लखुजी हा सिंदखेडचा पिढीजात देशमुख. शिवाय तो निजामशाहीतील पहिला मोठा शूर सरदार. म्हणून त्याचा रुबाब वेगळा होता. लखुजीजवळ स्वत:चे शिलेदार-भालेदार असून बऱ्यापैकी सैन्य होते. त्यामुळे मुघल-निजामशाही ह्या सत्तांत त्याचे व्यक्तिगत वजन चांगले होते. त्याचा स्वभाव लहरी होता आणि जिथे फायदा जास्त त्या सत्तेत तो सामील होई. त्यामुळे तो कधी निजामशाहीत नोकरीत असे, तर कधी निजामशाही सोडून मुघलांना मिळे आणि पुन्हा काही दिवसांनी पाहावे तर निजामशाहीत परत आलेला असे. त्याच्या देशमुखीचा व जहागिरीचा मुलूख या दोन सत्ताधीशांच्या सरहद्दीवर असल्यामुळे वारंवार बाजू बदलण्यात त्याला फारसे प्रयास पडत नसावेत. शिवाय तो स्वत: एक पराक्रमी योद्धा होता आणि शाही जीवन जगत होता. अशा ह्या मातब्बर सरदाराची जिजाबाई ही मुलगी होती. जिजाबाईच्या जन्मतारखेविषयी निश्चित माहिती उपलब्ध नाहीच; तथापि परंपरेचा दाखला देऊन काही इतिहासकार तिचा जन्म १२ जानेवारी १५९८ मध्ये झाला, असे विधान करतात; मात्र तत्कालीन घटना-घडामोडी पाहता एक गोष्ट निश्चित होते, की जिजाबाईचा जन्म इ. स. १५९५ नंतर व इ. स. १६००

पूर्वी केव्हातरी झाला असावा.

जिजाबाईचा विवाह वेरुळचे पाटील मालोजी भोसले यांचा मुलगा शहाजीशी इ. स. १६०५ च्या सुमारास झाला असावा, असे तत्कालीन कागदपत्रांवरून जाणवते. त्यावेळी ती पाच-सहा वर्षांची होती आणि शहाजी हा नुकतेच मिसरूड फुटलेला तेरा-चौदा वर्षांचा कोवळा पोरगा होता. शहाजी व जिजाबाई यांचे लग्न कसे ठरले आणि झाले, याविषयी उत्तरकालीन बखरींत अत्यंत मनोरंजक हकिकत आढळते. ही हकिकत प्रथम एक्याण्णव कलमी बखरींत डोकावते. पुढे चिटणीस बखर, शेडगावकर बखर, आणि शिवदिग्विजय बखर, या तीन बखरी हीच हकिकत तिखटमीठ लावून थोड्या विस्ताराने अधिक रंजक करून सांगतात. मात्र या तिन्ही बखरींचा मूलस्रोत एक्याण्णव कलमी बखरच आहे; कारण कालदृष्ट्या ती अगोदरची आहे. जेथे शकावली, शिवभारत इत्यादी विश्वासार्ह साधनांत या कथेस फारसा दुजोरा मिळत नाही. एक्याण्णव कलमी बखरींत म्हटले आहे.

फाल्गुन महिन्यातील होलिका उत्सवाचा दिवस होता. जाधवरावांच्या सिंदखेड येथील वाड्यातील दिवाणखान्यात रंगपंचमीचा सोहळा चालला होता. सरदार, दरकदार, भालदार, चोपदार, बारगीर वगैरे आश्रित मंडळी निमंत्रणावरून दिवाणखान्यात आपापल्या दर्जानुसार स्थानापन्न झाली होती. त्यातच एक आश्रित– साधा शिलेदार गडी– बाबाजी पाटलांचा मुलगा मालोजी हाही होता. हा निजामशाहीत नोकरी पत्करून जाधवरावांच्या पदरी सेवेत होता. तोही ह्या सोहळ्यात आपल्या शहाजी या मुलास घेऊन बसला होता. रीतिरिवाजानुसार पंचमीचा समारंभ आटोपल्यावर गुलाल उधळण्याची वेळ आली. त्यावेळी लखुजींची कन्या जिजाबाई माजघरातून धावत येऊन वडिलांच्या मांडीवर बसली. गुलाल उधळण्याचा इशारा होताच तिने मालोजीजवळच्या शहाजीवर गुलाल उधळण्यास सुरुवात केली. दोन्ही मुले एकमेकांवर गुलाल टाकताना बघून जाधवरावांच्या तोंडून सहज शब्द बाहेर पडले, "हणमंतराव, जोडा छान दिसतो.'' त्यावर जवळ बसलेल्या सुभेदारांनी याला दुजोरा दिला. तेव्हा मालोजी सर्वांना समजेल अशा स्वरात म्हणाले, "जाधवराव आजपासून आमचे व्याही झाले आणि जिजा आमची सून झाली!'' परंतु ही गोष्ट लखुजी जाधवास सहन झाली नाही; कारण मालोजी हा त्यांचा आश्रित होता– एक साधा शिलेदार. तेव्हा त्याने आपली मुलगी शिलेदाराची सून कदापि होणार नाही, असे सडेतोडपणे सांगितले आणि इतका वेळ करमणुकीत, हास्यकल्लोळात मग्न असलेला तो दिवाणखाना एकाएकी गंभीर व स्तब्ध झाला. मालोजी दिवाणखान्यातून अपमानित होऊन शहाजीसह तडक बाहेर पडला आणि त्याने वेरुळ गाठले.

उत्तरकाळात रचलेल्या वरील बखरीतील रंगपंचमीच्या प्रसंगाविषयी अस्सल पुरावा उपलब्ध नाही; मात्र हे लग्न दौलताबादच्या किल्ल्यात इ. स. १६१०-११

दरम्यान झाले व त्यास निजामशाहही उपस्थित होता, असे शिवभारतकार सांगतो.

मालोजीला विठोजी नावाचा एक सख्खा भाऊ होता. त्याची वेरुळची पाटीलकी आणि जमीनजुमलाही बऱ्यापैकी होता. मालोजीने निश्चय केला, की पैसाअडका जमवून सैन्य उभे करायचे आणि सरदारकी मिळवायची. एका रात्री त्याला आपली जमीन खणताना अमाप द्रव्य मिळाले. त्या द्रव्याच्या जोरावर त्याने सैन्य उभे केले आणि नंतर निजामशाहीत स्वपराक्रमाने सरदारकी मिळविली. त्याच्या दोन मुलांपैकी शहाजी हा थोरला मुलगा आणि शरीफजी हा धाकटा. मालोजी २३ मे १६१० नंतर आणि बहुधा १९ नोव्हेंबर १६११ पूर्वी केव्हातरी इंदापूर येथे झालेल्या एका लढाईत मारला गेला. तेव्हा निजामशाहने ह्याचा मोकासा त्याच्या मुलांना दिला आणि मालोजीचा भाऊ विठोजी याने त्या दोन मुलांचे– शहाजी व शरीफजी यांचे संगोपन, संवर्धन केले आणि मोकाशाची देखभाल केली. पुढे विठोजी इ. स. १६२३ मध्ये मरण पावला. विठोजीच्या मृत्यूनंतर शहाजी आपल्या मोकाशाचा कारभार स्वतःच पाहू लागला, अशी माहिती शिवभारतात मिळते. शहाजीने पुढे आपल्या पराक्रमावर पुणे आणि शिरवळ हे परगणे निजामशाहीच्या वतीने आदिलशाहकडून काबीज केले होते.

लग्नाच्या वेळी शहाजीला मिसरूड फुटू लागले होते, असे शिवभारतकार सांगतो. यावेळी लखुजी जाधवराव निजामशाहीतील एक प्रमुख सरदार होता; शिवाय तो सिंदखेडचा पिढीजात देशमुखही होता. जिजाबाई व शहाजी हे दोघे वेरुळलाच सुरुवातीची काही वर्षे राहिली असावीत; कारण मालोजी हा जरी निजामशाहीच्या नोकरीत होता, तरी विठोजी आणि त्याचे कुटुंबीय जमीन-जुमला करून पाटीलकी सांभाळीत. पुढे मालोजीच्या मृत्यूनंतर (इ. स. १६१०) विठोजीनेच त्यांचा सांभाळ केला आणि पुढे त्याच्या मृत्यूनंतर (इ. स. १६२३) शहाजी आपला मोकासा सांभाळून निजामशाहीच्या नोकरीत रुजू झाला. त्यावेळी जिजाबाईची त्याच्यासोबत भ्रमंती चालू होती. जिजाबाई ही शहाजीची थोरली पत्नी. याशिवाय शहाजीने इ. स. १६३० मध्ये तुकाबाई (पूर्वाश्रमीची तुकाबाई मोहिते) हिच्याशी विवाह केला. शहाजीच्या काही उपस्त्रियाही होत्या. शहाजीपासून जिजाबाईस एकूण सहा शुभलक्षणी मुलगे झाले. त्यांपैकी संभाजी व शिवाजी हे दोन मुलगे इतिहासात प्रसिद्ध असून वंशवर्धक ठरले. संभाजीच्या आधी आणि नंतरही जिजाबाईला आणखी चार मुलगे झाले. मृत्यूने हे चारही मुलगे तिच्या मांडीवरून अकालीच उचलून नेले.

एकदा निजामशाहाचा दरबार आटोपून सरदारमंडळी घरी परतत होती. त्यावेळेस खंडागळे (खंडार्गळ) राजाचा हत्ती पिसाळला आणि त्याने सैनिकांचे खूप कंदन केले. तेव्हा लखुजीच्या दत्ताजी वगैरेंनी आपल्या सैनिकांसह हत्तीवर हल्ला केला.

तेव्हा विठोजीचे संभाजी व खेळाजी हे मुलगे खंडागळेच्या मदतीला धाऊन आले आणि रक्तबंबाळ हत्तीचे रक्षण करू लागले. दत्ताजीने हत्तीला सोडून संभाजीवर हल्ला केला. दोघांच्या सैन्यात लढाई जुंपली. शहाजींनी जाधवरावाबरोबरच्या संबंधांकडे डोळेझाक करून भोसल्यांची बाजू घेतली. दत्ताजी या झटपटीत मारला गेला. ही बातमी जाधवरावास समजताच त्याने संभाजीला ठार करून दत्ताजीच्या वधाचा सूड उगवला. अखेर निजामशाहने संघर्ष मिटविला. ही घटना इ. स. १६२१ मधील असून शिवभारतकाराने ती सविस्तर वर्णिली आहे. त्यानंतर लखुजी निजामशाही सोडून मुगलांना मिळाले. निजामशाहीतील भोसले-जाधव ही घराणी एकमेकांना अंतरली. रक्ताची नाती तटातट तुटली; पण ह्या सासर-माहेरच्या भांडणाचा परिणाम जिजाबाईने स्वतःच्या संसारावर होऊ दिला नाही आणि शहाजीने सासरवरचा राग कधी पत्नीवर काढला नाही.

निजामशाहीतील मातब्बर कारभारी मलिक अंबर इ. स. १६२८ मध्ये मरण पावला. त्याच्या मृत्यूनंतर त्याचा मुलगा फतहखान निजामशाहीचा कारभारी झाला; परंतु काही काळानंतर हमीदखान नावाच्या सरदाराच्या चिथावणीवरून निजामशाहने फतहखानास तुरुंगात टाकले आणि हमीदखानास कारभारी व मुबर्कखानास सेनापती नेमले. या गोष्टीमुळे इतर काही सरदारांना आपल्या सुरक्षिततेविषयी धास्ती वाटू लागली. या सरदारांत लखुजी जाधव होता. तो मुघलांना जाऊन मिळण्याचा विचार करू लागला. त्याच्या या बेताची कुणकूण बहुधा निजामशाहास लागली असावी. तेव्हा त्याने तो बेत हाणून पाडण्याचे ठरविले. लखुजी निजामशाहला मुजरा करण्याकरिता २५ जुलै १६२९ रोजी दौलताबादेच्या दरबारात आला असता त्याच्यावर व त्याच्या अनुयायांवर काही सरदारांनी आधीच ठरल्याप्रमाणे एकदम प्राणघातक हल्ला चढविला. यावेळी झालेल्या झटापटीत लखुजी आणि त्याच्या मुलांपैकी राघव, अचलोजी व यशवंत हे तिघे ठार झाले. लखुजीची बायको गिरजाबाई आणि त्याचा भाऊ जगदेवराव व एक मुलगा बहादूरजी छावणीत होते. ते ही वार्ता समजताच तिथून सिंदखेडला पळाले. सासऱ्याचा खून झाल्याचे वर्तमान समजताच शहाजीने निजामशाहीचा त्याग केला आणि तो पुणे-चाकण या आपल्या परगण्यात जाऊन राहिला. जिजाबाईला पित्याच्या वधाची वार्ता ऐकून अतिशय दुःख झाले. या प्रकारानंतर अचलोजीचा अल्पवयीन मुलगा संताजी याचे पालनपोषण जिजाबाईने केले. तो व जिजाबाईचा मुलगा संभाजी हे समवयस्क असून एकत्र वाढले व पुढे एकत्र राहिले. संभाजी हा जिजाबाईचा थोरला मुलगा. संभाजीचा जन्म इ. स. १६२३ मध्ये झाला आणि त्याचा विवाह शिवनेरी किल्ल्यावर राहणाऱ्या विश्वासरावाच्या वंशातील सिद्धपालचा मुलगा विजयराजा याची मुलगी जयंती हिच्याशी शिवनेरी किल्ल्यावर इ. स. १६२९ च्या नोव्हेंबर-डिसेंबर महिन्यांत

(मागशीर्ष) झाला. त्यावेळी संभाजी सहा वर्षांचा होता. शहाजीराजे मलिक अंबरच्या मृत्यूनंतर (इ. स. १६२८) आदिलशाही सोडून निजामशाहीत परत आल्यावर लवकरच त्यांचा मुलगा संभाजी याचे लग्न झाले, असे शिवभारतात म्हटले आहे. शिवभारतातील या प्रसंगाचे वर्णन आठव्या अध्यायात (श्लोक ८-१८) पुढीलप्रमाणे केले आहे. ''.... बलाढ्य शहाजी राजाने विजापूर सोडले. पुढे जाधवरावसुद्धा ताम्रांचे (मुघलांचे) अनुयायित्व टाकून धारागिरीस निजामशाहीच्या पक्षास येऊन मिळाले. दरम्यान शिवनेरी किल्ल्यावर राहणारा शिवभक्त, सुप्रसिद्ध, अतिशय वैभवशाली व निजामशाहच्या अत्यंत विश्वासातील असा, विश्वासराजाच्या वंशातील सिद्धपाल याचा मुलगा विजयराजा याला आपली मुलगी जयंती ही शहाजीराजाचा मुलगा संभाजी याला अनुरूप आहे, असे वाटले. शहाजीराजालाही तो संबंध अत्यंत उचित आहे असे वाटून त्याने त्याच्याकडे जयंतीस सून म्हणून मागणी घातली. पुढे विजयराजा आणि शहाजीराजा या दोघांच्या संबंधास साजेसा मोठा समारंभ झाला. विश्वासराजाच्या वंशातील अत्यंत तेजस्वी राजांचा आणि भोसल्यांचा मोठा समुदाय जमला. जयंती आणि संभाजी यांचे शिवनेरी किल्ल्यावर मोठ्या थाटाने लग्न झाले. समारंभ आटोपल्यावर नंतर काही दिवसांनी तो (शहाजी) विजयराजाच्या संमतीने आपल्या गरोदर पत्नीस (जिजाबाईस) स्वजनांसह त्याच किल्ल्यावर ठेवून दर्याखानास जिंकण्यास निघाला.''

वरील वृत्तांतावरून असे दिसते, की जिजाबाई शिवाजीराजांच्या वेळी गरोदर असून अगदी आसन्नप्रसवा होती; कारण यानंतर सुमारे दोन-एक महिन्यांनी १९ फेब्रुवारी, १६३० रोजी शिवाजीराजांचा जन्म शिवनेरी किल्ल्यावरच झाला, याबाबतीत संदेह नाही. शिवनेरी किल्ल्यावरील शिवगिरीच्या माथ्यावर म्हणजे शिवनेरीत जन्म झाला म्हणून शिवाजी असे मुलाचे नाव ठेवण्यात आले, असे शिवभारत म्हणतो; तर चिटणीस बखरीत जिजाबाईने किल्ल्यावरील शिवाई देवतेस नवस केला होता, की मुलगा झाल्यास तुझे नाव ठेवीन, म्हणून त्याचे नाव शिवाजी ठेवले. या सुमारास शहाजी मुघलांच्या नोकरीत होता, पण लवकरच त्याने ती नोकरी सोडली. फतहखान ह्या निजामशाहच्या कारभाऱ्याने दौलताबादचा किल्ला मुघलांच्या ताब्यात दिला आणि निजामशाहालाही त्यांच्या हवाली केले. तेव्हा शहाजी निजामशाहीच्या पुनरुज्जीवनाच्या उद्योगास लागला; पण माहुलीच्या तहानंतर पुढे निजामशाही संपली (१६३६). तिच्या मुलखाची वाटणी झाली आणि दक्षिणेकडचा भाग आदिलशाहने घेतला. या धामधुमीच्या काळात भाचा संताजी, संभाजी, शिवाजी व जिजाबाई ही निश्चितपणे कुठे वास्तव्यास होती, हे ज्ञात नाही; परंतु तत्कालीन घडामोडींवरून बहुधा ते शिवनेरीवरच मुक्कामास असावेत, असे वाटते; कारण पुढे मार्च १६३६ मध्ये शहाजीचे कुटुंब शिवनेरीतच होते, असे बादशाहनाम्यातील

एका उल्लेखावरून ज्ञात होते. माहुलीच्या तहानंतर शहाजीने आदिलशाहीत नोकरी धरली. त्यानंतर आदिलशाहने रणदुल्लाखानाच्या हाताखाली कर्नाटक जिंकण्याच्या मोहिमांवर त्याची रवानगी केली. तेव्हा शहाजीने रणदुल्लाखानाकडून मावळ प्रांतातील काही महत्त्वाची ठाणी मागून घेतली; विशेषत: भीमा व नीरा नद्यांमधील आपली पिढीजात चालत आलेली पुणे-सुपे प्रांताची जहागीर त्याने परत मिळविली. तेव्हा शिवाजी व जिजाबाई ही दोघे कसबे खेड येथे बापूजी मुद्गलांच्या वाड्यांत राहत होती. त्यांच्यासाठी वाडा बांधण्याकरिता खेडमधील वाणी वगैरेंच्या घरांची जागा घेतली आणि त्या लोकांना पर्यायी जागा देण्यासाठी शिवापूर पेठ वसविली, असा उल्लेख करिन्यात आहे. नंतर ती शहाजीकडे बेंगळूरास गेली. यावेळी कान्होजी जेधे, दादोजी कोंडदेव, दादोजी व सखोजी लोहोकरे हे मावळ भागातील वतनदार रणदुल्लाखानाकडून शहाजीच्या सेवेत रुजू झाले. पुढे कर्नाटकातील मोहिमांमध्ये शहाजीने दाखविलेल्या पराक्रमामुळे रणदुल्लाखानाने त्यास बेंगळूर शहर बक्षीस दिले आणि शहाजी तिथे द्वितीय पत्नी तुकाबाई, ज्येष्ठ पुत्र संभाजी व जिजाबाईचा भाचा संताजी यांसह राहू लागला (इ. स. १६३८-१६३९). यानंतर शहाजी पुन्हा कधी महाराष्ट्रात आल्याचा समकालीन किंवा उत्तरकालीन विश्वसनीय पुरावा उपलब्ध नाही. शहाजीने बेंगळूरला स्थायिक झाल्यावर शिवाजी व जिजाबाई यांना खेडहून तिकडे बोलावून घेतलेले दिसते; कारण बहुतेक ऐतिहासिक साधनांत या दौऱ्याविषयी माहिती मिळते आणि शिवाजीराजे बारा वर्षांचे असताना ते महाराष्ट्रात परतले, असा सर्वत्र उल्लेख आढळतो. शहाजीराजांनी त्या उभयतांस बेंगळूरला काही दिवस ठेवून घेतले होते. या काळात कदाचित शहाजींनी शिवाजी महाराज आणि जिजाबाई यांना पुढील कार्यवाहीसाठी काही सल्ला, संदेश दिला असावा, असे काही इतिहासकारांचे मत आहे. शिवाजीराजांना बारावे वर्ष लागले, तेव्हा शहाजीराजांनी त्यांची पुणे प्रांताच्या आधिपत्यावर योजना करून त्यांच्यासोबत काही हत्ती, घोडे व पायदळ, पिढीजात वतनदार व विश्वासू अधिकारी; त्याचप्रमाणे अध्यापक, बिरुदे, उंच ध्वज व विपुल द्रव्य देऊन त्यांची रवानगी महाराष्ट्रात केली. याबाबतीत सभासद बखरीतील मजकूर थोडा वेगळा असून त्यात म्हटले आहे की, "शहाजीने यांसी दौलतीमध्ये पुणे परगणा होता, तिथे दादोजी कोंडदेव, शाहाणा, चौकस ठेवला होता. तो बेंगळूरास महाराजांच्या भेटीस गेला. त्याबरोबर शिवाजीराजे व जिजाबाई आऊ ऐशी गेली. ते समयी राजीयांस वर्षें बारा होती. बरोबर शामराव नीलकंठ, म्हणून पेशवे करून दिले. बालकृष्णपंत मजुमदार व सोनोपंत डबीर, रघुनाथ बल्लाळ सबनीस, वगैरे देऊन दादाजीपंतास व राजे यांसी पुण्यास रवाना केले. ते पुण्यास आले. शहाजीने शिवाजीस पुणे परगण्याची मावळ कर्यात पोट मोकासा म्हणून दिली." याशिवाय शिवाजी राजांकडे सुपे परगणा, इंदापूर कसबा,

शिरवळ परगणा इत्यादी प्रदेश शहाजीने जो पूर्वी आपल्याकडे होता, तो त्यांच्या ताब्यात दिला.

शहाजीराजांनी आपल्या ज्येष्ठ पत्नीला– जिजाबाईला बालशिवाजीसह पुण्याला पाठविले. जिजाबाई कर्तबगार तर होतीच, पण तिला शहाजीराजांच्या स्वप्नाची पूर्ण कल्पना असावी. शहाजीराजांच्या आधीच्या प्रयत्नांमागे तिची प्रेरणा आणि साथही असावी. जिजाबाई स्वतंत्रपणे बालशिवाजीवर योग्य ते संस्कार करू शकेल, अशी शहाजीराजांना खात्री होती. ह्या काळात राजघराण्यातील स्त्रिया राजकारणात सक्रिय भाग घेत नसल्या, तरी पडद्यामागून सूत्रे हलवीत असत; एवढेच नव्हे तर प्रसंगोपात रणांगणावरही जात असत. विजापूरची बडी साहिबा, माहूरची रायबान, चांदबिबी, राणी चेन्नमा या त्या काळातील काही कर्तबगार महिलांचा आदर्श निश्चितच जिजाबाईसमोर असणार! शिवाय जिजाबाईला रामायण-महाभारत, भागवत, हरिविजय इत्यादी जुन्या, पौराणिक ग्रंथांचे श्रवण करून एक प्रकारची प्रगल्भता लाभली होती. शांतिपर्वातील राजकीय विचार आणि महाभारत युद्ध यांतील अनेक कथा तिने बालशिवाजीस लष्करी शिक्षणाबरोबर सांगितल्या असतील! जिजाबाईबरोबर शहाजीनी आपल्या अत्यंत विश्वासातील दादोजी कोंडदेव मलठणकर याला पाठविले होते. जिजाबाई व दादोजी या दोघांनी एकमेकांच्या विचाराने पुणे जहागिरीची उत्तम व्यवस्था लावली. पुण्याला राहण्यासाठी 'लालमहाल' प्रासाद बांधला. सततच्या लढायांमुळे व मुस्लिम आक्रमणांमुळे ओसाड पडलेली जमीन पुन्हा लागवडीखाली आणली. बखरकारांच्या म्हणण्यानुसार तिथे सोन्याचा नांगर फिरला आणि जमिनीतून चांगले पीक निघू लागले. तद्वतच शेतसारा वसूल होऊ लागला. जिजाबाईने कसबा पेठेतील गणपतीची पूजाअर्चा नियमित सुरू केली. तिने इतर मंदिरांतूनही दिवाबत्तीची व्यवस्था केली. जिजाबाई मानी, धाडसी, दृढनिश्चयी व स्वतंत्र वृत्तीची होती. पुण्यात कसबा पेठेत जिजाबाईने गणपतीचे देऊळ बांधले, अशी नोंद पुणे शहराच्या इ. स. १७९५-१७९६ च्या इतिहासविषयक टिपणात आढळते; परंतु हे मंदिर सतराव्या शतकाच्या सुरुवातीस इ. स. १६१३-१४ साली अस्तित्वात होते व त्याची देखभाल व मालकी ठकार घराण्याकडे असून त्यांच्याकडे (त्यांचे वंशज) जुने कागद आहेत. त्यामुळे जिजाबाईने त्याच्या पूजाअर्चेसाठी, तसेच दिवाबत्तीसाठी काही व्यवस्था केली असावी. जिजाबाई व शिवाजी बेंगळूरला जाण्यापूर्वी खेड मुक्कामी होते. म्हणून दादोजी कोंडदेवाने त्यांच्यासाठी एक वाडा बांधला. याशिवाय दादोजीने खेड येथे शाहबाग नावाची उत्तम बाग केली होती. त्यात आंब्याची झाडे लावली होती. त्यामुळे शिवाजी व जिजाबाई यांचा मुक्काम पुणे-खेड असा सुरुवातीच्या काळात असावा, असे दिसते. पुण्याची जहागीर छोटी, अवघी छत्तीस गावांची! मोगली व निजामशाही युद्धांत होरपळलेली. तिचे उत्पन्न ते केवढे! पण जिजाबाई व दादोजींनी इथला कारभार चोख चालवून जनतेच्या मनात विश्वास

निर्माण केला आणि उत्पन्नातही हळूहळू वाढ होऊ लागली. अर्थात हा सर्व कारभार प्रारंभी शहाजीराजांच्या नावेच चालत असे. शहाजीराजांनी बालशिवाजीसोबत एक छोटे मंत्रिमंडळच दिले होते. ही सगळी मंडळी शहाजीबरोबर अनेक अवघड युद्धप्रसंगांमधून व राजकारणातून तावून-सुलाखून निघालेली होती आणि एकनिष्ठ होती. पुढे शहाजीराजांनी शिवाजीराजांना स्वतंत्र राजमुद्रा करून दिली. ती त्यांनी जीवनभर वापरली, ही राजमुद्रा संस्कृतमध्ये आहे. ''प्रतिपच्चंद्रलेखेव वर्धिष्णुर्विश्ववंदिता। शाहसुनो: शिवस्यैषामुद्रा भद्राय राजते।।'' प्रतिपदेच्या चंद्रकोरीप्रमाणे वाढत जाणारी, विश्वाला वंदनीय असलेली शहाजीपुत्र शिवाची ही मुद्रा कल्याणासाठी विराजते.

जिजाबाई राज्यकारभारातील बारीकसारीक गोष्टींत, तसेच वतने-इनामे यांत जातीने लक्ष घालत असे. एवढेच नव्हे, तर पुढे शिवरायांच्या युद्धाविषयी चाललेल्या घडामोडींत तिने रस घेतलेला दिसतो; कारण प्रसंगोपात ती सेनापतींना सूचना देतानाही आढळते. शहाजीराजांच्या पुण्याच्या परिसरातील मोकाशांच्या कारभारात जिजाबाईने अनेक प्रसंगी भाग घेतलेला होता, याविषयीचे अनेकविध उल्लेख तत्कालीन पत्रव्यवहारातून पाहावयास मिळतात. शहाजी पासून दूर राहत असल्यामुळे आजूबाजूच्या मोकाशांवर तिला देखरेख करणे क्रमप्राप्तच होते. शिरवळ परगण्याच्या देशकुलकर्णी विषयीच्या एका तंट्याचा निवाडा दादोजी कोंडदेव याने शुहूर सन १०४० म्हणजे इ. स. २४ मे १६४३-२३ मे १६४४ दरम्यान केव्हातरी केला होता. (दादोजीने सिवापूरचे मुक्कामी वाटणीचा महजर करून दिल्हा आहे). हा निवाडा गोतसभेत झाला नाही; तेव्हा तो गोतसभेत करावा, अशी विनंती प्रतिवादीने पुण्याला जाऊन जिजाबाईंकडे केली. तेव्हा दादोजीने शिरवळ परगण्याच्या हवालदारास लिहिलेल्या दि. २ एप्रिल १६४६ च्या पत्रात ही माहिती नमूद केली आहे आणि पूर्वीचा निवाडा रद्बातल केला असून गोतात पुन्हा निवाडा करण्यात यावा, असे कळविले. यावरून जिजाबाई तत्कालीन गोतसभेस किती महत्त्व देत असावी, हेही निदर्शनास येते. (ऐतिहासिक साधने)

दुसऱ्या एका वतनाच्या प्रकरणात गणो गबाजी तबीब याला पुणे परगण्यातील वेहरवडे (येरेवडे) या गावी काही जमीन इनाम म्हणून दिलेली होती. याविषयीची शहाजीची खुर्दखते त्याच्याजवळ होती आणि शिवाजीराजांचेही २४ डिसेंबर १६४७ रोजी दिलेले खुर्दखत होते. पुढे इनामे अमानत करावीत, या शिवाजीमहाराजांच्या धोरणानुसार त्याचे इनाम अमानत केले. तेव्हा त्याने जिजाबाईंना पुण्याला जाऊन ही सर्व हकिकत निवेदन केली आणि आपल्याला नवीन खुर्दखत करून मिळावे, अशी आग्रहाची विनंती केली. त्यावर जिजाबाईने वेहरवडे गावाचे हुद्देदार व मोकदम यांना लिहिलेल्या इ. स. १६५१ च्या पत्रात ही सर्व वस्तुस्थिती निवेदन केली आहे आणि गणो गबाजीकडे गत वर्षापर्यंत जसे इनाम चालत असेल, त्याप्रमाणे चालू

ठेवावे, असा हुकूम घ्यावा, असे कळविले असून पुढे म्हटले आहे, की गणो गबाजीने 'चिरंजीव राजश्री सिवबाचे' मूळ खुर्दखताची मागणी करू नये, असा हुकूम केला.

जिजाबाईंचा मुक्काम पुढे पुणे आणि राजगड असा दोन्हींकडे होऊ लागला. राजगडावर जिजाबाई असताना खंडोबाच्या जेजुरी येथील मार्तंडभैरवाच्या मंदिराच्या गुरवपणाविषयी परस दरणा व सत्तोबा या दोन घराण्यांत— गुरवांत तंटा उत्पन्न झाला. त्याचा निवाडा करण्यासाठी हे प्रकरण जिजाबाईकडे आले. जिजाबाईने तेथील परंपरेचा पूर्ण कानोसा घेऊन परस दरणा यास गुरवपणाचे आश्वासन दिले. असे आश्वासन खुद्द शिवाजीराजांकडूनही मिळावे, अशी त्याने जिजाबाईंना विनंती केली. तेव्हा त्यावर 'मातोश्रीसाहेबी (जिजाबाईने) जे आश्वासन दिले आहे, तसेच माझेही आश्वासन राहील', असे दि. १३ जुलै १६५३ रोजी शिवाजीराजांनी परस दरणा यांस आश्वासनपत्र धाडून कळविले होते. अशा प्रकारची जिजाबाईने मार्गी लावलेली आणखी काही प्रकरणे इतिहासात नोंदलेली आढळतात. शिवाजीराजे बहुधा मातोश्रींनी घेतलेल्या निर्णयास विरोध करताना दिसत नाहीत. जिजाबाई शक्यतो रयतेच्या तक्रारी ऐकून योग्य वाटल्यास निर्णय देत असे आणि त्याप्रमाणे हाताखालील अधिकाऱ्यांस हुकूम देई. सामान्यतः वतने व इनामे यांच्या प्रकरणांत तिने कधी कधी हस्तक्षेप केल्याचे दिसून येते. याबाबतीतही शिवाजी महाराज मातोश्रींचे म्हणणे मान्य करीत; एवढेच नव्हे, तर तिच्या आज्ञेनुसार हुकूमही काढीत. त्यावरून जिजाबाईच्या अखेरपर्यंत म्हणजे इ. स. १६७४ पर्यंत ती शिवाजीमहाराजांच्या राज्यकारभारात स्वतः जातीने लक्ष घालताना प्रकर्षाने जाणवते; परंतु जोपर्यंत ही प्रकरणे किरकोळ स्वरूपाची होती आणि त्यांपासून स्वराज्याला धोका पोहोचणार नाही, अशी महाराजांना खात्री होती, त्या मर्यादेपर्यंतच शिवाजीराजांनी आईच्या हस्तक्षेपास मान्यता दिली; नव्हे, ते सर्व कार्यवाहीत आणले. पण जेव्हा त्यांच्या स्वराज्याच्या धोरणावर गदा येण्याचा संभव निर्माण झाला, तेव्हा त्यांनी निर्धाराने मातोश्रींनी केलेला निर्णय रद्द ठरविला. एवढेच नव्हे, तर मातोश्रींचे किंवा अन्य कोणाचे मत याबाबतीत ग्राह्य धरले नाही. एका ठिकाणी शिवाजीराजांनी जिजाबाईचे म्हणणे अमान्य केल्याचे दिसून येते. शिवाजीराजांनी मावळ प्रांताच्या देशाधिकाऱ्यास पाठविलेल्या दि. ५ जुलै १६७९ च्या एका पत्रावरून हे दिसून येते. प्रस्तुत पत्रात राजे मावळच्या देशाधिकाऱ्यास ते लिहितात, ''या तंट्याबाबत रणपिशाने पूर्वी जिजाबाईंचे किंवा दुसऱ्या कुणाचे पत्र घेतले असल्यास, त्यावर विसंबू नये.'' यावरून महाराजांच्या धोरणाची जशी कल्पना येते, तसेच जिजाबाई काही काही बाबतीत अनाठायी हस्तक्षेप करीत असाव्यात, हेही लक्षात येते; परंतु पत्राची तारीख पाहता हे धाडस महाराजांनी मातोश्रींच्या निधनानंतर केले आहे, हेही

जाणवते.

जिजाबाई व शिवाजीराजे परस्परांच्या विचाराने हिंदवी स्वराज्याच्या निर्मितीत मग्न असताना स्वराज्यावर मुस्लिम आक्रमणे होत होती; परंतु ती यशस्वीरीत्या हाताळली जात होती. ही दोघे महाराष्ट्रात होती. त्यावेळी जिजाबाईंचा भाचा संताजी, ज्येष्ठ मुलगा संभाजी हे शहाजीराजांबरोबर कर्नाटकात होते. कनकगिरीच्या लढाईत संभाजी व सवंगडी इ. स. १६५४ मध्ये धारातीर्थी पडले, ते फितुरीमुळे! संभाजीचा मुलगा उमाजी व पत्नी एकाकी पडले. त्याचे जिजाबाईला अतीव दु:ख झाले. शहाजीनी कर्नाटकात वास्तव्य केल्यापासून जिजाबाई तशा एकट्याच शिवाजीराजांसह राहत होत्या आणि शहाजी इकडे चुकूनसुद्धा फिरकले नाहीत. मात्र शिवाजीराजांनी आपल्या कर्तव्यात कधीच कसूर केली नव्हती. जेव्हा शहाजीराजांना २५ जुलै १६४८ मध्ये फितुरीने अटक झाली, त्यावेळी मुस्ताफाखान मरण पावल्यावर महाराजांनी मुघलांशी संगनमत करून, स्वत:चा कोंढाणा किल्ला देऊन, शहाजीराजांची आदिलशाहवर दडपण आणून दि. १६ मे १६४९ रोजी सुटका केली. यावेळी शहाजीराजांनी अटकेतून सुटल्यावर कान्होजी जेधे व दादोजी लोहोकरे या मावळातील वजनदार असामींना एकनिष्ठेची बेलरोटीची शपथ घेऊन शिवाजीराजांकडे पाठविले. एक स्वतंत्र सत्ताधीश होण्याची बीजे शहाजीराजांनीच जिजाबाईच्या मदतीने शिवाजीराजांमध्ये रुजविली व वाढविली, असे म्हटल्यास वावगे ठरणार नाही.

विजापूरचा बलाढ्य सेनापती अफझलखान यास शिवाजीमहाराजांनी प्रतापगडच्या भेटीत मारले (दि. १० नोव्हेंबर १६५९), तेव्हा जिजाबाईंचे प्रथम आशीर्वाद घेऊन शिवबांनी ही कृती केली, असे बखरकार सांगतात. मातोश्री जिजाबाई त्यावेळी राजगडावर होत्या. त्यामुळे त्यांना तत्काळ ही वार्ता कळविण्याची आज्ञा महाराजांनी केली. या घटनेनंतर मराठ्यांच्या सैन्याने कोल्हापूरपर्यंत धडक मारली. खुद्द शिवाजीराजे यांनी पन्हाळा घेऊन तिथे मुक्काम केला (इ.स. १६६०). या घटना घडत असताना जिजाबाईचे सर्वत्र बारीक लक्ष होते. एवढेच नव्हे, तर राज्यकारभारात शिवाजीराजांच्या अनुपस्थितीत ती राज्याची सर्व जबाबदारी सांभाळीत असे. मुघल सैन्याने शिवाजीच्या मुलखावर आक्रमण केले (१६६०) आणि पुढे सिद्दी जोहराने पन्हाळा किल्ल्याला वेढा दिला होता. त्यात शिवाजीराजे पूर्णत: अडकले गेले, ही बातमी समजताच जिजाबाई अस्वस्थ झाली. मराठ्यांचा सेनापती नेताजी पालकर याने वेढा उठविण्यासाठी विजापूरकडे स्वारी केली. त्याला असे वाटले, की आदिलशाहच्या खुद्द राजधानीवर हल्ला चढविला असता, सिद्दी जोहर पन्हाळ्याचा वेढा उठवून तिकडे मदतीसाठी धावेल! या प्रसंगी जिजाबाईने शिवाजीराजांचे डोंगरी किल्ले लढविण्याची तयारी केली. नेताजी विजापूरच्या स्वारीवरून परत आला. तेव्हा जिजाबाईने त्याची निर्भत्सना केली आणि सिद्दी जोहरावर मी स्वत: चालून जाऊन माझ्या एकुलत्या

एक मुलाला सोडवून आणीन, असा निर्धार तिने व्यक्त केला. नेताजीने त्या बेतापासून जिजाबाईला परावृत्त केले आणि तो स्वत: पन्हाळ्याकडे ससैन्य गेला.

पुण्याच्या मुक्कामात असताना जिजाबाईने पाषाण गावाच्या जिजापूर पेठेच्या हुद्देदार इत्यादींना पाठविलेल्या पत्रांच्या अस्सल प्रती उपलब्ध असून विनायकभट जोशी याला जिजापूर येथील शेटेपण इत्यादी मिराशी वतने वंशपरंपरेने दिली होती. ती त्याच्याकडे चालावीत, असा हुकूम त्या पत्रात आहे. अर्थातच ही पेठ जिजाबाईच्या नावानेच वसली होती. ती केव्हा वसविली हे ज्ञात नाही, पण बहुधा जिजाबाई शिवाजीराजांसह बेंगळूराहून पुण्याला आल्यावर ती वसविली गेली असावी, असा इतिहासज्ञांचा अंदाज आहे. या वतनांसंबंधी छत्रपती शाहूराजे (इ. स. १७०७-१७४९) यांचेही एक पत्र उपलब्ध आहे. त्या पत्रात (१९ ऑगस्ट, १७२०) जिजाबाईने पूर्वी मिराशी हक्क करून दिल्याची नोंद आहे. जिजाबाईचे मूळ पत्र २ जानेवारी १६५७ चे असून त्यात म्हटले आहे, ''अज रख्तखाने राजेश्री जिजाबाई साहेब दाम दौलतहू बजानेबू हुद्देदारानि व देसमुखानी व मोकदमानी मौजे पासांने पेठ जिजपूर सुभा सबा खमसैन अलफ वेदमूर्ति राजेश्री विनायकभट जोसी त्यासी साहेबी मेहरबान होऊनु मिरासी अजरा मऱ्हामते लेकराचे लेकरी दिधली असे पेठ मजकूरची बिता सदरहू मिरासीपणे तुम्हास दिधली असे ती तुम्ही सुखी मिरासीपणाचा कारभार करीत जाऊन पेठेचे मामुरी करणे म्हणोन वेदमूर्ती जोसी यास दिधली असे... तेणेप्रमाणे साहेब चालवलतील मो।'' या संबंधात पुढे शाहूंनी जेव्हा तंटा उद्भवला, तेव्हा पुन्हा पुढील पत्राने जिजाबाईनी केलेल्या हक्कांवर शिक्कामोर्तब केले. छत्रपती शाहू दि. १९ ऑगस्ट १७२० च्या पत्रात लिहितात, ''स्वस्तिश्री राज्याभिषेक शके ४७ शार्वरी संवत्सरे श्रावण बहुल द्वादशी भृगुवासरे क्षेत्रीय कुलवतंस श्री राजा शाहू छत्रपती स्वामी यासी देशमुख व देशपांडे पुणे यास आज्ञा केली यैसी जे.... यांसी मातुश्री जिजाई आउसाहेब व थोरले कैलासवासी स्वामी याणी पेठ जिजापूर येथे वृत्ती करून दिल्ही... येणे प्रमाणे आहे याची पत्रे मातुश्री आउसाहेब व थोरले कैलासवासी स्वामीची आहेत त्याप्रमाणे स्वामीनी पत्रे करून देऊन वंशपरंपरेने चालविले पाहिजे म्हणून विदित केले व पूर्वील पत्रे आणून दाविली ती मनास आणून हे आज्ञापत्र सादर केले आहे.''

शिवाजी महाराजांनी खेडेबारे तरफेतील कामथडी, नसरापूर व केळवडे या गावांमधून मिळणारे करांचे उत्पन्न जिजाबाईच्या खासगी खर्चाकरिता लावून दिलेले होते. यासंबंधी उत्तरकालीन पुराव्यावरून माहिती मिळते. त्यांपैकी एका इ. स. १७१९ च्या कागदात म्हटले आहे, की ''आपले भाऊ सखो विठल हे खेडेबारियामध्ये पहिले सिवापुरीचे पेठेची मुशर्फ (देखरेख) करीत होते आणि मौजे नसरापूर व केळवडे हे दोन्ही गाव राजश्री आऊसाहेब यांसी गाव मुकासा दिधला तेथील हुद्देदारी

आपला भावासच होती.'' कानजी नाईककोंडे खेडेबाच्याचा देशमुख होता व जिजाबाई शिवनेरीस होती, त्यावेळी कामथडी गावाचा वसूल जिजाबाईस दिला जात होता आणि त्या गावी देशमुख-देशपांड्यांना काही हक्क नव्हते.

शहाजीराजेंना शिकारीचा छंद होता. कर्नाटकातील होदिगेरे भागातील जंगलात ते शिकार खेळावयास गेले असताना घोड्यावरून खाली पडले. या अपघातातच ते २३ जानेवारी १६६४ रोजी निधन पावले. ही बातमी जिजाबाईना कळताच त्यांना अतिशय दु:ख झाले. त्यावेळी त्यांनी सती जाण्याचा दृढनिश्चय केला. शिवाजीराजांनाही दु:ख झाले होते; पण स्वराज्याचे ध्येय पुढे आ वासून उभे होते आणि जिजाबाई आऊची साथ तर त्यांना सोडणे शक्य नव्हते. म्हणून महाराज कळवळून विनवीत होते, की तुम्ही सती जाऊ नका. तुम्ही गेलात तर मी कोणाकडे पाहावे? वडील निघून गेले आता तुम्हीही चालला. अखेर महाराज म्हणाले, ''आई, माझा पुरुषार्थ पाहावयास कोणी नाही! तू जाऊ नकोस!'' वास्तविक पुत्रवती स्त्रीने सती गेलेच पाहिजे, असे धर्मशास्त्र नाही. एवढेच नव्हे, तर प्रत्येक स्त्रीने सती जावे, असाही धर्मदंडक नाही. पतीच्या नंतर विरक्त राहून ईश्वरसेवेत आणि व्रताचरणात जीवन व्यतीत करणे हाही पुण्यसाधनेचा एक थोर मार्ग आहे, असे धर्मशास्त्र सांगते. अखेर निर्वाणीचा प्रसंग जेव्हा उद्भवला, तेव्हा शिवाजीराजांनी जिजाऊस आण घातली, 'आई, तुला शपथ आहे, जर तू मला टाकून गेलीस तर!' अखेर सर्वांनी जिजाबाईला तिच्या सतीनिश्चयापासून परावृत्त केले. यानंतर जिजाबाईने महाबळेश्वर येथे ६ जानेवारी १६६५ रोजी निरनिराळ्या वस्तूंच्या अनेक प्रकारच्या तुला केल्या. त्याचवेळी गोपाळ श्रीधर महाबळेश्वरकर यांचा तिने उपदेश घेऊन त्यांना गुरू केले व मन धर्मकार्यात गुंतवून टाकले. तुलेचे सर्व द्रव्य-धान्य तिने गोरगरिबांस वाटून टाकले व अन्य काही देणग्याही दिल्या. यानंतर त्यावर्षी काही महिन्यांनी पुरंदरचा तह झाला आणि शिवाजीराजांचे आग्र्याला जाण्याचे ठरले. महाराजांनी राज्यकारभाराची व्यवस्था अत्यंत विचारपूर्वक केली; तत्पूर्वी त्यांनी राज्यातील प्रमुख गडांना भेटी दिल्या. सर्व कारभाराचा शिक्का जिजाबाईच्या हाती सुपूर्त केला. हा शिक्का फार्सीत तयार केलेला होता. मोरोपंत पिंगळे, निळो सोनदेव मुजुमदार आणि प्रतापराव गुजर या तिघांनी जिजाबाईच्या आज्ञेत राहून सर्व स्वराज्याचे संरक्षण व कारभार पाहावा, असे ठरवून दिले. आरमाराचा सागरी सुभा दर्यासारंग, दौलतखान आणि मायनाक भंडारी यांच्या स्वाधीन केला. त्यांनीही आईसाहेबांच्या व कारभाऱ्यांच्या इशाऱ्यावर नजर देऊन स्वराज्याची दर्यादौलत सांभाळावी असे ठरले. कोणीही कोणत्याही प्रसंगाने, बातमीने वा अफवेने गडबडून जाऊ नये, अशी सांगी सर्वांस महाराजांनी दिली. एकूण शिवाजीराजांनी स्वराज्याचा भार मातोश्रींच्या खांद्यावर अत्यंत जोखमीने ठेवला आणि तिला सहकार्य करण्याचे आपल्या विश्वासू कारभाऱ्यांकडून अभिवचन

घेतले. शिवाजी महाराज आग्रह्याहून सहिसलामत सुटून स्वराज्यात आले आणि नंतर त्यांनी एकामागून एक गेलेले किल्ले तर घेतलेच, पण राज्याभिषेकाचा घाट घातला (इ.स. १६७४).

त्या काळात मुसलमानांच्या जाचाने अनेक हिंदू बाटून इस्लाम धर्मात प्रवेश करीत. अशा लोकांबद्दल जिजाबाईला कींव येई, पण तिचा नाइलाज असे. औरंगजेबाने शिवाजी महाराजांच्या लष्करातील बजाजी निंबाळकर आणि नेताजी पालकर या शूर वीरांना गाफील असताना आपल्या सैन्यात दाखल करून घेतले आणि सक्तीने त्यांचे धर्मांतर केले. दोघे मुसलमान झाले होते, याची जिजाबाईना खंत वाटली. अशा वीरांना स्वराज्यात आणण्यासाठी तिने राजांना सांगितले आणि योगायोग असा, की ते दोन्ही वीर महाराष्ट्रात औरंगजेबाच्या सैन्यातून पळून आले. त्या दोघांना तिने हिंदू धर्मदीक्षा देववली. या कामी तिने पुढाकार घेऊन बजाजी निंबाळकराची भेट घेतली व चाणाक्षपणे आपला विचार त्याच्या कानावर घातला. बजाजीला धर्मांतर केल्यामुळे अवघडल्यासारखे झाले होते आणि पैपाहुण्यांत त्याची इभ्रत कमी झाली होती. जिजाबाईच्या शब्दाला त्याने तत्काळ होकार दिला. यावेळी काही ब्राह्मणांनी गहजब केला, आक्षेप घेतले. धर्मबाह्य गोष्टीला सामान्य लोक तत्काळ राजी होत नाहीत, हा इतिहास आहे; परंतु शिवबांच्या पाठबळावर जिजाबाईने हे प्रागतिक पाऊल टाकले आणि शुद्धीकरणाचा विधी करून बजाजीस पुन्हा हिंदू धर्मात प्रविष्ट केले. एवढेच नव्हे, तर लोकांच्या मनात शंका राहू नये म्हणून शिवाजीराजांची ज्येष्ठ कन्या सखुबाई हिचा विवाह बजाजीचा मुलगा महादजी याच्याशी करून सोयरिक घडवून आणली. ह्यामुळे हे प्रकरण सर्वांना मान्य झाले.

रायगडावर ६ जून १६७४ रोजी महाराजांचा राज्याभिषेक धूमधडाक्यात पार पडला; पण राज्याभिषेकाच्या प्रचंड गडबडीतही त्यांचे सर्व लक्ष मातोश्रींकडे होते. गडावरची हवा फार थंड, शिवाय वारा सोसाट्याचा आणि जिजाबाईची वार्धक्यामुळे प्रकृती फार नाजूक झाली होती. चढउतार तिला मानवेना. म्हणून महाराजांनी तिच्यासाठी गडाच्या निम्म्या डोंगरात असलेल्या पांचाड नावाच्या गावात एक उत्तम गढीवजा वाडा बांधून अखेरच्या दिवसांत राहण्याची व्यवस्था केली होती. जिजाबाई राज्याभिषेकाच्या समारंभ प्रसंगी फक्त रायगडावर आली. त्यानंतर ती खाली आपल्या वाड्यात गेली. त्यानंतर ती अंथरुणाला खिळली होती. हळूहळू प्रकृती बिघडू लागली आणि राज्याभिषेकानंतर बरोबर बारा दिवसांनी १७ जून १६७४ रोजी तिचे निधन झाले. तिने आपल्या शिवबाकरता पंचवीस लाख होनांची पुरचुंडी मागे ठेवली होती.

✳

।। महाराणी येसूबाई ।।

छत्रपती शिवाजी महाराजांच्या कुटुंबात येसूबाईचे स्थान चतुरस्त्र होते. ती शिवाजी महाराजांची सून, जिजाबाईंची नातसून, छत्रपती संभाजी महाराजांची पत्नी आणि छत्रपती शाहू महाराजांची मातोश्री होती. येसूबाईचे पूर्वाश्रमीचे नाव राजसबाई. तिच्या वडिलांचे नाव पिलाजीराजे शिर्के. हे कोकणातील शृंगारपूरचे एक पराक्रमी व नावाजलेले वतनदार आणि शिवाजी महाराजांचे निष्ठावान सेवक. येसूबाईच्या जन्ममृत्यूच्या निश्चित तारखा आणि सन यांचे तपशील उपलब्ध नाहीत. बखरकारांच्या मते येसूबाईचा जन्म इ. स. १६६१-६२ च्या दरम्यान केव्हातरी शृंगारपुरास झाला असावा; कारण विवाहाच्या वेळी तिचे वय पाच-सहा वर्षांचे असावे, असा ढोबळ उल्लेख कागदोपत्री मिळतो. शिवाजी महाराजांनी आपल्या ज्येष्ठ मुलाबरोबर- संभाजीबरोबर- तिचा इ.स. १६६७ च्या सुमारास विवाह केला. तत्संबंधीची नोंद सभासद बखरीत पुढीलप्रमाणे आढळते. 'जावळी काबीज केली. सिवतर खोरीयात बाबाजी राऊ म्हणून पुंड होता. तोही कैद केला. पुढे सुर्वे राज्य करीत होते. त्याजवर चालोन गेले. सुर्वे पळोन देशांतरास गेले. त्याचे कारभारी शिर्के होते. त्यासी भेद करून हस्तगत केले. त्यासी महालमुलूख देऊन त्यांची कन्या राजीयाने (शिवाजीने) आपल्या पुत्रास (संभाजीस) केली. या प्रकारे जावळीचे राज्य व शृंगारपूरचे राज्य ऐसी दोन राज्ये काबीज केली. या आप्तसंबंधांमुळे शिर्के स्वराज्याच्या सेवेत कायम राहिले. पिलाजी शिर्के यांना सावंतांकडे बोलणी करणयास महाराजांनी धाडले.' काही ऐतिहासिक साधनात हा विवाहविधी आग्र्याहून शिवाजीराजे राजगडला परतल्यानंतर (इ.स. १६६६) पार पडला, असे म्हटले आहे.

शिवाजी महाराज आणि त्यांच्या राण्या यांना ही एकच सून, महाराजांच्या मृत्यूपर्यंत (इ.स. १६८०) होती. शिवाय जिजाबाईंसह ही एकच नातसून. त्यामुळे सर्वांना तिचा खूप लळा असणार हे स्वाभाविक होते. या विवाहानंतर शिर्के घराण्याशी संबंधित असलेले शृंगारपूरचे दोन विद्वान ब्राह्मण केशवभट व रघुनाथ पंडित शिवाजी महाराजांकडे आले. त्यांची योजना संभाजीला शिकविण्यासाठी करण्यात आली. साहजिकच येसूबाईही त्यांच्याकडे शिकत असावी. येसूबाईच्या

पत्रावरून तिच्या सुशिक्षितपणाची कल्पना येते. जिजाबाईंनी तिला चांगले गृहशिक्षण व व्यवहार शिक्षण दिले असल्यास आश्चर्य वाटण्याचे कारण नाही. येसूबाईचा मुक्काम प्रथम राजगडास व नंतर १६७० पासून रायगडास मराठ्यांच्या राजधानीत होता. संभाजी लष्करी स्वारीवर असतील तेव्हा एकटेच जात असत; परंतु राज्याभिषेकानंतर (१६७४) संभाजी रूसून येसूबाईसह शृंगारपुरास जाऊन राहिले. (१ नोव्हेंबर १६७६) तेथेच त्यांना येसूबाईच्या पोटी कन्या झाली (४ सप्टेंबर १६७७). तिचे नाव भवानी. शिवाजीराजांना संभाजींच्या वर्तनात उच्छृंखलपणा दिसू लागला. म्हणून त्यांनी संभाजींना सज्जनगडावर रामदासस्वामींकडे जाण्याची अनुज्ञा दिली. ते काही दिवस सज्जनगडावर राहिले (डिसेंबर, १६७८) आणि तिथून मोगल सरदार दिलेरखानास जाऊन मिळाले. दिलेरखानाने सप्तहजारी मनसबदारीचे आमिष दाखवून संभाजींच्या मदतीने भूपाळगड, तिकोटा, अथणी हे भाग पादाक्रांत केले. अखेर शिवाजीमहाराजांचे प्रयत्न आणि संभाजींना स्वतःला अटक होईल, ही भीती वाटली म्हणून ते स्वराज्यात पन्हाळ्याला आले (डिसेंबर, १६७९). या काळात येसूबाई शृंगारपुरासच होती. पुढे ती पन्हाळ्यास गेली. संभाजीने भवानीचे लग्न शंकराजी महाडिक यांच्याशी पुढे लावले. परंतु शंकराजी महाडिकाच्या अकाली मृत्यूने भवानीबाईवर सहगमनाचा प्रसंग गुदरला, इत्यादी तपशील इतिहासात नमूद झालेले आहेत. त्यावरून शिवाजी महाराजांच्या अखेरच्या दिवसांत मृत्यूपूर्वी सुमारे तीन-चार वर्षे संभाजीराजे आणि येसूबाई ही दोघे रायगडावर महाराजांच्या सान्निध्यात नव्हती, हे निश्चित. शिवाजी महाराजांच्या मृत्यूनंतरही संभाजींची येसूबाईसह भ्रमंती चालू होती; कारण शाहूमहाराजांचा (शिवाजी) जन्म कुलाबा जिल्ह्यात माणगाव तालुक्यात गंगावली या गावी दि. १८ मे १६८२ रोजी झाला. मोगलांच्या बंदिवासात त्यांचे नाव शाहू पडले व तेच रूढ झाले. मात्र यानंतरच्या काळात संभाजीराजे युद्धमोहिमांत गुंतले आणि रायगडावर अंतर्गत कारभाराची सर्व सूत्रे येसूबाईकडे त्यांनी सुपूर्द केली.

शिवाजी महाराजांच्या मृत्यूनंतर संभाजी व त्यांच्या गैरहजेरीत वडिलधारी कर्ती व्यक्ती म्हणजे येसूबाई आणि तिचा सावत्र दीर राजाराम. सरकारकुनातही एकदोन सोडले, तर सर्व येसूबाईच्याच वयाचे किंवा फारतर एकदोन वर्षांनी ज्येष्ठ होते इतकेच. जिजाबाई व तिच्यानंतर संभाजी हेच रायगडावर शिवाजीमहाराजांच्या अनुपस्थितीत प्रसंगोपात दरबार-कचेरीचा जरूर तो कारभार पाहत असत. संभाजींना ६ जून १६७४ रोजी युवराज्याभिषेक झाल्यामुळे त्यांना शास्त्रशुद्ध तो अधिकार प्राप्त झाला होताच. संभाजींच्या कारकीर्दीत हा अधिकार भाऊ म्हणून राजारामास मिळणे क्रमप्राप्त होते; परंतु शिवाजीराजांच्या मृत्यूनंतर सोयराबाई व तिच्या गटातील अन्य सरदार-सरकारकून यांनी संभाजींविरुद्ध अभियान छेडले आणि

प्रारंभीच्या कालात रायगडावर सत्तांतराचा अयशस्वी प्रयत्न केला (१ एप्रिल १६८०). परिणामतः दुसरा शिवपुत्र राजाराम व काही मातब्बर सरकारकून यांना रायगडावर नजरकैदेत पडावे लागले. शिवाय सुरुवातीपासून काही मंत्र्यांनी दहा वर्षांच्या राजारामास हातातले बाहुले करून नाचविण्याचा प्रयत्न केला. त्यामुळे त्याची युवराजपदी नियुक्ती होऊ शकली नाही. येसूबाई स्त्री म्हणून तिचा या पदावर विचार होणे शास्त्राला धरून नव्हते. परंतु तिला सर्वाधिकार देऊन ठेवणे शक्य होते व तसा अधिकार घेऊन कारभार हाकणेही शास्त्रशुद्ध होते. येसूबाईवर नुसत्या कुटुंबाचाच नव्हे, तर संभाजीराजे सतत युद्धात गुंतल्यामुळे राज्यकारभाराचाही खूप भार पडला असणार, हे त्यावेळची राजकीय परिस्थिती पाहता लक्षात येते. संभाजीस आपण गाफीलपणे भलतीच गोष्ट करतो, याची पूर्ण जाणीव झाल्याने त्याने शिक्कामोर्तब येसूबाईच्या ताब्यात ठेवला होता. आपल्या माहेरच्या शिर्के मंडळींचा नवऱ्याने छळ केला, त्याचा राग सोडून देऊन येसूबाईनी प्राप्त परिस्थितीत शक्य तितके नवऱ्याचे मन वळवून त्याच्याकडून राज्याच्या हिताची कामे करविली. नवऱ्याच्या सुखदुःखात ती पूर्ण वाटेकरीण होती आणि 'गृहिणी सखी सचिव ...' या उक्तीप्रमाणे वर्णिलेले सर्व गुण आपल्या पत्नीच्या अंगी आहेत, अशी खुद्द संभाजींचीच खात्री झाल्यामुळे त्यांनी पत्नीवर पूर्ण विश्वास टाकून राज्याचा महत्त्वाचा शिक्कामोर्तब तिच्या ताब्यात दिला. त्यामुळे संभाजींच्या गैरहजेरीत सर्वच कारभार ती जातीने व अधिकाराने पाहू लागली. राजपत्रे काढताना नुसते 'आज्ञा' न म्हणता 'राजाज्ञा' असा ती हुकूम काढू लागली. त्याशिवाय व्यक्तिगत राणी म्हणून पत्र लिहिताना 'आज रख्तखाने सौ. येसूबाई' म्हणून लिहू लागली आणि महत्त्वाच्या कागदपत्रांवर, तसेच हुकूमांवर तिला छत्रपती संभाजीराजे यांनी मंजूर केलेला शिक्काही मारू लागली. या शिक्क्यावरील मजकूर अत्यंत स्पष्ट होता. त्यावर 'श्री सखी राझी जयति' असा उल्लेख होता. औरंगजेबाने नजरकैदेत (इ.स १६९०) शाहूराजांना सप्तहजारीची मनसब दिली आणि काही अधिकार बहाल केले. त्यावेळी शाहूराजे लहान (आठ वर्षांचे) व अज्ञान असल्यामुळे राणी येसूबाईची योग्यता जाणून त्यांच्या वतीने कारभार पाहण्यासाठी येसूबाईला सर्व अधिकार दिले होते व त्याकरिता 'येसूबाई वालिदा इ शाहूराजे इहिदे' असा वेगळा शिक्का इ. स. १६९० मध्ये पुढे दिला. असा अधिकार प्रदान करण्याचा हक्क राजकीय संकेत शास्त्रानुसार फक्त बादशाह किंवा राजा यांनाच होता.

संभाजीराजांच्या सुमारे नऊ वर्षांच्या कारकीर्दीत त्यांचा रायगडावर क्वचित मुक्काम असे. अशा परिस्थितीत सगळीकडील बातम्या मिळवणे, गुन्हेगारांची वासलात लावणे किंवा नजरकैदेत अथवा कैदेत दक्षता राखून ठेवणे इत्यादी कारभारविषयक अनेक गोष्टी येसूबाईनाच जातीने कराव्या लागत असत. याशिवाय

संभाजींच्या तामसी स्वभावामुळे, तसेच नादिष्टपणामुळे एखादा कौटुंबिक संघर्ष उद्भवल्यास त्याचे निराकरण करण्याचे कामही तिच्याकडेच असे; कारण येसूबाईंचा शब्द सामान्यत: संभाजी जुमानीत नाही, असे घडले नाही. सावत्रआई सोयराबाईच्या रायगडवरील वास्तव्यामुळे सोयराबाईंचे निष्ठावान सेवक, नातेवाइक, पूर्वीचे काही मंत्री कटकारस्थाने करण्याची शक्यता संभाजींना वाटत होती. त्यामुळे त्या सर्वांचे परिपत्य झाले पाहिजे, असा संभाजीचा मनोदय होता, पण मानवतेच्या दृष्टिकोनातून त्या सर्वांना दया दाखवावी, असे काही सरकारकून व येसूबाई यांना वाटत होते म्हणून त्या सर्वांशी येसूबाईचे वागणे ममतेचे पण सावधगिरीचे होते. म्हणून संभाजीराजांनी बाळाजी आवजीला हत्तीच्या पायी देऊन ठार मारल्यानंतरही येसूबाईंनी त्याचा मुलगा खंडो बल्लाळ यास आपल्या नवऱ्याच्या कोपातून मुक्त करून त्याला आपल्या विश्वासात घेतले आणि त्याची वडिलांच्या पदावर चिटणीस म्हणून नियुक्ती केली. हाच खंडोजी बल्लाळ १६९८ मध्ये कर्नाटकच्या मोहिमेत झुल्फिकार खानाने राखेचे तोबरे भरले असता राजारामांशी निष्ठावान राहिला आणि मराठी राज्यास उपयोगी पडला.

येसूबाई राजधानीतील कारभाराबरोबरच शत्रूच्या कारवायांची दखल घेत असे आणि फितुरीस तत्परतेने आळा घालण्याची दक्षता घेई. तत्कालीन कागदपत्रांचा कानोसा घेतला असता रायगडावरील एकूण कारभारात सुसूत्रता आढळते. त्याबरोबरच जनमानसातील तिच्याविषयीचा आदर व्यक्त होतो. येसूबाई ही आपल्या पदरच्या विश्वासू व उत्तम काम करण्याच्या सेवकांना त्यांच्या कार्यक्षमतेबद्दल आणि कामाबद्दल मेहनतान्याबरोबर खास बक्षिसेही देत असे. अशाच एका प्रसंगी तिने दिलेल्या अनुदानाचा उल्लेख पुढील निवाडापत्रात स्पष्ट आढळतो. हे स्वरूपजी यादव व गिरजोजी यादव यांत विभाजन झालेले निवाडापत्र दुसरे शिवाजी यांनी ५ ऑक्टोबर १७१६ रोजी दिले आहे. त्यात म्हटले आहे,

"राजश्री संभाजी राजेसाहेब यानी आर्जोजी यादव यास रायगडीचे इमारतीचा सुभा सांगितला. पाचवडात राजमंदिर बांधावयाची आज्ञा केली. त्यावरून त्यांणी राजमंदिर उत्तम बांधले. याकरिता राजश्री स्वामी व सौभाग्यवती मातुश्री येसूबाईसाहेब यैसी संतोसी होऊन इमारतीच्या लोकास तीन हजार होन व आर्जोजी यादव यास पाच हजार होन बक्षीस नेमिले, त्यामध्ये तीन हजार होन इमारतीच्या लोकास दिल्हे खासा जातीचे पाच हजार होन दिल्हे ते प्रसंगी आर्जोजी यादव यांनी अर्ज केला की ५।।। कऱ्हाडीची देशमुखी क।।। अडदीची देशमुखी ही दोन्ही वतने आपली आहेत।।। देऊ म्हणोन बोलोन बक्षिसाचे होन पाच हजार घेतले.''

संभाजीराजांच्या मृत्यूसमयी राज्यकारभार व कारभारी मंडळी यांची स्थिती सर्व राज्य सुसंघटित असतानाही पोरकी झाली होती, यात शंका नाही. राजकुटुंबाचीही

तशीच वाताहात झाली होती. आपल्या पतीच्या सामर्थ्यामुळे येसूबाई जरी मुलकी कारभाराचा आटोप करण्यास समर्थ होती, तरी तिने युद्धखात्याकडे वा युद्ध मोहिमांकडे कधीच लक्ष दिले नव्हते. तिला तशी गरजच भासली नाही. यावेळी फारतर ती सत्तावीस-अठ्ठावीस वर्षांची होती. घरात तिच्यापेक्षा वडिलधारी असणारी संभाजीची सावत्र आई सकवारबाई, पण ती काही राजकारणी राजमाता नव्हती. येसूबाईसोबत संभाजीची दुसरी पत्नी चंपा आणि तिचे दोन मुलगे मदनसिंह व उधोसिंह आणि एक मुलगी होती. या सर्व कुटुंबास आधार फक्त राजारामाचाच होता. पण तोही येसूबाईपेक्षा सात-आठ वर्षांनी लहान आणि सौम्य वृत्तीचा व नाजूक प्रकृतीचा. त्याच्याकडून काही विशेष कर्तबगारी घडेल अशी अपेक्षा नव्हती. त्याची पहिली पत्नी जानकीबाई निवर्तली, म्हणून येसूबाईनीच इ. स. १६८३ मध्ये त्याची दुसरी दोन लग्ने केली. या दोघी फार तर दहा-अकरा वर्षांच्या असतील. हाच एकूण कुटुंब परिवार. जवळच्या नातलगांपैकी येसूबाईंचे वडील पिलाजी शिर्के यापूर्वीच वारले होते. संभाजीराजांचा मेहुणा गणुजी शिर्के आपल्या जहागिरीवर घाला येताच मोगलांच्या सैन्यास मिळाला होता (इ.स. १६८८). त्याच्याबरोबर इतर शिर्के घराण्यातील अनेक मंडळीही तिकडे गेली होती. फलटणच्या निंबाळकरांकडे संभाजीची बहीण दिली होती. पण त्यांच्यावर मोगलांची धाड येताच त्यांनीही औरंगजेबाकडे धाव घेतली. राहता राहिला हरजी महाडिक. यास संभाजीराजांची सख्खी बहीण दिली होती. याने संभाजीराजांना अखेरपर्यंत साथ दिली; पण तोही आजारी पडून लवकरच कालवश झाला. त्यामुळे येसूबाईचा फार मोठा आधार तुटला आणि ज्या आशेवर राजाराम कर्नाटकात गेला (१५ नोव्हेंबर, १६८९) त्या आशेचाही विरस झाला. संभाजीराजांचे चुलत-गोत अहमदनगर बाजूस होते. पण ते यापूर्वीच मोगलांचे चाकरीत रुजू झाले होते. त्यापैकी अर्जुन भोसले यांनी मोगली मनसबही स्वीकारली होती. यामुळे हिंदवी स्वराज्यातील ह्या मातब्बर मराठा सरदारांनी स्वार्थापोटी मोगल सत्तेचा अंगीकार केल्यामुळे त्याला गृहकलहाचे कारण नव्हते. राजारामाच्या पहिल्या पत्नीचा भाऊ विशेष कर्तबगार नव्हता व त्याचे वडील पूर्वीच वारले होते. राजारामांची पत्नी ताराबाई हंबीरराव मोहित्यांची मुलगी. पण हंबीरराव वाईजवळच्या युद्धात पडले (इ.स. १६८७) आणि उर्वरित कुटुंब मोगलांकडे गेले. कोल्हापूरच्या दक्षिणेकडील कागलकर घाटगे घराण्यातील मुलगी ही राजारामाची दुसरी पत्नी राजसबाई. पण सर्जेराव घाटग्यांचा भाग मोगलांनी घेतल्यामुळे ते सर्व मोगलांचे मांडलिक झाले होते. शिवाजी-संभाजी यांनी सरहद्दीवरील बरोबरीच्या घराण्यांशी ज्या उद्देशाने सोयरीक जोडली होती, तो उद्देश मोगली आक्रमणामुळे विफल झाला होता. प्रकटपणे मोगलांस विरोध करून जहागिरी गमविण्याची सरदार-दरकदारांची तयारी नव्हती. सारांश, राजकुटुंब व राज्य संभाजीच्या

धरपकडीने केविलवाण्या पोरक्या परिस्थितीत येऊन पडले होते.

छत्रपती संभाजींची कैद आणि मृत्यूपूर्वी जानेवारी, १६८९ मध्ये रायगडला मोगलांचा वेढा पडला होता. त्यावेळी येसूबाईसह सर्व भोसले घराण्यातील कुटुंबीय मंडळी रायगडावरच होती. कोणी कर्तबगार कारकून येसूबाईजवळ नव्हता. अशा परिस्थितीत धीर धरून उदार मनाने राजारामास मंचकारोहण (मूर्धाभिषेक) करून सरकारकूनादी वरिष्ठ मंडळी तत्काळ नजरकैदेतून मुक्त केली. मंचकारोहण हा विधी राजाधिकारदानासाठी असल्यामुळे साहजिकच राजारामास युवराज प्रतिनिधी म्हणून काही अधिकार प्राप्त झाले. राजपुत्र राज्याभिषेकाने क्षत्रिय धर्मदृष्ट्या स्वयंपूर्ण राजा होतो; तो अधिकार संभाजीपुत्र शिवाजी (शाहू) याचा होता, पण त्याला सात वर्षे पूर्ण झाली नव्हती आणि संभाजीच्या मृत्यूमुळे मौजीबंधनही लांबणीवर पडले होते. क्षत्रिय म्हणून व्रतबंध झाल्याशिवाय हा अधिकार त्याला मिळणार नव्हता, ही वस्तुस्थिती लक्षात घेऊन, राजारामानेही शाहू हाच खरा वारस आहे हे जाणून हा धार्मिक विधी आपणास करून घेतला नाही. दुसरे शिवाजी (ताराबाईचा मुलगा) यांच्या व्रतबंधासंबंधी ताराबाईंनी रामचंद्रपंत अमात्यास जेव्हा आपल्या पुत्राची– शिवाजीची– मुंज करण्याविषयी सूचना केली आणि पंतांना बोलावून सांगितले, की "शिवाजी महाराजांची मुंज करावी आणि राज्याभिषेक करावा," तेव्हा पंतानी विनंतीपूर्वक सांगितले की "आताच मुंजीची गडबड का? थोरले महाराज (शाहू महाराज) लष्करात आहेत. त्यांची मुंज अद्यापि झाली नाही, त्यांचे वीस वर्षांचे वय झाले. तेही लवकर येतील असे जोशीराव वगैरेंच्या सांगण्यात येते. भक्ताजी हुजरे व बंकी गायकवाड यांजबरोबरही निरोप आला आहे. ते आल्यानंतर सर्वांचीच मुंज बहुत समारंभे करू, ते तक्तारुढ होतील व हे (दुसरे शिवाजी-संभाजी) युवराजपद करतील." यावर ताराबाईंनी पंतास बजावले 'यांची मुंज अगत्यमे मला कर्तव्य!' ताराबाईंच्या या वाक्यावर पंतानी छत्रपती राजाराममहाराजांच्या उद्गारांची आठवण करून दिली. त्या उद्गाराप्रमाणे शाहूमहाराज हे छत्रपतींच्या गादीवर येणार होते. या संभाषणातून शाहू महाराजांचा छत्रपती होण्याचा हक्क खुद्द राजाराम महाराजांनी मान्य केलेला होता.

एकूण परिस्थिती पाहून रायगड लढविण्यास येसूबाई सिद्ध झाली. तिने धैर्याने काही महिने किल्ला लढविला आणि राजाराम व सरकारकून यांना लढण्यासाठी बाहेर रवाना केले. ताराबाई आणि राजसबाई ह्या राजारामाच्या दोन पत्या व त्यांच्याबरोबर रायगडवर पाठराखण म्हणून आलेल्या दोन दासी येसूबाईजवळ १६८८ च्या अखेरपर्यंत होत्या. त्यांची राजारामाबरोबरच दि. ५ एप्रिल १६८९ रोजी रायगडावरून येसूबाईनी रवानगी करून दिली. राजाराम प्रथम पन्हाळा– विशाळगड असे करीत काही निवडक सैन्यासह जिजीकडे गेले. वाटेत त्यांनी

ताराबाई-राजसबाई व दासी यांना विशाळगडावर रामचंद्रपंतांच्या संरक्षणाखाली ठेवले. राजाराम व त्याचा कबिला आणि काही सरकारकून यांना रायगडाबाहेर पाठविल्याने औरंगजेबाला साहजिकच दोन आघाड्यांवर युद्ध चालविणे आवश्यक होते. आदिलशाही व कुतुबशाहीप्रमाणे कोंडून घेऊन बसणे म्हणजे मोगली अफाट सैन्याला राजकारण सुकर करून देण्यासारखे होते. शिवाय राजारामाला घेऊन राज्य करावे, अशी शिवपत्नी सोयराबाईच्या पक्षाकडील ज्यांना इच्छा व उत्कंठा होती, त्यांनाही कर्तृत्व दाखविण्यासाठी संधी मिळेल. परिणामत: मराठी सरदारांत व सरकारकुनांत फितुरी किंवा फाटाफूट होणार नाही, हाही हेतू आपातत: साध्य होईल, अशी येसूबाईची अपेक्षा होती. राजाराम महाराजांना दक्षिणेत जिंजीस गेल्यावर पैशाची चणचण भासू लागली. तेव्हा त्यांनी गिरजोजी यादव यांस रायगडला पाठवून तेथील जडजवाहीर जिंजीस नेला. तत्संबंधीचा उल्लेख दुसरे शिवाजी यांनी गिरजोजी यादव यांस २८ नोव्हेंबर १७०३ रोजी करून दिलेल्या सनदेत पुढीलप्रमाणे आढळतो. "लक्षाचे जवाहीर तुमचे स्वाधीन करून कैलासवासी स्वामी राजाराम महाराज जरोर निघून कर्नाटक प्रांते जंजीस गेले तेव्हा तुम्ही मागे राहोन संकट प्रसंगात जिवाची आशा सोडून दोन-तीन लक्षांचे जवाहीर बहुतयत्ने करून मार्गीचे संकट सोसून नेऊन चंगीस (जिंजीस) पावले, तेव्हा जवाहिराच्या वस्ता उंच उंच वडिलार्जित अक्षतमरिष्ट (काही इजा न होता) होऊन आले."

या मजकुरावरून असे दिसते, की त्यावेळी रायगडावर येसूबाईच्या ताब्यात वडिलोपार्जित सर्व खजिना होता. आता किल्ला औरंगजेबाच्या ताब्यात जाणार हे लक्षात येताच त्यांनी राजाराम महाराज यांनी पाठविलेल्या गिरजोजी यादव याजकडे जेवढे जवाहीर देता येतील, तेवढे सुपूर्त केले असावेत; कारण नाहीतर हे सर्व धन परक्यांच्या हाती लागेल. यावरून तिच्या दिलदार स्वभावाची जशी साक्ष पटते, तद्वतच राजारामांना संकटकाळी मदत करण्याची भावना स्पष्ट होते. या त्यांच्या मसलतीमुळे पुढे मराठ्यांनी राजारामांच्या नेतृत्वाखाली निकराचा लढा दिला आणि राजारामांच्या मृत्यूनंतर (इ.स. १७००) महाराणी ताराबाई यांनी औरंगजेबाच्या मृत्यूपर्यंत मराठ्यांचे राज्य सांभाळले; नव्हे मोगलांनी जिंकून घेतलेले किल्ले पुन्हा काबीज केले. त्यामुळे छत्रपती संभाजींच्या मृत्यूनंतर सहा महिन्यांत मराठ्यांचे राज्य नष्ट होईल, ही औरंगजेबाची अटकळ फोल ठरली आणि ही मोहीम औरंगजेबाला हयातभर पुरली.

प्रत्यक्षात मात्र येसूबाईच्या अपेक्षेप्रमाणे काहीच घडले नाही. उलट शाहूला एकाकी घेरण्याची मोगली सैन्यास सहज सुलभ संधी मिळाली आणि त्याला कुणीच बाहेरून प्रतिकार केला नाही. अर्थात, राजारामाला कर्नाटकात पाठविण्याची जी कल्पना निघाली, त्यात येसूबाईबद्दलच्या हेव्यादाव्याचा काही भाग होता किंवा

काय, हे समजत नाही; कारण राजाराम जिंजीस गेल्यावर त्याच्या कोणत्याच सरदाराने रायगडावरील मंडळींना सैनिकी सहकार्य देण्याचा प्रयत्न केला नाही; किंवा शाहूस सोडविण्याचा प्रयत्न केल्याचे दिसत नाही.

राजाराम कर्नाटकात जिंजीला पोहोचल्यानंतर, १ फेब्रुवारी, १६९० च्या पत्रात मद्रासकर इंग्रज लिहितात ''तुम्हास छत्रपती शिवाजीच्या राज्याच्या इतिहासाबाबत लिहिलेच आहे. शिवाजीने पन्हाळ्याचे राज्य वडील मुलगा संभाजीस व जिंजीचा मुलूख धाकटा मुलगा राजाराम यास दिले, असे बोलले जाते.'' यावरून 'माझे राज्य मी सांभाळतो तुम्ही तुमचे बघा' म्हणून राजाराम तिकडे गेला असावा किंवा रामचंद्रपंत व प्रल्हादपंत यांनी तो डाव साधला असावा. कारण रामचंद्रपंत, प्रल्हादपंत, निराजी व जे कोणी सरकारकून रायगडावर त्यांच्या कारस्थानामुळे कैदेत होते, त्यांचा येसूबाई व शाहू यांच्या सत्तेतून निसटण्याचा गुप्त हेतू असावा असे त्यानंतरच्या तत्कालीन हालचालींवरून दिसते. तथापि, येसूबाईंनी या सर्व परिणामांची पूर्ण जबाबदारी स्वीकारून जिवाची पर्वा न करता महाराष्ट्र राज्याच्या हिताकरिता राजाराम, त्याचा कबिला आणि त्याला धार्जिणे असणारे सरकारकून यांना रायगडावरून बाहेर निघण्याचा सल्ला दिला आणि आपण बादशहाच्या कैदेत बंदिवास पत्करला, हा मोठाच स्वार्थत्याग म्हटला पाहिजे.

सूर्याजी पिसाळच्या मदतीने मावळ्यांना फितूर करून अखेर मोगलांनी १९ ऑक्टोबर १६८९ रोजी रायगडावरील सैन्यास हैराण केले. तेव्हा येसूबाईने किल्ल्यावरील मंडळींचा सल्ला घेऊन नाइलाजास्तव, खात्रीच्या निर्वाळ्यावर तह करण्यास तयारी दर्शविली. राजाराम व सरकारकून यांना ज्या अपेक्षेने बाहेर जाऊ दिले, ती अपेक्षा पूर्ण होण्याची चिन्हे नजिकच्या भविष्यकाळात दिसत नाहीत, हे लक्षात येताच, तिने रायगड स्वाधीन करण्याचा कटु निर्णय अत्यंत सावधगिरीने घेतला. सकवारबाई, येसूबाई, शाहू, मदनसिंग, उधोसिंग (माधोसिंग), चंपा, ज्योत्याबा केसकर, मोरोपंत सबनीस इत्यादी सेवकवर्ग या सर्व परिवारास कैद झाली. औरंगजेबाची मुलगी झिन्नत उन्निसाबेगम हिने औरंगजेबाच्या वतीने सर्व राजकीय कैद्यांना यथोचित मानाने वागविण्यात येईल, असा विश्वास व्यक्त केला. तिचे औरंगजेबावर वर्चस्व होते आणि शक्यतो तिचा शब्द तो मोडीत नसे. शिवाय औरंगजेब आपली वा आपल्या बरोबरच्या आप्तस्वकीयांची कत्तल करणे शक्य नाही, याचा येसूबाईने अंदाज बांधला; कारण अशा निर्णयांच्या बाबतीत औरंगजेबाची दिलदार वृत्ती असे. अशा पकडलेल्या व्यक्तींना फारतर तो मुसलमान धर्म स्वीकारण्याची सक्ती करीत असे. हा त्याचा स्वभाव सिकंदर आदिलशाह व कुतूबशाह यांच्या बाबतीत, तसेच त्याच्या पदरी असलेल्या त्याच्या सख्ख्या भावांच्या मुलांच्या बाबतीत यापूर्वींच स्पष्ट झाला होता. झिन्नत उन्निसाबेगमला शाहूराजे व येसूबाई यांबद्दल एक प्रकारची

करुणा होती आणि ज्या पद्धतीने संभाजीचा औरंगजेबाने निर्घृण वध केला, ती गोष्ट तिला आवडली नव्हती. यामुळेच ती तुरुंगातील येसूबाईशी बहिणीप्रमाणे व शाहूशी मुलाप्रमाणे अत्यंत ममतेने व आपुलकीने वागत असे. तिने औरंगजेबाचे मन वळविले असणारच हे तिच्या पुढील वर्तनावरून निदर्शनास येते.

रायगड पडल्यानंतर मोगली सैन्याने येसूबाई आणि तिची आप्तमंडळी यांना तुळापुरास औरंगजेबाच्या छावणीत धाडले. येसूबाईनी या विजनवासात (इ.स. १६८९ ते १७१८) सुमारे तीस वर्षे काढली. औरंगजेबाची छावणी जिथे जिथे होती, तिथे त्याच्या कुटुंबाबरोबर शाहू, येसूबाई व इतर मंडळी यांचा कबिला महाराष्ट्रात फिरत राहिला. औरंगजेबाचा मुक्काम कोरेगाव, तुळापूर, ब्रह्मपुरी, बहादूरगड, खटाव, पुणे, खेड व शेवटी अहमदनगर अशा विविध ठिकाणी झाला. त्या त्या स्थळी त्याच्या छावणीनजिकच शाहू-येसूबाई यांचे स्वतंत्र तंबू असत. औरंगजेबाने त्यांच्या राहण्याची, जेवणाची खास व्यवस्था केली होती आणि त्यासाठी विशिष्ट अर्थसहाय्य– तनखा लावून दिला होता. याशिवाय त्याने शिवाजीचे साहू, शाहूराजे असे नाव ठेवले आणि त्यास सप्तहजारी मनसब दिली.

औरंगजेबाच्या नजरकैदेत येसूबाई, शाहू तसेच मदनसिंग-उधोसिंग यांजवर सुसंस्कार कसे होतील, याची दक्षता घेई. तुरुंगात असूनही तिचे लक्ष मराठ्यांच्या हालचालींकडे, तसेच राजारामाच्या जिंजीतील मुक्कामात गुंतलेले होते. तिला यासंबंधीच्या बातम्या मिळत आणि ती प्रसंगानुसार पत्रव्यवहारही करीत असे. भक्ताजी हुजरे व बंकी गायकवाड या दोन गुप्तहेरांकरवी येसूबाईला राजारामाकडील व राजारामास येसूबाईकडील बातमी वा वर्तमान कळत असे. त्यांचा पत्रव्यवहार विस्तृत असून त्यांतील काही निवडक पत्रे तिच्या औरंगजेबाच्या छावणीतील एकूण जीवनमानावर प्रकाश टाकतात. राजारामास लिहिलेल्या एका पत्रात तिने आपल्या दिरास (राजारामास) खडसावले आहे. जेव्हा राजारामाचा जनानखाना विशाळगडी होता, तेव्हा जिंजीस राज्याची व्यवस्था लागल्यावर येसूबाईनी त्यास बादशहाच्या छावणीतून कळविले होते, की ''बायका मंडळी तिकडे घेऊन जावी, आमची सुटका होईल तेव्हा ती होवो. परंतु तुम्ही वैताग करू नये. राजाचिन्हादि बाळगून पूर्वचालीप्रमाणे सर्व व्यवहार करून बाया विशाळगडी आहेत त्या घेऊन जाव्यात.''

शाहूराजे लग्नास योग्य झाले असे पाहून एकदा उन्निसाबेगमने त्याच्या लग्नाविषयी गोष्ट काढली. त्यास बादशहाने रुकार देऊन जोत्याजी केसकर व मोरोपंत सबनीस यांस उच्च कुळातील मराठा घराण्यातील दोन सुस्वरूप मुली पाहण्यास सांगितले. त्यांनी एक रुस्तमराव जाधव यांची कन्या अंबिकाबाई व दुसरी कण्हेरखेडचे शिंदे यांची कन्या सावित्रीबाई अशा दोन मुली पसंत केल्या. नोव्हेंबर १७०३ मध्ये दोन्ही मुलींशी लग्नसमारंभ शाही थाटात पार पडला व बादशहाने अतोनात पैसा खर्च

केला. पुढे बादशहाने शाहूराजांना पत्नींसह आपल्या भेटीस बोलावले. येसूबाईंना ही गोष्ट समजली, तेव्हा मोठे संकट येऊन पडले; कारण उच्च प्रतीच्या मराठा घराण्यातील स्त्रिया नेहमी पडदानशीन असत व आपल्या स्त्रिया अन् त्याही अत्यंत तरुण, दुसऱ्याच्या नजरेस पडणे, ही गोष्टच मुळी लांछनास्पद व बेअब्रू करणारी मानली जाई. बादशहाच्या आज्ञेचा अवमान करणे तर त्याहून अवघड! येसूबाईने ही सर्व हकिकत बेगमेच्या कानावर घातली. त्या दोघींनी मिळून या संकटातून बाहेर पडण्याची नामी युक्ती काढली. कण्हेरखेडचे शिंदे यांनी आपल्या मुलीसोबत आंदण म्हणून दासी दिल्या होत्या. त्यांपैकी विरुबाई नावाची एक दासी अत्यंत देखणी व चलाख होती. तिला त्यांनी निवडून व तिच्या अंगावर चांगले दागिने घालून तिला नवरीसारखी नटवली-सजवली व तिला घेऊन शाहू बादशहाच्या दर्शनास दरबारात गेले. बादशहा त्यांना पाहून खूश झाला व त्या दोघांस आपल्या शेजारी बसवून तो शाहूराजांस म्हणाला, ''राजे तुमचे आजे शिवाजी, वडील संभाजी यांचे आमचे तर हाडवैर. असे असूनही तुम्ही कोणत्याही तऱ्हेने फंदफितुरी न करता आमच्याशी मोठ्या नेकीने चालता व 'माझे मोठे राज्य आहे' वगैरे काही विचार तुमच्या मनात येत नाही, हे पाहून मनाला फार संतोष होतो.'' यानंतर त्याने त्या दोघांच्या मस्तकावर आपला वरदहस्त ठेवला व ''तुमचे राज्य तुम्ही उभयता बहुत दिवस कराल'' असा आशीर्वाद दिला. त्याच वेळी बादशहाने अक्कलकोट, इंदापूर, सुपे, बारामती व नेवासे या परगण्याची जहागीर त्यास दिली, व एक सोन्याची तलवार, छत्रपती शिवाजींची रायगडवर मिळालेली भवानी तलवार व अफझलखानाची तलवार अशा तीन तलवारी बक्षीस दिल्या. यामुळे शाहूला फार आनंद झाला. तेव्हापासून शाहूंची विरुबाईवर विशेष मर्जी बसली आणि आपल्या दोन्ही राण्यांपेक्षा तो तिच्यावर अधिक प्रेम करू लागला. तिनेही शाहूला शेवटपर्यंत साथ दिली. या घटनेमुळे येसूबाईवरील एक नाजूक संकट टळले.

मराठ्यांचा मुलूख काबीज करण्याचा औरंगजेब प्रयत्न करीत होता आणि धनाजी जाधव, संताजी घोरपडे, शंकराजी नारायण आदी मराठे सेनापती–सरदार गनिमी काव्याने त्यास अस्वस्थ करीत होते. सिंहगड, पुरंदर, राजगड हे मराठी राज्याचे प्रतिष्ठेचे महत्त्वाचे किल्ले, म्हणून औरंगजेबाने सिंहगड जिंकून घेतला आणि दि. १ मे १७०३ रोजी तो पुण्यात आला. पुण्यात त्याची जवळजवळ सहा महिने अठरा दिवस छावणी होती. बादशहाच्या या पुण्यातील मुक्कामासंबंधी, तसेच तत्कालीन घडामोडींबद्दल मोगल दरबारच्या बातमीपत्रात अनेक तपशील आढळतात. ही बातमीपत्रे औरंगजेबाचे तत्कालीन चरित्रकार साथी मुस्तैदखान व अन्य पत्रलेखक हिदायत उल्लाखान हमीदुद्दीन यांच्या लेखणीतून उतरली असून, मल्हार रामराव चिटणीस बखरीतही काही माहिती मिळते. यावेळी औरंगजेबाचा

मुक्काम भवानी पेठेत ओढ्याच्या काठावर होता आणि सोबत सर्व कुटुंबीय माणसे, नजर कैदेतील येसूबाई– शाहू वगैरे मंडळी व चाळीस हजार सैन्य एवढा लवाजमा होता. मराठ्यांच्या उत्तरोत्तर वाढत्या उपद्रवामुळे औरंगजेब हतबल झाला होता. शिवाय वार्धक्यामुळे त्याची मानसिक स्थितीही नाजूक झाली होती. पुण्यात येऊन आठ दिवस झाले नाहीत, तोच त्याने एक विलक्षण निर्णय घेतला. दि. ९ मे १७०३ रोजी औरंगजेबाने आपला कारभारी हमिरुद्दीन यास सांगितले, ''तुम्ही शाहूराजांकडे जा आणि त्यास म्हणावे, की तू मुसलमान हो. तशी अलमगीर बादशाहची इच्छा आहे.'' त्याप्रमाणे हमिरुद्दीनने शाहूच्या छावणीत जाऊन हा निरोप राजांस सांगितला. तेव्हा शाहूने येसूबाईकडे धाव घेतली आणि बादशहाच्या त्या सूचनेला ठाम नकार दिला. शाहूच्या या निर्धाराचे मूळ शोधून पाहता एक गोष्ट कटाक्षाने लक्षात येते, की शाहूच्या नजरकैदेच्या काळात त्याची आई येसूबाई सतत त्याच्या पाठीशी होती. त्या कठीण काळात आपल्या मुलावर योग्य ते संस्कार व्हावेत, याविषयी ती प्रथमपासून दक्ष होती. यामुळेच मोगल छावणीतील मुस्लिम वातावरणात आईच्या सानिध्यात शाहू आपला धर्म जगत होता आणि जोपासतही होता, हेच खरे.

हे सर्व येसूबाईनी झिन्नत उन्निसाबेगमकरवी अत्यंत संयमाने व विचारपूर्वक घडवून आणले आणि शाहूराजांना धर्मांतराच्या संकटातून बाहेर काढले; परंतु औरंगजेबाचे त्याने समाधान झाले नाही. म्हणून त्याने शाहूंबरोबरच्या दोन मराठा सरदारांना मुसलमान धर्म स्वीकारण्याची सक्ती केली. तेव्हा शाहूंनी प्रतापराव गुजरांचे दोन मुलगे त्यांच्या कबिल्यात होते, त्यांना– म्हणजे खंडोजी व जगजीवन यांना मुसलमान होण्याची विनंती केली. त्यांनी स्वामिभक्तीसाठी हा त्याग आनंदाने स्वीकारला. यानंतरच औरंगजेब शांत झाला.

तथापि औरंगजेबाला रोज मराठ्यांच्या, नवीन जोमाने येणाऱ्या संकटाला तोंड द्यावे लागत होते. मराठे गनिमी काव्यामुळे केव्हा व कुठे संघर्ष उभा करतील याचा नेम नव्हता. औरंगजेबाचा मुलगा कामबक्ष सुभेदार म्हणून परिस्थिती हाताळीत होता. परंतु या सर्वांमुळे लढायांचे आयोजन करणे अशक्य होऊन बसले होते. औरंगजेबाने रायभानजी भोसले (रायभानजीकाका) यांच्यामार्फत मराठ्यांशी समझोता करण्याचा अयशस्वी प्रयत्न केला. परंतु लष्करातील शिपायांचे पगार तुंबू लागले. पैशाच्या अभावी लष्कराच्या हालचाली मंदावल्या. सरदारांच्या अंतस्थ कलहालाही उधाण आले. तिजोरीवरही ताण पडू लागला. परिणामतः येसूबाई वगैरे मंडळींच्या तनख्याच्या रकमा वेळेवर मिळेनात आणि अनेक वेळा मानमरातब सांभाळण्यासाठी खर्चही अतोनात होई. कर्ज घ्यावे म्हटले तरी तेही सहजासहजी उपलब्ध होत नसे. साहजिकच येसूबाईला आर्थिक चणचण तीव्रतेने जाणवू लागली.

औरंगजेबाने शाहूचे लग्न मुसलमान मुलीशी लावून देऊन त्याला बाटविण्याचा प्रयत्न केला नाही. शाहू आजारी असताना त्याची शुश्रूषा योग्यरीत्या होते का नाही ते पाहिले. एकंदरीत येसूबाई, शाहू व त्यांचे सहकारी यांच्या भावना दुखावतील अशी प्रवृत्ती औरंगजेबाने विशेषत: झिन्नत उन्निसाबेगमच्या प्रभावामुळे ठेवली नाही. यात येसूबाईंचा वाटा फार मोठा आहे. त्यांनी शाहूराजास जोत्याबा केसकर करवी उत्तम शिक्षण दिले आणि जातीने सर्व व्यवहारांवर लक्ष ठेवले. यामुळे येसूबाईची कैद १७०६ पर्यंत तरी मराठ्यांच्या राज्यास अपायकारक झाली नव्हती.

औरंगजेबाच्या मृत्यूनंतर (१७०७) दिल्लीच्या तख्तासंबंधी त्याच्या मुलांत मोगल परंपरेनुसार रस्सीखेच सुरू झाली. झुल्फीकारखानाच्या कारवाईने शाहूराजे राज्यावर आले. झुल्फीकारखानाच्या सल्ल्यावरून माळव्यात असतानाच शाहूला स्वदेशी परत जाण्याची परवानगी देण्यात आली. शाहू त्या खटपटीला लागण्यापूर्वी औरंगजेबाचा ज्येष्ठ मुलगा शाह आलम आपल्या भावांशी भांडण्यासाठी उत्तरेत गेला. बरोबर त्याने सर्व पातशाही कबिलाही नेला. त्यात येसूबाई व मदनसिंग वगैरे सर्व शाहूची आप्तेष्ट मंडळी होती. जाताना शाह आलमने 'तुम्ही याप्रमाणे निखालस वागता अशी हुजूर खातरजमा झाली म्हणजे, आम्ही दिल्लीस गेल्यावर व तेथे सिंहासनाधिरूढ झाल्यावर तुमची माणसे तुम्हांकडे लावून देऊ व तुम्हास सरदेशमुखीचे उत्पन्न, त्याचप्रमाणे सहा सुभ्यांची चौथाईची सनद व अन्य हक्क बहाल करू.' वगैरे वचने दिली. त्याचा स्पष्ट उल्लेख व हेतू चिटणीस बखरीमध्ये तसेच मआसीरमध्ये नमूद केला आहे. थोडक्यात, शाहूने स्वराज्यात गेल्यानंतर मोगलांविरुद्ध कोणतीही कारवाई करू नये, या उद्देशाने भावी बादशहाने येसूबाईसह हा सर्व कबिला ओलीस ठेवून घेऊन दिल्लीला नेला.

मोरोपंत सबनीस, कृष्णाजी नाईक, जोत्याबा केसकर व विरुबाई अशा निवडक लोकांना घेऊन शाहू, स्वराज्यात सैन्य गोळा करत परत आले. शाहूंचा जम हळूहळू महाराष्ट्रात बसत होता. त्यावेळी १७०८ च्या सुमारास मोअज्जमने बहादूरशाह असा किताब घेऊन शाह आलमचा पराभव केला; तथापि तुरुंगातील येसूबाई आणि इतर मंडळी झिन्नत उन्निसाबेगममुळे सुरक्षित होती, पण त्यांना सोडण्याची काही चिन्हे नजिकच्या काळात दिसेनात. याविषयी शाहूराजे चिंताग्रस्त होते व ते चौकशीही करीत असत. शाहूंनी त्यांस परत आणण्याची खटपट केली. परंतु दहा वर्षे यश आले नाही. शाहूराजे २४ फेब्रुवारी १७१७ ला यादवराव मुनशीस आज्ञा लिहितात- "....तुम्ही माघ बहुल तेरा (१७ फेब्रुवारी १७१७) चे विनंतीपत्र पाठविले व फाल्गुन शुद्ध ४ (२३ फेब्रुवारी) स प्रविष्ट होऊन वर्तमान विहित जाले.... राजश्री शंकराजीपंतांच्या व तुमच्या लिहिण्यावरून चौथाई व सरदेशमुखी परवाना व स्वराज्याची सनद यैसे तीनहि मतलब तो विल्हे लागले. मातुश्री

येसूबाईसाहेब व चिरंजीव राजश्री मदनसिंग यांचे आगमन झाले आणि स्वामीची व त्यांची भेट जाली म्हणजे नबाबाच्या वचनाप्रमाणे राजश्री शंकराजीपंत दरम्यान पडले व तुम्ही कष्ट मेहनत केली त्याची सार्थकता होऊन अवघेच मतलब सिद्धीस पावले. तरी मातोश्रीविषयी व चिरंजीवाचे विशी प्रतिक्षणी स्मरण देऊन त्यांचे अविलंबे आगमन होय ते गोष्टी करणे. विस्तारे राजश्री शंकराजी यांचे पत्री लिहिले आहे त्यावरून कळेल.''

छ. शाहूंनी येसूबाईच्या सुटकेकरिता अनेकांना लिहिले. मुघल दरबारातील यादवराव मुन्शीनंतर त्यांनी दिल्ली दरबारातील एक सरदार सय्यद हुसेनच्या मदतीने बादशाहाशी इ. स. १७१८ मध्ये एक करार केला. ह्या करारातील पाच कलमांपैकी तीन महत्त्वाची होती. त्यांपैकी ''(१) मोगलांच्या दक्षिणेकडील मुलखावर चौथाई-सहदेशमुखीचे हक्क मराठ्यांनी वसूल करावे. या बदल्यात मराठ्यांनी बादशहाच्या मदतीस पंधरा हजार फौज ठेवावी आणि सरदेशमुखीच्या बदल्यात मोगलांच्या मुलखात मराठ्यांनी धाडी घालू नयेत; (२) कोल्हापूरच्या संभाजीस शाहूंनी उपद्रव करू नये आणि (३) मराठ्यांनी दरसाल बादशाहाला दहा लाख खंडणी द्यावी आणि शाहूची मातोश्री (येसूबाई), कुटुंब, लोक सोडून स्वदेशी पावते करावे.'' या तहाची अंमलबजावणी करण्याकरिता शाहूंनी आपला पेशवा बाळाजी विश्वनाथ यास दिल्लीला पाठविले. वाटेतच बाळाजीस तहाच्या प्रती मिळाल्या. बाळाजीबरोबर येसूबाई, मदनसिंग व सर्व मंडळी इ. स. १७१९ च्या जुलै महिन्यात महाराष्ट्रात सातारला पोहोचली. चिटणीसांच्या दप्तरातील एका पत्रात 'महाराजांची मातोश्री दिल्लीहून देसी आली शके १६४०' अशी नोंद आहे.

दिल्लीहून स्वराज्यात परत आल्यानंतरचा काळ येसूबाईने आपल्या मुलांसह मोठ्या आनंदात घालविला. यावेळी तिचे वय साठ वर्षांचे होते; परंतु या वयातही तिने शाहूराजांच्या कारकीर्दीत काही राजकीय व न्यायनिवाड्याची कामे केल्याचे पेशवेदप्तरातील तत्कालीन नोंदींवरून दिसते. त्यांपैकी एक-दोन तिच्या औदार्याची व कार्यक्षमतेची चुणूक दाखवितात. एका नोंदीत वेदमूर्ती ''रंगनाथभट बिन शंकरभट सावलीकर वास्तव्य कसबे कऱ्हाड ... यांना हिंदुस्थानातील (उत्तर भारतातील) पृथ्वी प्रदक्षिणा करून आल्यानंतर मातोश्री आऊसाहेबी (येसूबाईने) वर्षासन पत्र दिले. होन छ २५ रबिलाबल सु ॥।। अझरीन मया व अलफ (६४)'' असा उल्लेख दि. ४ जानेवारी १७२० च्या नोंदीत आढळतो. तसेच वडिलकीच्या नात्याने येसूबाईने सरकारकुनांच्या कुटुंबातील काही तंटेही मिटविलेले दिसतात. दि. १ मे १७१९ च्या एका वाटणीपत्रात पुढील मजकूर आढळतो. ''यादी वाचली राजश्री नारोशंकर गौडकर सुदूर सन तिसा अक्षर मया अलफ कैलासवासी शंकराजी नारायण यांनी महादजी पंत दत्तकपुत्र घेतले. पुढे औरसपुत्र नारोपंत जाले. या

उभयतांमध्ये कथला (संघर्ष) पडू लागला. सबब मातोश्री येसूबाई यांनी चौघास बोलावून उभयतांची समजूत करावी... त्यावरून उभयतांनी चालावयाची कलमे... चिजवस्तु सुधा निमे निमे... घ्यावी शामजी इशी सुभेदार याणी मातुश्री येसुबाई यास शफतपूर्वक पुसून वाटणी करावी... उभयतांनी एकविचारे चालून मातुश्रीच्या आज्ञेत राहून लौकिक राखावा... एकूण कलम सात...''

येसूबाई सुविद्य, सुसंस्कृत व सामंजस्याने वागणारी आणि राजकीय दृष्ट्या परिपक्व असल्यामुळे तिने दुसरा संभाजी (कोल्हापूरचे छत्रपती) आणि शाहू छत्रपती या दोन चुलत भावांतील तंटा सोडविण्यासाठी प्रयत्न केल्याचे दाखले मिळतात. तिच्या प्रयत्नांमुळेच शाहू व संभाजी यांतील वितुष्ट वारणेच्या तहामुळे (इ. स. १७३१) संपुष्टात आले. तेव्हापासून दोघांमध्ये प्रेमभाव निर्माण झाला; मात्र तत्पूर्वी केव्हातरी किंवा या तहानंतर येसूबाईचा मृत्यू झाला असावा. तत्संबंधी निश्चित माहिती ज्ञात नाही, परंतु येसूबाईच्या मृत्यूनंतर छ. शाहूनी ही बातमी कोल्हापूरच्या संभाजीस कळविली. त्यावर संभाजीनी शाहूराजांना लिहिलेले सांत्वनपर पत्र प्रसिद्ध आहे. ती अल्पशा आजाराने सातारा येथेच निधन पावली. या पत्रात संभाजी लिहितात,

"...शाहूराजे दाजी वडिलांचे सेवेसी... मातुश्री येसूबाईसाहेब यांसी वेथा होऊन कैलासवास जाला म्हणोन लिहिले. ह्यावरून ममताविषयी चित्तास परमखेद प्राप्त जाला. हा अयेत्नी मार्ग ऐसाच आहे. वडील सर्वज्ञ आहेत. चित्ताचे सांतवन होय ते केले पाहिजे.''

येसूबाईचा दहनविधी व अंत्यविधी छ. शाहूंनी संगम माहुली (सातारा) येथे केला आणि संगमाजवळ येसूबाईचे वृंदावन, मेघडंबरी बांधून पूजा व्यवस्था केली. शाहू महाराज या वृंदावनाच्या दर्शनास जात असल्याची नोंद इतिहासात आढळते.

छत्रपती शिवाजी महाराजांच्या ऐन वैभवकाळात वीरस्नुषा म्हणून ती भोसले घराण्यात प्रविष्ट झाली आणि नंतरच्या काळात तिला महाराणी होण्याचे भाग्य लाभले; परंतु तिच्या एकूण जीवनचरित्राचा मागोवा घेतला असता तिची उमेदीची हयात काबाडकष्टात-पारतंत्र्यात- तुरुंगात व्यतीत झाली. तरीसुद्धा तिचे संभाजीच्या नऊ वर्षांच्या अल्प कारकीर्दींतील कर्तृत्व आणि तुरुंगातील संयमी वास्तव्य वाखाणण्यासारखे आहे. तिने कणखर वृत्तीने ह्या खडतर जीवनाला तोंड दिले आणि राजकीय संक्रमण अवस्थेत स्वतःचे व्यक्तिमत्त्व प्रकट केले. पूर्व आयुष्यात येसूबाई आपल्या पराक्रमी पण तापट स्वभावाच्या पतीमागे छायेप्रमाणे एकदिलाने उभी राहिली आणि आप्तस्वकीयांचा रोष सांभाळून तिने आपल्या परीने अत्यंत चोख राजव्यवहार केला. अखेरच्या दहा वर्षांत तिला मुलाकडून (छ. शाहू) मानमरातब आणि सुखशांती लाभली. मराठा मंडळात तिच्याविषयी पूज्यभाव होता.

✳

।। महाराणी ताराबाई ।।

कोल्हापूरच्या छत्रपती घराण्याच्या संस्थापिका महाराणी ताराबाई यांचे नाव एक कर्तबगार राज्यकर्ती म्हणून मराठ्यांच्या इतिहासात सुवर्णाक्षरांनी नोंदविले गेले. आक्रमक मोगल फौजांच्या तुफानी हल्ल्यांना धैर्याने तोंड देऊन सलग खडकाप्रमाणे अढळ राहिलेले विशाळगड, पन्हाळा, रांगणा इत्यादी किल्ले ताराबाईंच्या अजोड कर्तबगारीची साक्ष देतात. ह्यांची कर्मभूमी म्हणून कोल्हापूरच्या परिसराला मराठ्यांच्या इतिहासात अनन्यसाधारण महत्त्व प्राप्त झाले. म्हणून अनुपुराण वा शिवभारत या इतिहासप्रसिद्ध काव्याचे कवी परमानंद यांचा नातू कवींद्र गोविंद याने ताराबाईंच्या पराक्रमाविषयी अत्यंत वीररसपूर्ण काव्य केले आहे. ह्यात ताराबाईंचे वर्णन तो पुढील शब्दांत करतो–

दिल्ली झाली दीनवाणी । दिल्लीशाचे गेले पाणी ।।
ताराबाई रामराणी । भद्रकाली कोपली ।।

या काव्यपंक्तींवरून ताराबाईंचे प्रभावी व्यक्तिमत्त्व आणि प्रचंड कार्यशक्ती यांची कल्पना येते. भद्रकालीची उपमा देऊन कवीला जणू असे सुचवावयाचे आहे, की देवी कोपली आहे, तेव्हा ती शत्रूचा संहार खचित करणार!

हिंदवी स्वराज्य संस्थापक छत्रपती शिवाजीराजे यांनी तळबीडचे (तालुका कराड, जिल्हा सातारा) देशमुख हंसाजी मोहिते यांची दि. ६ एप्रिल रोजी सेनापती म्हणून नियुक्ती केली आणि त्यांना हंबीरराव ही पदवी बहाल केली. हंबीरराव मोहिते यांची भगिनी सोयराबाई ही शिवरायांच्या पत्न्यांमध्ये पट्टराणी होती. त्या मोहिते घराण्यात ताराबाईंचा जन्म शिवराज्याभिषेकानंतर सुमारे सात-आठ महिन्यांनी इ. स. १६७५ मध्ये झाला. त्यांच्या जन्माची तारीख व महिना उपलब्ध नाही. हंबीररावांच्या या कन्येचे पूर्वाश्रमीचे नाव सीताबाई. छत्रपती शिवाजीराजांच्या मृत्यूनंतर छत्रपती संभाजी यांनी हंबीररावांकडेच सरसेनापतिपद ठेवले. आपल्या सेनापतीची उतराई करण्याच्या हेतूने छ. संभाजीराजांनी राजाराम महाराजांची पहिली पत्नी जानकीबाई निवर्तल्यानंतर हंबीररावांच्या या कन्येबरोबर राजारामांचा दुसरा विवाह इ.स. १६८३ मध्ये केला आणि तिचे नाव ताराबाई ठेवले. बालपणी मोहित्यांच्या

लढाऊ-बाणेदार घराण्यात जन्म झाल्यामुळे ताराबाईंना घोड्यावर बसणे, दांडपट्टा चालविणे इत्यादींचे धडे आपातत: मिळाले होते; तसेच मुळाक्षरांची चांगली ओळखही झाली होती. लग्नाच्या वेळी ताराबाई आठ वर्षांच्या, तर राजाराम तेरा वर्षांचे होते. ती दोघे नजरकैदेत असली, तरी रायगड किल्ल्यावर फिरण्याचे स्वातंत्र्य त्यांना होते. या लग्नानंतर संभाजीराजांनी कागलच्या सर्जेराव घाटगे घराण्याशी संबंध प्रस्थापित करण्यासाठी राजारामांचे राजसबाई या घाटगे घराण्यातील मुलीशी आणखी एक लग्न लावले. पुढील आयुष्यात राजारामांनी आणखी एक अंबिकाबाई या मुलीबरोबर लग्न केले. ताराबाई या सवतींसोबत अनेक वर्षे होत्या. रायगडवर कशीबशी पाच-सहा वर्षे या सर्वांनी काढली असतील. तोच संभाजींना औरंगजेबाने पकडले आणि क्रूरपणे त्यांचा वध केला. (इ.स. १६८९). या काळात ताराबाईंना राजकारणातील डावपेच उमजले. त्यांच्या अंगी मूलत:च युद्धकौशल्य आणि तत्संबंधीचे शास्त्रशुद्ध तंत्र वास करीत असावे. तसेच रायगडवर ज्येष्ठ जाऊबाई येसूबाई ह्याच सर्वेसर्वा असल्यामुळे त्यांच्या सहवासातून राजघराण्यातील आणि एकूण राज्यातील शत्रू-मित्रांची जाणही त्यांना आली असेल. सोयराबाईंना– प्रत्यक्ष शिवाजी महाराजांच्या पट्टराणीला– आपल्या सख्ख्या आत्याला ग्रह फिरल्यानंतर कोणत्या परिस्थितीला तोंड द्यावे लागले, याचीही त्यांना कल्पना होती. जेव्हा मोगलांनी रायगडला वेढा घातला, तेव्हा येसूबाईंनी राजाराम महाराजांचा घाईत मंचकारोहण विधी करून त्यांच्या सर्व कबिल्यास दिनांक ५ एप्रिल १६८९ रोजी सुरक्षिततेसाठी त्यांना रायगड सोडून जाण्यास सांगितले. सुरुवातीस ते सर्वजण प्रतापगडला गेले आणि तिथून १६८९ च्या ऑगस्ट महिन्यात पन्हाळ्यावर पोहोचले. त्यानंतर सुमारे एक महिन्याने राजाराम महाराज सर्व कुटुंबीयांना पन्हाळ्यावर ठेवून लपतछपत, मोगलांचा ससेमिरा चुकवत दि. १५ नोव्हेंबर १६८९ रोजी दक्षिणेत जिंजीस सुखरूप पोहोचले. तिथे त्यांनी रीतसर कारभारास सुरुवात केली आणि वतने देऊन माणसे गोळा केली व लष्कर उभारले. तसेच विरंगुळा मिळावा म्हणून नाटकशाळा निर्माण केल्या. त्या नाटकशाळांपैकी सगुणाबाई ही त्यांची अत्यंत आवडती सुस्वरूप पत्नीसम रक्षा होती.

रामचंद्रपंत अमात्यांनी ताराबाईंसह सर्व कबिला सुरक्षिततेसाठी पन्हाळ्यावरून विशाळगडावर नेला. सुमारे चार वर्षे राजारामांची कुटुंबीय माणसे पन्हाळा-विशाळगडावर होती. त्या काळात हुकमतपन्हा रामचंद्रपंत अमात्य यांच्या कारभारात ताराबाई जातीने लक्ष घालीत. त्या वेळी राजमंडल कार्यवाहीत असून ताराबाई ह्या राजघराण्यातील ज्येष्ठ असल्यामुळे, जिंजी येथे राजाराम महाराज जी महाराष्ट्रातील इनामे, वतने आणि सरंजाम देत असत, त्यांची अंमलबजावणी विशाळगडास त्या पंतांच्या सल्ल्याने करीत. पंतांवर त्यांचे चांगले वजन होते आणि राजाराम महाराजांचा पूर्ण

विश्वास रामचंद्रपंतांवर होता. याबाबतीत भारतवर्षातील एक नोंद अशी आढळते, "तेथे राजाराम तंजावरां लढत असता ताराबाईने महाराष्ट्रात एखाद्या प्रसिद्ध राणीप्रमाणे अंमला चालविला । नवरा जिवंत असता हिने रामचंद्रपंतासारख्यावर जरब बसविली. शिवाजीची खरी सून।" आणखी एक नोंद तत्कालीन कागदपत्रात आढळते. "यादी चंदीच्या मुक्कामाहून धर्मादाय व इनामती व इसाफती व नूतन वतने कारकीर्दी महाराज राजश्री छत्रपती साहेबांनी दिली होती. त्यांचा विचार मनांस आणिता राज्याचा बंदोबस्त न होता देश्या सनदा येऊन दाखल जाहल्या ते समयी श्रीमान महाराज मातोश्री ताराबाईसाहेब व सर्व राज्य मंडले मिलोन निर्णय केला येणेप्रमाणे बीतपशील सू।। इहदे जिसेन अलफ सु।। इहिदै तिसैन अलफ।" अशा प्रकारे ताराबाई महाराष्ट्रातील राज्यकारभारात रामचंद्रपंतांच्या मदतीने लक्ष घालीत असल्याचे काही दाखले मिळतात. त्यावरून सनदांसाठी सुसूत्र धोरण ठरविण्यासाठी इ. स. १६९० मध्ये राजमंडळाची ताराबाईच्या अध्यक्षतेखाली एक बैठक होऊन तीन सनदांसंबंधी काही निर्णय झाले.

ताराबाई आणि अन्य राजपत्न्या विशाळगड येथे असताना महाराणी येसूबाईंनी राजाराम महाराजांना औरंगजेबाच्या नजरकैदेत असताना ह्या राजपत्न्यांना तिकडे जिजीस घेऊन जाण्याविषयी अत्यंत कळकळीने लिहिले. त्या वेळी रामचंद्रपंतांनी धाडस करून खंडोबल्लाळच्या कल्पनेनुसार चिटणीसांना प्रथम राजापूरला पोहोचते केले. तिथे खंडोबल्लाळचे नातेवाईक लिंगोशंकर आणि विसाजी शंकर हे समुद्रावरील व्यापारात निष्णात होते. त्यांच्या मदतीने काही शिडाच्या जहाजांतून वेंगुर्ल्याहून होनावर बंदरापर्यंत रामचंद्रपंतांनी त्यांच्या प्रवासाची व्यवस्था केली. तेथून पुढे खुष्कीच्या मार्गाने बिदनूरच्या प्रदेशातून राजारामांची ताराबाईसह सर्व मंडळी जिंजीला सुखरूप पोहोचली. त्यांच्यासोबत या वेळी रामभट पटवर्धन, गणोजी जेधे, लिंगोशंकर, विसाजी शंकर इत्यादी विश्वासू मंडळी होती. विसाजी शंकर यांच्या सेवेबद्दल राजारामांनी त्यास १९ ऑक्टोबर १६९४ रोजी सनद करून दिली. त्यावरून तत्पूर्वी ऑगस्ट-सप्टेंबर १६९४ मध्ये ही सर्व मंडळी जिंजीच्या किल्ल्यात दाखल झाली असावीत. ताराबाईंना जिंजीच्या वास्तव्यात ९ जून १६९६ रोजी मुलगा झाला. त्याचे नाव शिवाजी ठेवण्यात आले. अंबिकाबाईंना इथे एक मुलगी झाली, पण ती लगेचच मरण पावली. तत्पूर्वी राजाराम महाराजांना सगुणाबाई या रखेलीपासून कर्ण नावाचा मुलगा झाला होता आणि तो राजारामांचा अत्यंत लाडका होता.

ताराबाई जिंजीस पोहोचल्या, त्या वेळी मराठ्यांच्या सैन्यात सत्तेसाठी व वर्चस्वाकरिता तत्कालीन मंत्र्यांमध्ये धुसफूस चालू होती. राजारामांच्या राजकीय दुर्बलतेचा जिंजीला प्रल्हाद निराजी याने गैरफायदा घेतला; तर महाराष्ट्रात रामचंद्रपंत सर्वेसर्वा असून त्यांनी शंकराजी नारायण आणि परशुराम त्रिंबक हे दोन आणखी

विश्वासू सेवक निर्माण केले. याच वेळी संताजी घोरपडे आणि धनाजी जाधव या दोन मातब्बर सेनापतींमध्ये वैर निर्माण होऊन अखेर जून १६९७ मध्ये संताजीचा निर्घृण वध झाला. त्यामुळे मराठ्यांच्या सैन्यात दुफळीने चंचूप्रवेश केला. परिणामत: मोगलांना ही सुवर्णसंधी मिळाली. औरंगजेबाने तत्काळ झुल्फिकारखानास जिंजीला वेढा देण्यास हुकूम दिला. तेव्हा राजारामांनी शंकराजी पंडित, राजश्री बावजी प्रभू व गिरजोजी यादव यांच्याबरोबर अनौरस पुत्र राजा कर्ण यांस झुल्फिकारखानाकडे वॉन्दिवॉश या ठिकाणी शांतता तह व समझोत्याच्या वाटाघाटीसाठी पाठविले; पण त्यातून फारसे काही फलद्रूप झाले नाही. कर्ण यांस प्रभू, यादव व शंकराजी या तिघांनी किल्ल्यावर सुखरूप परत आणले, म्हणून राजारामांनी शंकराजी, बावजी प्रभू व गिरजोजी यादव यांस बक्षिसे दिली. राजा कर्ण आणि त्याची आई सगुणाबाई यांवर राजारामांची विशेष मर्जी होती. म्हणून राजा कर्ण याच्यासाठी त्यांनी स्वतंत्र व्यवस्था केली होती आणि निळो बल्लाळ (रामचंद्रपंताचा भाऊ) याची दिवाण म्हणून खास नेमणूक केली होती. साहजिकच ताराबाईंना या गोष्टी खटकण्यासारख्या होत्या आणि कर्ण आणि सगुणाबाई यांविषयीची ममता त्यांच्या डोळ्यांत खुपू लागली. पुढेमागे हा अनौरस पुत्र गादीवर हक्क सांगेल, ही शंकाही त्यांच्या मनात उद्भवली असावी. या मत्सरामुळेच त्यांची स्वत:च्या मुलाला वारस करण्याची महत्त्वाकांक्षा वाढीला लागली. म्हणून त्यांनी त्याचे नाव ‘शिवाजी’ असे मुद्दाम ठेवले होते. जिंजीच्या वेढ्यात थोडी ढिलाई झालेली पाहून राजाराम महाराज किल्ल्यातून चोर वाटेने बाहेर पडले. पुढे झुल्फिकारखानाने जेव्हा जिंजी किल्ला काबीज केला, तेव्हा किल्ल्यावर राजारामांच्या पत्न्यांसह दोन मुलगे, दोन मुली आणि अन्य रखेल्या, नाटकशाळा, कर्मचारी वर्ग असा सुमारे ४००० लोकांचा समूह होता. त्यांपैकी झुल्फिकारखानाने सगुणाबाईंसह तीन राजपत्न्या, त्यांची मुले या सर्वांना मोगल सैन्यातील शिर्के व मोहिते या मराठा अंमलदारांच्या ताब्यात दिले व उरलेला कबिला आणि नाटकशाळा औरंगजेबाकडे पाठवून दिला. शिर्के व मोहिते यांनी ताराबाईंसह अन्य राजपत्न्यांना वेल्लोर येथील मराठा सैन्याधिकाऱ्यांच्या स्वाधीन केले. पुढे काही दिवसांनी गिरजोजी यादव याने ताराबाई, राजसबाई, अंबिकाबाई व सगुणाबाई यांना सुखरूपपणे पन्हाळ्यास आणले (इ.स. १६९८). या वेळी राजसबाई गरोदर होत्या. म्हणून त्यांना विशाळगड किल्ल्यात ठेवून राजाराम महाराज ताराबाई शिवाजींसह (पुत्र) कोकणची स्वारी करून प्रतापगडावर देवीचे दर्शन घेऊन पुढे हळवाकास आले. या सुमारास राजसबाई प्रसूत होऊन २३ मे १६९८ रोजी मुलगा झाला. पुढे त्याचे नाव संभाजी ठेवण्यात आले. पुढे राजाराम महाराज विशाळगडावर मुलाला पाहण्यासाठी गेले आणि ताराबाई-शिवाजी यांस परळीच्या किल्ल्यावर ठेवले. शिवाजीच्या जन्मानंतर आणि राजारामांच्या

सगुणाबाई-कर्णविषयींच्या खास प्रेमामुळे ताराबाईंचा वैवाहिक जीवनातील ओलावा संपला. त्यांनी मुख्यत्वे शिवाजीचे संगोपन, शिक्षण, मुत्सद्दीगिरी व राजकारण यांवरच आपले पूर्ण लक्ष केंद्रित केले, असे त्यांच्या पुढील कार्यकर्तृत्वावरून दिसून येते.

राजाराम महाराज ताराबाईस परळी, सातारा अशा दोन ठिकाणी आलटून-पालटून राहण्यास सांगून, पुन्हा महाराष्ट्रातील किल्ल्यांना भेटी देऊन लष्कर उभे करण्याच्या उद्योगाला लागले. या वेळी ताराबाईंनी पालीच्या खंडोबाचे यात्रेत देवदर्शन घेतले. त्या वेळी घडलेल्या घटनांविषयींची माहिती गिरजोजी यादव यास पुढे ५ ऑक्टोबर १७१६ रोजी दिलेल्या निवाडापत्रात सविस्तर आढळते. त्यात लिहिले आहे की, ''...ह्या उपरी राजेश्री स्वामी सातारहून कर्नाटकचे स्वारीस गेले. मातोश्री ताराबाईसाहेब व राजेश्री शिवाजीराजे यास परळीस जावयाची आज्ञा केली. त्यास सातारा असता पुष्यमासी पालीच्या खंडेरायाची यात्रा आली. यात्रेमध्ये पालखी निघालियाचे दुसरे दिवसींचा हासील देशमुख व देश कुलकर्णी याचा. त्यास मातोश्री ताराबाईसाहेब व राजेश्री रामचंद्र पंडित यास सांगोन भागोजी जगथाप वाडियातील मूल व हुजरातीचा जमाव पालीस पाठवून ते दिवसींचा देशमुखीचा हासील डबीचा पैका व वस्त्रे व भंडार व खारीक खोबरे घेऊन सातारियास मातुश्री आईसाहेब व राजेश्री रामचंद्रपंत होते याजजवळी आणून ठेवले. त्याणी आमचे स्वाधीन केले.'' या पालीच्या खंडोबाच्या जत्रेतील ऐवजासंबंधींचे गिरजोजी यादव यास महाराणी ताराबाई यांनी दस्तुर खुद्द स्वत: लिहिलेले दि. २१ फेब्रुवारी १६९९ चे पत्र प्रसिद्ध असून त्यावरून ताराबाई राजारामांच्या हयातीत जिंजीहून परत महाराष्ट्रात आल्यानंतरसुद्धा राज्यकारभारात लक्ष घालताना दिसतात. या पत्रातील मजकूर पुढीलप्रमाणे आहे– ''सक(ल) सौभाग्यवती वज्रचुडेमंडित ताराबाई याणी गिरजोजी यादव ता. मजकूर येथील देश(मुखीच्या) हकाचा कथला राजश्री जाधवराव व तुम्हाला लागला होता. याकरिता पालीचे जत्रेची डबी अमानत केली. आण हुजुर आणऊन राजश्री रामचन्द्रपंत याचे स्वाधीन केली. त्या उपरी किले सजनगडी तुमची त्याची कटकट जाली. त्यास राजश्री पती सदरहू डबीच्या ऐवज आम्हाकडे पाठविला. त्यास तुमची तुम्हास दिली... येणेप्रमाणे सदरहू ऐवज अमानत केला होता तो तुमचा ऐवज तुमचे स्वाधीन केला असे.'' ह्या पत्राखाली सही ही अक्षरे ताराबाई यांच्या हातची आहेत. गिरजोजी यादव व धनाजी जाधव या मातब्बर व्यक्तींमधील हा कथला (भांडण) ताराबाईंनी समझोत्याने निकालात काढला, असे दिसते. जदुनाथ सरकार म्हणतात, ''ताराबाईने पतीच्या हयातीतच आपला पौरुषी कार्योत्साह आणि बुद्धिमत्ता निदर्शनास आणून दिली होती. त्याच काळात तिने राज्यकारभाराची सूत्रेही हाती घेण्यास आरंभ केला होता.''

राजाराम महाराज राज्यातील काही ठिकाणांना भेटी देऊन जून १६९९ मध्ये तात्पुरत्या निर्माण केलेल्या सातारा या राजधानीत आले. तिथे त्यांना गोंडराजा बुलंद बख्त येऊन भेटला. त्याने उत्तरेकडील प्रदेशात स्वारी करावी, असे सुचविले. राजाराम महाराज २० जुलै १६९९ रोजी खेडजवळील वसंतगढ येथे गेले. तिथून त्यांनी सप्टेंबर १६९९ मध्ये खानदेश व वऱ्हाडवर स्वारी करण्याची योजना आखली. ह्याप्रमाणे त्याने निमाजी शिंदे आणि इतर सरदारांना खानदेशातील मोगली प्रदेशावर हल्ले करण्यास सांगितले, हुसेन अली खानकडून दोन लाखांची खंडणी मिळविली आणि स्वत: ३१ ऑक्टोबर १६९९ रोजी खंडेराव दाभाडे, परसोजी भोसले, हैबतराव निंबाळकर आदी तरुण शिलेदारांना घेऊन धनाजी जाधव यांच्याकडे सेनापतिपद देऊन उत्तरेची स्वारी आखली. या मोहिमेत शाहूंची सुटका करण्यासाठी त्यांनी औरंगजेबाचा मुक्काम असणाऱ्या ब्रह्मपुरीवरही हल्ला केला. लागोपाठ पराभवाचे धक्के बसूनही राजाराम महाराज हताश झाले नाहीत, हे त्यांनी २२ डिसेंबर १६९९ रोजी सिंहगडावरून विठोजी बाबर यांस लिहिलेल्या पत्रावरून स्पष्ट होते. परंतु या सततच्या दगदगीमुळे अगोदर नाजूक असलेली राजारामांची प्रकृती क्षीण झाली. शिवाय त्यांना दम्याचा विकार जडला होता. त्यामुळे मोगलांचा ससेमिरा चुकविण्यासाठी राजारामांना पालखीतून अखेर सिंहगडावर आणण्यात आले. तिथे त्यांचे दि. २ मार्च १७०० रोजी निधन झाले. मरतेसमयी रामचंद्र नीलकंठ त्यांच्याजवळ होते. त्या वेळी राजारामांनी अखेरची इच्छा व्यक्त केली. तीत शाहूंची सुटका आणि राज्याचे स्वातंत्र्य अबाधित ठेवणे यांना प्राधान्य होते. राजारामांच्या मृत्यूनंतर त्यांची तिसरी पत्नी अंबिकाबाई सती गेली. त्यावेळी ताराबाई साधारणत: पंचविशीच्या घरात होत्या आणि राजसबाई त्यांच्यापेक्षा दोन-तीन वर्षांनी लहान असाव्यात. त्या वेळी औरंगजेबाची अशी धारणा झाली होती, की राजाराम महाराजांच्या असहाय्य विधवा राण्या आणि अज्ञान मुले यांना आता शरण आणण्यास कितीसा वेळ लागतो? पण दक्षिणेच्या नभोमंडळात त्याच्या दुर्दैवाने एक अत्यंत दीप्तिमान तारा उदय पावत होता. या ताऱ्याच्या प्रकाशाने पुढे अल्पावधीतच महाराष्ट्राचे मृतवत झालेले राजकारण उजळून निघाले. मराठ्यांच्या विभक्त झालेल्या सेना संघटित झाल्या आणि वीरवृत्तींना संजीवनी मिळून निराशेच्या राखेतून नव्या पराक्रमाचे स्फुल्लिंग बाहेर पडले. हा तेजस्वी तारा म्हणजेच महाराणी ताराबाई होत.

राजारामांच्या मृत्यूनंतर रामचन्द्रपंतांनी लगेच सर्व सेनाप्रमुखांना राज्याच्या संरक्षणाची जबाबदारी सर्वांनी मिळून पार पाडली पाहिजे, अशा आशयाचा मजकूर असलेली फर्माने सर्व संबंधित सरदारांना पाठविली. त्यांत ते लिहितात, "शिवाजी महाराज व संभाजी महाराज लहान तुम्हापाशी आहेत. थोरले महाराज शिवाजी यांनी

राज्य मिळविले. ते तुम्हा सर्व हिंदुंचे राज्य आहे. रक्षण करावे, हा धर्म तुमचा. धनी हातास येईल असे करावे.'' याप्रमाणे रामचन्द्रपंतानी बहुतेक सरदारांच्याकडून अनुमती व विश्वास संपादन करून ताराबाई व राजसबाई यांच्याशी विचारविनिमय केला आणि पुढचे धोरण ठरविण्याचा शिरस्ता घातला. दरम्यान धनाजी जाधव आणि त्यांचे विश्वासू शिलेदार यांनी, राजा कर्ण हा मुलांत जरी अनौरस असला, तरी ज्येष्ठ आहे. त्यामुळे त्याचीच वारस म्हणून नियुक्ती करावी; तो राजारामांच्या मर्जीतीलही होता वगैरे कारणे पुढे केली; कारण धनाजी जाधवांस ताराबाईंच्या जबरदस्त व्यक्तिमत्त्वाची कल्पना होती आणि त्यांच्यापुढे आपले फारसे चालणार नाही, हेही ठाऊक होते. परंतु राजा कर्ण हा राजारामांच्या नंतर केवळ तीन आठवड्यांनी देवीच्या रोगाने मरण पावला आणि साहजिकच राजारामांच्या वारसांतील एक अडसर निकामी झाला.

येसूबाई व दुसरे शिवाजी (शाहूमहाराज) हे त्यावेळी औरंगजेबाच्या तुरुंगात होते. त्यांची सुटका होण्याची फारशी चिन्हे नव्हती. कर्णाच्या मृत्यूनंतर मध्यंतरी काही दिवस गेल्यानंतर महाराणी ताराबाई यांनी आपल्या पुत्राची– शिवाजीची– मुंज करण्याविषयी पंतांना सूचना केली. ताराबाईंनी पंताना समक्ष बोलावून सांगितले की, ''शिवजी महाराजांची मुंज करावी आणि राज्याभिषेक करावा, असे आमच्या मनात आहे.'' तेव्हा पंतांनी विनंतिपूर्वक सांगितले की, ''आताच मुंजीची गडबड का? थोरले महाराज (शाहूमहाराज) लष्करात आहेत. त्यांची मुंज अद्यापि जाहली नाही. त्यांचे वीस वर्षांचे वय झाले. तेही लवकर येतील असे जोशीराव वगैरेंच्या सांगण्यात आहे. भक्ताजी, हुजरे व बंकी गायकवाड याजबरोबरही निरोप आला आहे. ते आल्यानंतर सर्वांचीच मुंज बहुत समारंभे करू. ते (शाहूमहाराज) तक्तारूढ होतील व हे (शिवाजी-संभाजी) युवराजपद करतील.'' हे ऐकल्यानंतर ताराबाईंनी रामचन्द्रपंतास बजावले की, ''यांची मुंज अगत्यमेव मला कर्तव्य!'' ताराबाईंच्या या वाक्यावर रामचन्द्रपंतांनी राजाराम महाराजांच्या मृत्यूसमयींच्या उद्गारांची आठवण करून दिली. त्या उद्गारांप्रमाणे शाहूमहाराज हे छत्रपती होणार आहेत, म्हणून ते स्वत: (राजाराम) मंचकारूढ झाले होते. या संभाषणावरून राजारामांस शाहूमहाराजांचा छत्रपतिपदावरील विधिवत हक्क मान्य होता, असे दिसते; किंबहुना त्यामुळेच त्यांनी आपल्या अल्पशा (सुमारे अकरा वर्षांच्या) कारकीर्दीत राज्याभिषेकाचा प्रयत्न कधीच केला नाही. ताराबाईंनी मुत्सद्दीपणाने रामचन्द्रपंतांचा राग शंकराजी व परशराम त्र्यंबक या उभय पंतांद्वारे काढून मुंजीचा निश्चय केला. त्याप्रमाणे मे-जून १७०० च्या दरम्यान शिवाजी महाराजांची मुंज आणि नंतर राज्याभिषेक हे दोन विधी पार पडले. ताराबाईंनी राज्यकारभारासाठी आणि युद्धकार्यासाठी आपल्या मर्जीतील माणसे पारख करून निवडली. रामचन्द्रपंत अमात्यांकडे अमात्यपद

कायम ठेवण्यात आले; तथापि शिवाजीराजांच्या राज्याभिषेक प्रश्नावरून ताराबाई व रामचन्द्रपंत यात मतभेद निर्माण झाले होते. त्याचे शल्य पंतांच्या मनात होते आणि त्यामुळे ते थोडे उदास राहिले. मातब्बर लोकांपैकी धनाजी जाधव यांच्याकडे सेनापतिपद, परशुराम त्रिंबक व शंकरजी नारायण यांच्याकडे अनुक्रमे प्रतिनिधिपद व सचिवपद सोपविण्यात आले. या दोघांवर ताराबाईंची विशेष मर्जी व विश्वास होता. ताराबाई अशाप्रकारे तिसऱ्या शिवाजींना तख्तावर बसवून राज्यकारभाराची जुळवाजुळव करीत होत्या. तत्पूर्वी मोगलांनी परळीचा किल्ला (९ जून १७००) व साताराचा किल्ला (२१ एप्रिल १७००) हस्तगत केला. अर्थत, औरंगजेबाने हे किल्ले लाच देऊनच घेतले होते. साताराचा किल्ला किल्लेदार सुभानजी लावघरे यास लाच देऊन घेतला आणि त्याचा उपयोग इतर किल्ले हस्तगत करण्यात केला. ताराबाईंचा विशाळगडावर राज्याभिषेक उरकल्यानंतर विशाळगडचा पाडाव होईपर्यंत म्हणजे १७०२ पर्यंत मुक्काम तिथे होता; त्यानंतर त्या रांगणा (प्रसिद्धगढ) किल्ल्यावर राहावयास गेल्या. तिथे राज्याचे मुख्यालय १७०५ पर्यंत होते. नंतर त्यांनी पुढे पन्हाळा हे राज्याचे मुख्यालय-राजधानी केली. पन्हाळ्याचा किल्लेदार गिरजोजी यादव हा ताराबाईंच्या अत्यंत विश्वासातील माणूस होता आणि तो महाराणींना सल्लाही देत असे. ताराबाईंचे बहुतेक सर्व हुकूम-आदेश गिरजोजीद्वारे प्रसृत होत असत.

ताराबाईंनी युद्धक्षेत्र असो वा राज्यकारभार असो, या दोन्हींवर जबरदस्त पकड बसविली. त्यांनी विखुरलेल्या मराठी घराण्यांना पुन्हा एकत्र आणण्याचा अथक प्रयत्न केला आणि सरदारांना दस्तुर खुद्द स्वाक्षरीने पत्रे पाठविली. सर्वांनी मराठी राज्यासाठी संघटित व्हावे, ही त्यांची तळमळ होती. या संदर्भात कान्होजी झुंझारराव यांना १७ नोव्हेंबर १७०० रोजी पाठविलेले पत्र पाहिले तरीसुद्धा, त्यांच्या धोरणाची, मनसुब्याची कल्पना येते. प्रस्तुत पत्रात त्या लिहितात, ''कान्होजी झुंझारराव मरल देशमुख यांस कोकणात हबशाने बहुत वळवळ मांडल्याकारणाने त्यास बरा नतीजा पावावयाबद्दल रा. मल्हारराव यास सात हजार फौजेनिशी आज कुंभारली घाटे उतरोन चिपळुणास आले. त्यास सामील क्वावयाबद्दल आम्ही हशम घेऊन स्वार होऊन गेलो. ऐशास हे पत्र तुम्हास पावेल ते क्षणी आपला अवघा जमाव, एक माणूस टाकून न देता सारा जमाव घेऊन बहुत सिताबीने येऊन सामील होणे. एक घटकेचा उजूर न करणे. आजचे प्रसंगी जो मसलत चुकवील, तो म्हणजे गनिमा दाखल, असे समजोन बहुत सिताबीने येणे. उजूर केलिया साऱ्या मसलतीची बदनामी तुम्हावरी होईल, हे समजून लिहिल्याप्रमाणे वर्तणूक करणे''

यावरून ताराबाईंची शत्रूशी लढण्याची रीत काही वेगळीच होती. शक्य तितका किल्ला लढवून मनुष्यहानी टाळायची, असे त्यांचे सर्वसाधारण धोरण होते.

शिबंदी संपत आली, की वाटाघाटी सुरू करून शत्रूला गुंतवून ठेवावयाचे आणि वेळ आलीच तर शत्रूकडून भरपूर पैसे घेऊनच किल्ला शत्रूच्या स्वाधीन करावयाचा. किल्ला जिंकल्याचा आनंद शत्रूला उपभोगू द्यावयाचा नाही, असे धोरण त्यांनी अवलंबिले होते. इ. स. १७०४-१७०५ दरम्यान ताराबाईंनी जवळजवळ मोगलांनी जिंकलेले सर्व किल्ले परत मिळविले. यावरून असे लक्षात येते की राजारामांच्या आकस्मिक, अकाली मृत्यूनंतर औरंगजेबास जे वाटले होते की, या हतबल विधवा आता राज्य काय करणार? त्याचा आनंद त्यामुळे क्षणभंगूर ठरला आणि ताराबाईंचा आत्मविश्वास पाहून त्याची चिंता वाढू लागली. मोगलांविरुद्ध सर्व बाजूंनी त्यांनी शिस्तबद्ध -नियोजित आघाड्या उघडल्या. त्यांनी आपल्या फौजा खानदेश, व-हाड आणि माळवा या प्रांतांत पाठवून चौथ वसुलीला सुरुवात केली. तसेच आंध्रप्रदेश-कर्नाटक या परस्थ प्रांतांतही आपले सैन्य घुसवून प्रचंड लूट मिळविली. या धोरणामुळे मोगल साम्राज्याच्या उत्तर आणि दक्षिण, तसेच पश्चिम भागांत लढाया चालू झाल्या. त्यामुळे सर्वत्र मोगलांना लक्ष देणे जिकिरीचे होऊ लागले. व-हाडमध्ये ताराबाईंच्या फौजांनी रुस्तुमखानला पकडले. शेवटी त्याच्याकडून तीन लाख रुपये खंडणी घेऊन त्यास मुक्त केले. औरंगजेबाने सातारा व परळी हे किल्ले लाच देऊन हस्तगत केले खरे, पण त्यात पावसाळ्यामुळे त्याच्या लष्कराचे अतोनात नुकसान झाले. आर्थिक दृष्ट्याही औरंगजेब मेटाकुटीला आला होता, हे मोगल इतिहासकार खाफीखानच्या वृतांतावरून लक्षात येते. तो म्हणतो– ''मोगलांच्या फौजेचे मोठे नुकसान झाले, मुसळधार पाऊस सुरू झाल्यामुळे औरंगजेबाच्या फौजेतील वाहने व अवजड तोफा निकामी झाल्या. सैनिकांना निवाऱ्याची जागा शोधण्याची वेळ आली. नदीनाल्यांतून ये-जा करणे मुश्कील झाले. रस्ते चिखलाने माखले, मजूर पळून गेले, भुकेली जनावरे श्रमाने थकून पटापट मरत आहेत.'' औरंगजेबची ही दारुण अवस्था महाराणी ताराबाईंच्या चाणाक्ष नजरेतून सुटली नाही. या परिस्थितीचा पुरेपूर फायदा त्यांनी घेण्याचे ठरविले. त्यावेळी खटाव भागाचा कारभार मोगलांकडे होता. मराठ्यांच्या फौजांनी १८ ऑगस्ट, १७०० रोजीच त्या ठाण्यावर हल्ला चढवून ते घेतले होते. या मोहिमेची सूत्रे हणमंतराव निबाळकर यांच्याकडे होती. खटावप्रमाणेच ताराबाईंच्या फौजांनी राजोजी घोरपडे याच्या नेतृत्वाखाली विजापूर प्रांतातील बागेवाडीचे मोगली ठाणे काबीज केले. शिवाय विजापूरच्या ईशान्यकडील इंडी हे गाव हस्तगत करून ते शहर लुटले. यामुळे औरंगजेब अधिक क्रुद्ध झाला आणि त्याने मराठ्यांचा बिमोड करण्यासाठी ताराबाईंचे वास्तव्य असलेल्या पन्हाळा-विशाळगड या दक्षिण महाराष्ट्रातील किल्ल्यांकडे मोर्चा वळवला आणि १६ डिसेंबर १७०० रोजी पन्हाळ्याच्या रोखाने मोठ्या फौजेनिशी तो निघाला. यापुढचा औरंगजेबच्या मृत्यूपर्यंतचा सुमारे सात वर्षांचा काल म्हणजे महाराणी ताराबाई

आणि बादशाह औरंगजेब यांच्यातील तीव्र संघर्षाचा काळ होय. या संघर्षात मोगलांचे प्रचंड लष्करी सामर्थ्य आणि मुरब्बी सेनाकुशल औरंगजेबाचे नेतृत्व एका बाजूला होते, तर दुसऱ्या बाजूला मराठ्यांच्या निर्नायकी झालेल्या विस्कळित शक्तीला सावरून या बलाढ्य शक्तीशी दोन हात करण्यास सुसज्ज झालेली पंचविशीच्या उंबरठ्यावरील एक महत्त्वाकांक्षी विधवा महिला– राजकीय रणांगणावर प्रवेश केलेली वीरांगना असा तो सामना होता.

औरंगजेबाशी मुकाबला करीत असताना ताराबाईंनी वाटाघाटींना पूर्णत: विराम दिला नव्हता. एका बाजूने धूर्तपणे बचावात्मक धोरण ठेवून शांततेसाठी त्यांचे प्रयत्न चालू होते. या वाटाघाटींमुळे सैन्याच्या हालचालींना उसंत मिळेल आणि मनुष्यहानी कमी होईल, असा त्यांचा इरादा होता. त्यांनी आलमगीर औरंगजेबाकडे सप्तहजारी मनसब आणि दक्षिणेतील देशमुखी हक्क आपल्या मुलासाठी (तिसरा शिवाजी) मागितले आणि त्या बदल्यात पाच हजार सैन्य दक्षिणच्या सुभेदाराच्या सेवेत ठेवण्यास त्या राजी झाल्या. शिवाय आपल्या ताब्यातील सात किल्ले त्यांनी मोगलांकडे देण्याचे कबूल केले. परंतु औरंगजेबांनी बिनशर्त शरणागतीची अपेक्षा व्यक्त करून या मागण्या धुडकावून लावल्या. औरंगजेबाने ताराबाईंना कमी लेखले. त्यामुळे ही मोहीम तत्काळ संपवून दिल्ली गाठण्याचे त्याचे स्वप्न हे स्वप्नच ठरले!

ताराबाईंनी बचावात्मक धोरणाबरोबर आवश्यक त्या ठिकाणी चढाईचे धोरण आचरणात आणून आपला सारा जीव महाराष्ट्राच्या स्वातंत्र्यलढ्यात ओतला. त्या स्वत: एका किल्ल्यावरून दुसऱ्या किल्ल्यावर, तसेच एका लष्करी तळावरून दुसऱ्या लष्करी तळावर घोड्यावरून फेरफटका मारीत. तेथील सैनिकांच्या व्यथा जाणून घेत. तद्वतच आपल्या अधिकाऱ्यांना उत्तेजन देत. हे करताना त्यांनी ऊन, वारा, पाऊस या नैसर्गिक अडचणींचा कधी विचार केला नाही. प्रसंगोपात त्या लष्करी तळावरच मुक्काम ठोकूनही राहिल्या. त्यामुळे लष्कराच्या; तसेच अधिकाऱ्यांच्या मनात त्यांच्याविषयी प्रेमभावना व आदर निर्माण झाला होता. परिणामत: त्यांच्या प्रत्येक कृतीला अर्थ प्राप्त झाला आणि किल्ल्यावरील राजमंडळातही त्यांनी विश्वास निर्माण केला. या संदर्भात त्यांनी जानेवारी १७०२ साली प्रतापराव मोरे यास लिहिलेले पत्र फार बोलके आहे. या पत्रात त्या प्रतापरावांची स्तुती करून पुढे म्हणतात, 'संताजी पांढरे यांनी धाडस करून मलकापूरजवळचे मोगलांचे ठाणे काबीज केले आणि त्यांच्या फौजांना सळो की पळो करून सोडले. त्यामुळे विशाळगड मोगलांना घेता आला नाही. तसेच तिकडच्या इतर किल्ल्यांना धक्का लागला नाही.'' ताराबाई औरंगजेबाची अत्यंत विश्वासघातकी शत्रू म्हणून अवहेलना करतात आणि प्रतापरावांना सावध राहण्याविषयी इशारा देतात. जमिनीवरील

युद्धात आक्रमक हालचालींना किती महत्त्व असते, याची त्यांना पुरेपूर जाण होती.

ताराबाई आणि बाल शिवाजीराजे पन्हाळा आणि विशाळगड या दोन्ही किल्ल्यांवर आलटून पालटून प्रसंगानुसार वास्तव्य करीत. पन्हाळा हा बळकट व दुर्गम किल्ला असल्यामुळे बहुधा आणि विशेषतः संकटकाळी ती दोघे पन्हाळ्याचाच आश्रय घेत. पन्हाळा हीच त्यावेळी मराठ्यांची राजधानी होती. औरंगजेबाने पन्हाळ्यावरील स्वारीस अन्य सरदारांची फौज यावी म्हणून फर्मान सोडले. त्याप्रमाणे जुल्फिकारखान, तरबियतखान आणि बेदरबख्त यांच्या नेतृत्वाखालील सुमारे ऐंशी हजार फौज जमा झाली. औरंगजेबाने ही पन्हाळा मोहीम या त्रयीकडे सोपविली. स्वतः औरंगजेब ९ मार्च १७०१ रोजी पन्हाळा-विशाळगडच्या परिसरात दाखल झाला. त्याने पावनगड व पन्हाळ्यास वेढे दिले. या संकटातून बाहेर पडायचे म्हणजे एक दिव्यच होते. दरम्यान औरंगजेबाच्या तरबियतखान व जुल्फिकारखान या दोन सेनाधिकाऱ्यांत भांडणे लागली; ती खुद्द बादशाहलाही मिटविणे मुश्कील झाले. तत्पूर्वीच धनाजी जाधवांच्या नेतृत्वाखालील फौजेने २३ जानेवारी १७०१ रोजी मोगलांच्या फौजेवर अचानक हल्ला करून लढाईचे क्षेत्र पन्हाळ्यापासून थोडे दूर नेले होते. धनाजीचे हे धोरण फलदायी ठरले. त्यांच्या अचानक हल्ल्यामुळे मोगलांची त्रेधातिरपीट उडाली. त्यानंतर त्यांची दुसरी तुकडी हमिमुद्दीनच्या नेतृत्वाखाली धनाजीचा पाठलाग करू लागली; पण धनाजींनी अचानक आपला पवित्रा बदलला व हमिमुद्दिनच्या फौजेवर हल्ला चढविला. त्यात मोगलांच्या फौजेचे फार मोठे नुकसान झाले. या सैन्याला झुंजवत धनाजींनी मुख्य स्थानापासून रायबागपर्यंत नेले. तिथे लढाईला पुन्हा तोंड फुटले. मैदानातील युद्ध धनाजीस थोडे जिकिरीचे वाटल्यामुळे त्यांनी पूर्वेस चिकोडीकडे सैन्य वळविले. मोगलांनी मोठमोठ्या रकमा देऊन पन्हाळा-विशाळगड हे महत्त्वाचे किल्ले घेतले. तेथील किल्लेदारांनी भरगच्च रकमा उपटल्या. एकूण औरंगजेबाने राजारामांच्या मृत्यूनंतर साताऱ्याचा किल्ला घेण्यापासून दि. २१ एप्रिल १७०० मध्ये मोहीम सुरू करून १० मार्च १७०४ रोजी तोरणा घेऊन हे सत्र थांबविले. या सुमारे चार वर्षांच्या काळात त्याने लहानमोठे दहा किल्ले काबीज केले. त्यांपैकी फक्त तोरणा किल्ला हल्ला करून त्याने हस्तगत केला; उरलेले नऊ किल्ले त्याने वेढा घालूनसुद्धा, दमछाक होऊनही त्यास घेता आले नाहीत. त्यासाठी त्याला भरभक्कम रकमा भराव्या लागल्या आणि तेही किल्ले त्याची पाठ वळताच मराठ्यांनी जिंकून घेतले. ताराबाईच्या तडफदार नेतृत्वाने, वीरश्रीने बेफाम झालेल्या मराठ्यांच्या प्रतिकाराने मोगलांना हे यश लाभू शकले नाही, हे निर्विवाद!

औरंगजेबाच्या पन्हाळा-विशाळगड या किल्ल्यांवरील मोहिमांच्या वेळी इ. स. १७०१-१७०२ दरम्यान ताराबाईचा मुक्काम प्रतापगडावर होता. तेथून त्यांनी

निरनिराळ्या सेनाधिकाऱ्यांना, सरदारांना लिहिलेली पत्रे उपलब्ध असून त्यातून त्या मोगलांना बेजार करण्यासाठी कोणते डावपेच आखीत होत्या, याची कल्पना येते. त्यांनी या आणीबाणीच्या काळात जे शौर्य आणि संघटनाचातुर्य दाखविले, तत्संबंधीची माहिती तत्कालीन इतिहासकार काफीखान ('तारीखे काफीखान'), इटालियन प्रवासी निकोल्लो मनुची ('असे होते मोगल') आणि औरंगजेबाचा खास दरबारी इतिहासकार भीमसेन सक्सेना ('तारीखे दिलकुशा') यांनी नोंदवून ठेवली आहे. तसेच मोगलांचे किती नुकसान औरंगजेबाच्या हट्टापायी होत होते वा झाले, याचीही त्यांनी नोंद केली आहे. लष्करी मोहीम सुरू झाली, की ताराबाई स्वत: या छावणीतून त्या छावणीत जाऊन सैन्याला प्रोत्साहन देत असत. त्यामुळे स्फूर्ती येऊन त्याचा परिणाम प्रत्यक्ष युद्धभूमीवर झाल्याशिवाय राहत नसे.

औरंगजेबाचे २० फेब्रुवारी १७०७ रोजी निधन झाले. त्याचा मुलगा मुहम्मद आझम (शाहअलम) घाईघाईने अहमदनगरला आला आणि मोगल तख्तावर बसला आणि दिल्लीकडे गेला. जाताना त्याने शाहू महाराज आणि येसूबाई न अन्य मंडळींना बरोबर घेतले; परंतु वाटेत आपल्या सरदार-सेनाधिकाऱ्यांशी, विशेषत: झुल्फिकारखानाशी विचार विनिमय करून त्याने फक्त शाहूंना मुक्त केले. अहमदनगरला परत आल्यानंतर शाहूमहाराजांनी ताराबाईंशी राज्यासंबंधी वाटाघाटी सुरू केल्या; परंतु एव्हाना राज्याच्या एकूण अधिकारविषयी ताराबाईंची भूमिका निश्चित झाली होती. मराठ्यांच्या राज्यावर शाहूमहाराजांना काहीएक हक्क नाही, असे महाराणी ताराबाई आग्रहाने प्रतिपादन करीत होत्या. त्यांच्या मते मोठ्या महाराजांनी (छ. शिवाजी) जे हिंदवी स्वराज्य निर्माण केले, ते संभाजी महाराजांनी घालविले. त्याचा एवढा संकोच झाला होता, की ते केवळ नाममात्र दोन पाच किल्ल्यांपुरते शिल्लक राहिले. अशा परिस्थितीत माझ्या यजमानांनी– म्हणजे राजारामांनी नवे राज्य निर्माण केले. त्यासाठी अथक दहा वर्षे कष्ट सोसले. रायगड ते जिंजी असा कष्टमय प्रवास प्रतिकूल परिस्थितीत करून जिंजीला नवीन गादी स्थापन केली. त्यासाठी सैन्य जमविले आणि विपरित काळात सर्व बाजूंनी शत्रू एकवटलेला असताना मोगलांशी टक्कर दिली. राजारामांच्या मृत्यूनंतर नाउमेद झालेल्या आणि निष्क्रियतेकडे झुकलेल्या मराठी सरदारांना संघटित करून, प्रसंगानुसार औरंगजेबासारख्या बलाढ्य शत्रूला मी नामोहरम केले. शिवाय छ. शिवाजी महाराजांना आपण कमविलेले राज्य राजारामांना देण्याची इच्छा होती. त्यामुळे राजाराम महाराजांच्या वारसाचा हक्क या गादीवर आहे. शिवाय राजारामांच्या मृत्यूनंतर ताराबाईंनी स्वत: केलेल्या कामाचा तक्ताच जणू शाहूसमोर ठेवला. ताराबाईंची ही भूमिका त्यांनी तत्कालीन सरदार-सरंजामदार यांना लिहिलेल्या पत्रांतून स्पष्ट दिसते. यांतील सैतवडेकर देसाई यांना पाठविलेल्या पत्रात महाराणी ताराबाई लिहितात, "हे राज्य थोरल्या कै. स्वामींनी तीर्थस्वरूप कै.

स्वामीस (राजारामांस) द्यावेसे केले होते. ऐसे असता त्यांस (शाहूराजास) या राज्याचा संबंध नाही." शाहूमहाराज महाराष्ट्रात मोगलांचे मांडलिक म्हणून संरक्षकाच्या भूमिकेतून राहणार होते आणि त्याकरिता नूतन बादशहाने त्यांना सरदेशमुखी व चौथाईच्या सनदा करून देण्याचे अभिवचन दिले होते; तसा परस्परांत ठराव झाला होता. स्वाभिमानी महाराणी ताराबाईंना शाहूमहाराजांची ही मांडलिकत्वाची एकूण भूमिका मुळीच मान्य नव्हती. त्यासाठी त्यांनी लढा देण्याचे ठरविले.

शाहूमहाराजांचा छत्रपतिपदी असलेला दावा ताराबाईंनी अनेक संयुक्तिक कारणांवरून अमान्य केला असला आणि त्यांनी हे शाहू तोतये आहेत, असा गवगवा सुरुवातीस केला होता, तरी शाहूमहाराजांकडे जाणाऱ्या सरदारांची, सरंजामदारांची आणि विशेषत: सेनाधिकाऱ्यांची रीघ पाहता, शाहू हेच खरे राज्याचे वारसदार आहेत, ही भूमिका हळूहळू सिद्ध होऊ लागली आणि या सर्वांची अशी धारणा होती, की राजारामांनी पूर्णपणे हे राज्य स्वबळावर निर्माण केलेले नाही. त्यांची स्वत:ची इच्छा शाहू हेच खरे वारस अशी होती, म्हणून त्यांनी स्वत: संधी प्राप्त झाली असताही कधीही राज्याभिषेक करून घेतला नाही; मराठ्यांची अस्मिता संभाजी महाराजांच्या हौतात्म्याने जिवंत होती, म्हणून मराठे एकत्र आले, स्वातंत्र्यासाठी झगडले-लढले, ते संभाजी पुत्र शाहू आज ना उद्या औरंगजेबाच्या बंदिवासातून सुटून छत्रपतींच्या गादीवर येतील, या दृढतर आशेने! अशा वेळी ताराबाई यांनी शाहूंच्या सुटकेची वाटही न पाहता आपल्या पुत्राला गादीवर बसविण्याची घाई करण्यात राज्यलोभाव्यतिरिक्त अन्य कोणती वृत्ती असावी, असा शाहू पक्षीय सरदारांचा सवाल होता. शिवाय शाहू हे मांडलिक मुघलांचे सनदाधारक राजे आहेत, तसा प्रयत्न ताराबाईंनी करून पाहिला. परिणामत: शाहूंच्या ज्येष्ठत्वाच्या आवाहनाला भरघोस प्रतिसाद लाभला आणि खंडो बल्लाळ यांसारखे मातब्बर राजसेवक ताराबाईंचा पक्ष सोडून शाहूंना मिळाले. तेव्हा ताराबाईंनी सशस्त्र प्रतिकाराचे अस्त्र हाती घेतले; तरी त्यांच्या पदरी अपयश आले. ऑक्टोबर-नोव्हेंबर १७०७ मध्ये भीमा नदीच्या काठी खेडच्या नजीक छत्रपतींच्या घराण्यातील या दोन वारसांच्या संघर्षाची पहिली चकमक झाली. या संघर्षात ताराबाईंची फौज त्यांच्या स्वत:च्या नेतृत्वाने प्रेरित झालेली होती आणि सेनापतिपद धनाजी जाधव, प्रतिनिधी यांसारख्या रणधुरंधरांकडे होते. तुलनात्मक दृष्ट्या शाहूमहाराज युद्धशास्त्रात अगदीच अपरिपक्व आणि त्यांची फौज थोडी व विस्कळित होती. म्हणून त्यांनी हा संघर्ष शस्त्राऐवजी वाटाघाटीने मिटतो का, ते पाहिले. त्याकरिता ताराबाईकडील नुकतेच शाहूपक्षाकडे आलेले बाळाजी विश्वनाथ, खंडोबल्लाळ चिटणीस व नारोराम (हे तिघेही धनाजींचे पूर्वाश्रमीचे सेवक) या तिघांची शाहूमहाराजांनी वाटाघाटीसाठी नियुक्ती केली. महाराज व धनाजी यांची भेट झाल्यावर धनाजींनी या युद्धात तटस्थ

राहण्याची भूमिका घेतली. साहजिकच १२ ऑक्टोबर १७०७ च्या खेडच्या लढाईत ताराबाईंच्या बाजूने प्रतिनिधी (परशुराम त्रिंबक) अटीतटीने लढले, तरी धनाजींच्या तटस्थतेमुळे ताराबाईंचा सपशेल पराभव झाला आणि ह्यानंतर धनाजी जाधव आणि त्यांचे सैनिक- शाहूमहाराजांना येऊन मिळाले. खंडेराव दाभाडे यांना महाराजांनी पकडून नेले. या लढाईपासून ताराबाईंच्या पराभवाची जणू मालिकाच सुरू झाली. सात वर्षे त्यांनी जी तडफ आणि हिम्मत दाखविली, ती हळूहळू नष्टप्राय होऊ लागली. याचे एक महत्त्वाचे कारण म्हणजे ताराबाईंची संशयी वृत्ती, हुकूमशाही प्रवृत्ती आणि सूड घेण्याची मनोभावना ही होय. त्या शूर होत्या, बुद्धिमान व चाणाक्ष होत्या, परंतु जेव्हा एका पाठोपाठ एक सरदार शाहूंकडे जाऊ लागले, तेव्हा त्यांची मूळची संशयी वृत्ती अधिक बळावली. त्याचा त्रास धनाजीसह अनेक मातब्बर सरदारांना होऊ लागला. रामचंद्रपंतांसारख्या मुरब्बी, निष्ठावान व ज्येष्ठ अमात्यांस ताराबाईंनी अशाच एका संशयावरून बंदिस्त केले होते.

शाहूमहाराजांची विजयी घोडदौड रोखण्यासाठी ताराबाईंनी खेडच्या पराभवानंतर सातारला मुक्काम करून उरलेल्या सरदारांकरवी जय्यत तयारी केली. शाहूमहाराजांनी भीमा नदी ओलांडून चाकणच्या बाजूने पुणे, सुपे, जेजुरी यामार्गे शिरवळ गाठले. शिरवळनजिकच्या रोहिडे किल्ल्यात ताराबाईंच्या पक्षाचे शंकर नारायण सचिव होते. त्यांना शाहूंनी भेटीस बोलाविले. दोन स्वामींच्या निष्ठेत सापडलेल्या सचिवांनी हिरकणी खाऊन २७ ऑक्टोबर १७०७ रोजी आत्महत्या केली. शाहूमहाराजांनी त्यांची पत्नी येसूबाईचे समक्ष भेटून सांत्वन केले आणि त्यांचा एक वर्षाचा मुलगा नारो शंकर याची सचिवपदी नियुक्ती केली. हळूहळू शाहूंची जनमानसातील प्रतिमा वाढत असताना त्यांनी झपाट्याने राजगड, तोरणा, रोहिडा व इतर ताराबाईंच्या अंमलाखालील किल्ले काबीज केले आणि चंदन-वंदन किल्ला घेऊन साताऱ्याकडे कूच केले. यावेळी साताऱ्यास परशुराम त्रिंबक प्रतिनिधी यांच्याकडे ताराबाईंनी संरक्षणाची सर्व जबाबदारी सोपविली होती. त्यांच्या मदतीस शेख मिरा हवालदार होता. ताराबाई तडकाफडकी पन्हाळ्यास गेल्या. शेख मिरा हा ताराबाईंचा अत्यंत निष्ठावान सेवक समजला जाई. शाहूमहाराजांची ही तडफदार मोहीम पाहून ताराबाईंना धक्काच बसला. त्यात शाहूमहाराजांनी १२ जानेवारी १७०८ रोजी स्वतःस थाटामाटात राज्याभिषेक करून घेतला. ताराबाईंचे सामर्थ्य घटत होते, तरी त्या निराश झाल्या नव्हत्या. त्यांनी पन्हाळ्याच्या बाजूला पुन्हा सैन्याची व सहकाऱ्यांची जुळवाजुळव सुरू केली.

यातून मराठ्यांच्या सातारा व पन्हाळा अशा दोन स्वतंत्र गाद्या झाल्या. त्यातून ताराबाई आणि शाहू यांच्या यादवीचे नवे पर्व १७०८ नंतर सुरू झाले. शाहूमहाराजांनी छत्रपतिपद जाहीर केले होते, तरीसुद्धा ताराबाई आपले पुत्र शिवाजीराजे हेच खरे

छत्रपती आहेत, असा सातत्याने दावा करीत राहिल्या. हा संघर्ष पुढे दीर्घकाल चालत राहिला. या काळात दोन्ही पक्षांकडून छोट्यामोठ्या लढाया सातारा-पन्हाळा दरम्यानच्या प्रदेशात चालू राहिल्या. शाहूमहाराजांनी खंडेराव दाभाडे व अन्य काही सरदारांच्या सहकार्याने हा बखेडा मिटविण्याचा प्रयत्न केला. एवढेच नव्हे, तर ताराबाईंना स्वतंत्रपणे त्यांनी आपले मांडलिक राज्य म्हणून कारभार करण्याचा मार्ग सुचविला. त्याकरता वारणेच्या पलीकडील मुलूख शिवाजीराजे यांच्याकडे ठेवण्याचा सुकर मार्ग सुचविला; पण ह्या सर्व अटी ताराबाईंनी अमान्य केल्या. ताराबाईंचे प्रमुख सल्लागार प्रतिनिधी शाहूंच्या तुरुंगात होते आणि रामचन्द्र निळकंठांना खुद्द ताराबाईंनीच तुरुंगात डांबले होते. शंकराजींनी आत्महत्या केली. धनाजी जाधव, खंडो बल्लाळ शाहूंच्या पक्षाकडे गेले. त्यामुळे ताराबाईंकडे जुना एकही मातब्बर राजनिष्ठ सेवक उरला नाही. तेव्हा रामचंद्रपंतास त्यांनी मुक्त केले आणि त्यांच्या मांडीवर शिवाजी व सवतीचा (राजसबाई) मुलगा संभाजी यांना बसवून राज्यसंरक्षण करण्याची विनंती केली. रामचन्द्रपंतानी जुन्या सेवकांना विनंती करण्याचा प्रयत्न केला; पण तो निष्फळ ठरला; मात्र ताराबाईंना वाडीचे खेम सावंत व कान्होजी आंग्रे या दोन मातब्बरांना आपल्याकडे वळविण्यात यश मिळाले. त्याचप्रमाणे बहिरजी हिंदुराव घोरपडे यांचे पुत्र सिधोजी हिंदुराव यांनी ताराबाईंना चांगली साथ दिली.

शाहूमहाराजांनी सुचविलेला तहनामा ताराबाईंनी नाकारला. तेव्हा शाहूमहाराजांनी फेब्रुवारी-मार्च १७०८ मध्ये सरळ पन्हाळ्यावरच मोहीम आखली. त्यांनी वसंतगड-पावनगड हे किल्ले जिंकून घेतले आणि कोल्हापूरला लष्करी तळ बसविला. तिथून विशाळगडही काबीज केला. पन्हाळ्याच्या परिसरात शाहूंच्या लष्कराच्या हालचाली पाहून ताराबाईंनी पन्हाळ्याहून दुर्गम अशा रांगण्याकडे गुपचूपपणे कूच केले. दरम्यान पन्हाळा शाहूमहाराजांना अगदी सहजगत्या मिळाला. तेव्हा ताराबाईंनी रांगण्याची डागडुजी करून किल्ल्याचा बंदोबस्तही वाढविला; परंतु शाहूंनी तिकडे आपला मोर्चा वळविताच ताराबाईंनी मालवणला– सिंधुदुर्ग या किल्ल्याचा आश्रय घेतला; तथापि एवढ्या स्थलांतरानंतरही त्यांची जिद् व महत्त्वाकांक्षा यत्किंचितही कमी झाली नव्हती. त्यांनी शाहूंकडील काही सरदार फोडण्याचा प्रयत्न केला. काही प्रमाणात त्यात त्यांना यशही आले. रायाजी मल्हार व अमात्यांचे बंधू नारोपंत त्यांना येऊन मिळाले. शिवाय शाहूंना शह देण्यासाठी त्यांनी प्रत्यक्ष साताऱ्यावर स्वारीचा बेत आखला; परंतु मालवणहून रामचंद्रपंतास लिहिलेल्या ३१ मार्च १७०८ च्या पत्रावरून असे दिसते की, त्या या आघाडीवर सपशेल अयशस्वी झाल्या. रांगणा मात्र शाहूमहाराजांना सतत सात महिने वेढा देऊन जिंकता आला नाही. ताराबाईंना ही एक नामी संधी मिळाली. शाहूमहाराज साताराला परत गेल्यानंतर ताराबाईंनी रांगण्याकडे धाव घेतली. वाडीच्या सावंतांच्या मदतीने पुन्हा फौजेची जमवाजमव

करून पन्हाळ्याची मोहीम हाती घेतली आणि हळूहळू त्यांनी पन्हाळ्यासह कोल्हापूरचा प्रदेश आपल्या अंमलाखाली आणला. एवढ्यावरच त्या थांबल्या नाहीत, तर शाहूमहाराज मोगलांच्या बहादूरशाह व कामबक्ष यांच्या भाऊबंदकीत लक्ष घालत आहेत, हे पाहून त्यांनी वारणेच्या उत्तरेकडे सातारपर्यंत फौजा धाडल्या. बहादूरशाह व कामबक्ष यांच्यात हैदराबादजवळ ३ जानेवारी १७०९ रोजी लढाई झाली. तीत बहादूरशाह विजयी झाला आणि मोगल तख्तावर विराजमान झाला. तेव्हा शाहू व ताराबाई या दोघांनी आपणास चौथ-सरदेशमुखीच्या सनदा मिळाव्यात म्हणून त्यांच्याकडे वकील पाठविले. शाहूंच्या सनदा तयार झाल्या असतानाही ताराबाईंनी शिवाजीराजांकरिता सनदा मागितल्यामुळे त्यांस अंतिम स्वरूप प्राप्त झाले नाही आणि हे अधिकृत सनदा प्रकरण तसेच भिजत पडले; तथापि, ताराबाई शाहूमहाराजांशी युद्ध करण्यासाठी आपल्या संपूर्ण स्वातंत्र्याचा दावा करीत होत्या. शाहूमहाराज बहादूरशाहच्या कृपेने दक्षिणेत मराठ्यांची गादी बळकावण्याचा प्रयत्न करीत आहेत, असेही ताराबाईंचे म्हणणे होते. रामचन्द्रपंतांच्या सल्ल्याने व धोरणाने ताराबाईंनी कोल्हापूरच्या आसपासच्या प्रदेशांत आपला अंमल पक्का केला आणि इ. स. १७१० मध्ये पन्हाळ्यावर शिवाजीराजे यांच्या छत्रपतिपदाची द्वाही फिरविली. छत्रपतींची राजधानी सातारा नसून पन्हाळा आहे, हीच गोष्ट त्यांना या घटनेने पुन्हा एकदा सिद्ध करावयाची होती.

या सुमारास ताराबाईंच्या पक्षात रामचंद्रपंत अमात्य, उदाजी चव्हाण, कान्होजी आंग्रे, वाडीचे खेम सावंत, संताजी पांढरे, शहाजी निंबाळकर, अप्पाजी व दमाजी थोरात, परशुरामपंत प्रतिनिधी इत्यादी मातब्बरांचा समावेश होता; परंतु त्यांपैकी परशुरामपंत प्रतिनिधी शाहूमहाराजांच्या कैदेत होते. पंत सचिवांनी १७११ मध्ये जलसमाधी घेतली, तरीसुद्धा अमात्य व उदाजी चव्हाण यांचा त्यांना आधार होता; बाळाजी विश्वनाथ व चन्द्रसेन जाधव यांचे भांडण झाले आणि त्यातून चंद्रसेन जाधव ताराबाईंना मिळाले. त्यांना ताराबाईंनी सेनापतिपद दिले आणि त्या दोघांनी शाहूमहाराजांचे बळ खच्ची करण्याचे प्रयत्न केले. अशा प्रकारे या दोन पक्षांची कट-कारस्थाने एकमेकांविरुद्ध चालू होती. इ. स. १७११ ते इ. स. १७१३ ही तीन वर्षे म्हणजे एका परीने कोल्हापूर आणि सातारा यांच्या अटीतटीच्या सामन्याचीच होती. ताराबाईंच्या पक्षाला कान्होजी आंग्रांच्या स्वरूपात फार मोठे वरदान मिळाले होते आणि कान्होजी, चन्द्रसेन, हैबतराव निंबाळकर यांच्यासारख्या पराक्रमी लोकांच्या साहाय्याने सातारची गादी हस्तगत करणे सहज शक्य आहे, असे ताराबाईंना वाटू लागले. त्यांची उमेद वाढली आणि आत्मविश्वासही बळावला; परंतु बाळाजी विश्वनाथाने मुत्सद्दीपणा आणि युक्तीने कान्होजी आंग्रे यांस ताराबाईंच्या पक्षातून फोडून शाहूमहाराजांकडे आणले. मराठा आरमाराचे सरखेलपद व इतर मानमरातब

देऊन त्यांना शाहूंच्या छत्राखाली अभय दिला आणि २८ फेब्रुवारी १७१४ रोजी त्यांच्याबरोबर एक करारही झाला. या कराराने त्यांच्या निष्ठेवर शिक्कामोर्तब झाले. त्यामुळे ताराबाईचा पक्ष काही अंशी कमकुवत झाला. तरीसुद्धा चन्द्रसेन जाधवांच्या कर्तबगारीवर त्यांचा फाजील विश्वास होता. त्यामुळे ताराबाई जुन्या सरदारांकडे दुर्लक्ष करू लागल्या आणि जुन्या मातब्बर व कर्तबगार लोकांचा तशा परिस्थितीत त्यांना सल्ला मानवणे शक्य नव्हते. तशातच खुद्द राजघराण्यातून स्वत:च्या घरात ताराबाई आणि राजसबाई या सवतींमध्ये धुसफूस चालू झाली होती. ताराबाई सर्वसत्ता आपल्या हाती असावी, म्हणून सदैव तत्पर व कार्यरत असत. संभाजीराजे आणि मातोश्री राजसबाई यांना काहीच स्थान नव्हते. याची परिणती एक दिवशी पन्हाळ्याच्या राजवाड्यात नाट्यपूर्णरीत्या अवचित सत्तांतरात झाली. ताराबाई व त्यांचे पुत्र शिवाजीराजे यांना राजसबाईंच्या कैदेत पडावे लागले. राजसबाईंचे पुत्र संभाजीराजे कोल्हापूरच्या गादीवर रक्तहीन क्रांतिद्वारे विराजमान झाले आणि संभाजीराजांची नवीन राजवट सुरू झाली. ह्याची नेमकी तारीख आणि ही घटना व स्थित्यंतर घडण्यास तत्कालीन कोणत्या घडामोडी कारणीभूत झाल्या, यांविषयीचा कागदोपत्री निश्चित पुरावा उपलब्ध नाही; परंतु संभाजीराजांनी दिलेली १ ऑगस्ट १७१४ ची रामचन्द्र अमात्यांची सनद पाहता, या घटना १७१४ च्या मध्यास केव्हातरी घडल्या असाव्यात. 'कालपरत्वे आमचा प्रसंग विस्कळित होऊन संभाजीराजे व राजसबाई यांनी गिरजोजी यादव, अंताजी त्रिमळ व गडकरी तुरोजी शितोळे यांसी पुढे करून किल्ले पन्हाळा येथे संभाजीराजे यांसी राज्यपदास बसविले. आम्हासी संकटी घातले, बहुत निकड केली,' असे एका पत्रात ताराबाईंनी लिहिले आहे. शिवाय एकूण परिस्थितीचा कानोसा घेता या कार्यात रामचन्द्रपंत अमात्य व बाळाजी विश्वनाथ या दोन मातब्बर मुत्सद्यांचाही अप्रत्यक्ष हात असावा, असे तत्कालीन घटनांवरून वाटते. ताराबाईंसारख्या कर्तबगार, जबरदस्त मानिनीला सत्तेवरून बाजूला करणे, ही काही सोपी गोष्ट नव्हे; परंतु सत्तांतराची ही रक्तशून्य क्रांती झाली, ही वस्तुस्थिती होती.

ताराबाईंसोबत पन्हाळ्याला शिवाजीराजे व त्यांच्या दोन राण्या– भवानीबाई व पार्वतीबाई याही कैदेत होत्या. कैदेत असतानाच शिवाजीराजे देवी येऊन १४ मार्च १७२६ रोजी मरण पावले. त्यावेळी भवानीबाई गरोदर होत्या. त्या सुमारे तीन महिन्यांनंतर प्रसूत होऊन ताराबाईंना नातू झाला. तेच भावी छत्रपती रामराजे होत. या मुलास संभाजी राजांकडून, विशेषत: राजसबाई व जिजाबाई (संभाजी महाराजांची पत्नी) यांच्याकडून दगाफटका होऊन विपरित घडू नये, म्हणून ताराबाईंनी जन्मत:च मूल वारल्याचा बहाणा करून त्यास परदेशी विश्वासू राजपूत होता, त्याच्या स्वाधीन गुप्तरीत्या केले. या सुमारास राजपुताची पत्नीही प्रसूत होऊन तिचे मूल वारले होते.

त्यामुळे ही नामी युक्ती सफल झाली आणि रामराजांच्या संगोपन-संवर्धनाचा प्रश्न मिटला. रामराजे कोकणात पानगावी दर्याबाई निंबाळकर यांच्यापाशी लहानाचे मोठे झाले. या गुप्त कारस्थानात पारसनीस, वाकनीस, काकासाहेब भोसले जिंतीकर आणि भवानीबाई यांचे सहकार्य लाभले. शिवाय भगवंतराव अमात्य (रामचन्द्रपंताचे चिरंजीव) यांनी अत्यंत गुप्तरीत्या मुलाची पुढील सर्व संगोपन-संवर्धनाची व्यवस्था केली होती. अशा प्रकारे ताराबाई पन्हाळ्यात तुरुंगात होत्या, तरी त्यांची कारस्थाने चालू होती. मात्र राजकीय दृष्ट्या त्या हतबल झाल्या होत्या. भगवंतराव अमात्यांसारखे निष्ठावान सेवक त्यांना आतून गुप्तरीत्या सहकार्य देत होते; एवढेच नव्हे, तर काही मातब्बर सरदार मंडळी त्यांच्याविषयी सहानुभूती बाळगून होती; पण उघडपणे कोणीच त्यांना सक्रिय मदत करण्यास राजी नव्हते.

पुढे संभाजीराजे आणि शाहूमहाराज यांत १७२९-१७३० दरम्यान लढाईला तोंड फुटले. निर्णायक लढाई होऊन संभाजींचा दारुण पराभव झाला. तेव्हा युद्धभूमीवरून संभाजीराजे आणि त्यांचे सेनापती उदाजी चक्काण पळून पन्हाळ्याच्या किल्ल्यात दडले. तेव्हा शाहूमहाराजांनी राजसबाई व ताराबाई या उभयता मातोश्रींची भेट घेतली. त्यांचा सन्मान केला आणि राजसबाई व संभाजी महाराज यांच्या पत्नी जिजाबाई यांनासुद्धा पन्हाळ्यास रवाना केले. त्यावेळी ताराबाईंनी शाहूमहाराजांस विनंती केली, की त्यांनी आपणास आपल्याजवळ राहण्यास अनुज्ञा द्यावी. म्हणून शाहूमहाराजांनी ताराबाईंना साताऱ्यास आणले. त्यानंतर काही दिवसांनी इतिहास प्रसिद्ध वारणेचा तह दि. १३ एप्रिल १७३१ रोजी झाला आणि त्यात संभाजी पत्नी जिजाबाईंच्या मुत्सद्दीगिरीमुळे दोन चुलत भावांतील संघर्ष काही काळ संपुष्टात आला. या तहाला गती मिळण्याच्या कामी ताराबाई यांची भूमिकाही नक्कीच विधायक होती.

यानंतर सुमारे पंधरा-सोळा वर्षांच्या मधल्या काळात ताराबाईंकडून विशेष काही हालचाल घडलेली पाहावयास मिळत नाही; कारण एक तर त्या साताऱ्यास असल्या तरी जवळ जवळ नजरकैदेतच होत्या; तथापि त्यांचा यथास्थित मान-सन्मान शाहू-संभाजींकडून वडिलधारी मातोश्री म्हणून होत असे. शाहूमहाराजांना आपल्या काकीच्या कर्तबगारीची आणि पाताळयंत्री स्वभावाची चांगली कल्पना होती. म्हणून ते सदैव सावध असत. न जाणो आपल्या राण्यांना मोहजालात पाडून त्या एखादे कारस्थान रचतील! १७४९ च्या ऑगस्ट महिन्यात शाहूमहाराजांचा आजार अधिक बळावला. शाहूंच्या पत्नी– राणी सकवारबाईंनी त्यांना रंगमहालातून दुसरीकडे हलविले. त्यामुळे पेशवे नानासाहेब आणि चिटणीस यांना महाराजांची भेट होईना. सकवारबाईंनी ताराबाईंच्या हालचालींवर लक्ष ठेवण्यासाठी अंताजी शिवदेव यास खास करून नेमले होते. एवढे सर्व करून ताराबाईंनी कोल्हापूरकडे

संभाजीराजांशी संधान बांधले. याची पूर्ण कल्पना शाहूमहाराजांना होती; कारण शारीरिक थकवा असला, तरी त्यांची बुद्धी पूर्णत: शाबूत होती. म्हणून त्यांनी रामराजास गादीवर बसवावे, अशा प्रकारची आज्ञा करणारी दोन फर्माने लिहून ठेवली. तत्पूर्वीच ताराबाईंनी समाचाराचे निमित्त साधून शाहूमहाराजांकडे धाव घेतली आणि पृच्छा केली, ''तुम्ही दत्तक घेण्याचा निश्चय केला. त्यास आपला वंश प्रत्यक्ष असता परकी का घ्यावा?'' यावर शाहूमहाराजांनी त्यांच्याकडून वस्तुस्थिती जाणून घेऊन त्यांचा नातू रामराजे यांस दत्तक घेण्याचे निश्चित केले. या प्रकरणात ताराबाईंनी अत्यंत चाणाक्षपणे आपल्या नातवाची सर्व बाजू मांडली, वस्तुस्थिती पटवून दिली. या सर्व प्रकरणात पेशवे नानासाहेब यांचे वजन आणि एकूण कार्यशक्ती जबर होती. तेव्हा ताराबाईंनी नानासाहेबांच्या पत्नी गोपिकाबाई यांच्याशी संधान साधून त्यांच्याकरवी नानासाहेबांना सर्व गोष्टी पटवून दिल्या. गोपिकाबाई, नानासाहेब व ताराबाई यांच्यात दीर्घ विचारविनिमय झाला; परंतु या योजनेमागे ताराबाईंचा काहीतरी डाव आहे, अशी समजूत संभाजीराजे यांची होती आणि त्यांना फूस सकवारबाई या शाहूंच्या राणीची होती.

रामराजे यांना दत्तक घेण्यास सर्वांत मोठा विरोध सकवरबाई या शाहूंच्या लाडक्या राणीचा होता आणि त्यांनी कोल्हापूरच्या संभाजी राजांची त्याकरिता फौजेसह मदत मागितली. तेव्हा ताराबाईंनी जे राजकारण केले ते त्यांच्या चाणाक्ष बुद्धीचे द्योतक होते. संभाजीराजे फौज घेऊन आले; पण पेशव्यांनी त्यास वारणेजवळ अडकवून ठेवले. दरम्यान शाहूमहाराजांचे निधन झाले. (१५ डिसेंबर १७४९.) तेव्हा या दत्तक प्रकरणास वेगळे वळण लागले. तत्संबंधी ताराबाई लिहितात, ''सकवार राहिल्यास राज्याचा डोहणा करेल. राज्य बुडवील. कोणाचे पाय भुईस लागू देणार नाही. याकरिता बरोबर राहील तर फार चांगले. सहगमनाचा विचार कळेल तसा तिने करावा. मग पुढे विचार करणे तो करावा. करवीरहून संभाजीस आणावयाचे सर्वांचे सल्लेस येणार नाही आणि मीही सल्ला देत नाही. माझे सुनेचा मुलगा पानगावास आहे. त्यास आणून गादीवर बसवावा. दुसरे काय? याप्रमाणे आज्ञा झाल्यानंतर पंतास (नानासाहेबांस) लेहून आलेला मजकूर (चिटणीसाने) सांगितला. नंतर प्रतिनिधी, अक्कलकोटकर, दाभाडे, राजाझे आदिकरून लहानथोर एकविचारे मनसोबा ठरला की, सकवरबाईसाहेबास सती घालवावी. न जातील, तर बळे न्यावी. महाराजांमागे दुर्लौकिक बखेडा करतील; मग विचारी पडावे, नीट नाही. आताच शेवट केला पाहिजे.'' सकवारबाईंनी अखेर लोकरेट्यामुळे शाहूमहाराजांसोबत माहुलीला सहगमन केले.

त्यानंतर नानासाहेब पेशव्यांनी कोकणात पानगावास आपल्या विश्वासातील सरदार फौजेसह पाठवून तेथून रामराजांना आणले. ताराबाईंनी शपथपूर्वक हा

आपला नातू आहे, असे हातात गंगाजल (पाणी) घेऊन सांगितले; शिवाय एकाच ताटात सहभोजन करून सर्वांचा विश्वास संपादन केला. त्यानंतर ४ जानेवारी १७५० रोजी रामराजांना पेशवे व अन्य सरदारांनी तक्तारूढ केले. याबाबतीत सुरुवातीस नानासाहेबांच्या पत्नी गोपिकाबाईंचा सल्ला ताराबाईंनी घेतला होता. म्हणून राज्याभिषेक समारंभास गोपिकाबाई चिरंजीव माधवरावांसह हजर होत्या. त्यांचा यथास्थित सत्कार ओटी भरून, भेटी देऊन ताराबाईंनी घडवून आणला.

राज्यरोहणानंतर साताराच्या राजकारणात वादळी वारे वाहू लागले. रामराजांची अनेक बाजूने ओढाताण होऊ लागली. ताराबाईंनी सर्व सत्ता आपल्या हाती घेण्याचा प्रयत्न सुरू केला आणि त्याच वेळी पेशव्यांनीही छत्रपतींना आपल्या कह्यात ठेवण्यासाठी हर एक डावपेच टाकले. राजकारणातील अनभिज्ञ रामराजे ताराबाई आणि नानासाहेब या दोन जबरदस्त महत्त्वाकांक्षी व्यक्तींच्या कचाट्यात सापडले. नानासाहेबांची अपेक्षा ताराबाईंनी प्रत्यक्ष राज्यकारभारात हस्तक्षेप न करता फक्त प्रसंगोपात सल्लागाराची, मार्गदर्शकाची भूमिका बजावावी आणि निवृत्त शांत जीवन ऐषारामात व्यतीत करावे अशी होती. पेशव्यांनी रामराजांना आपल्या आजीस तसे सुचविण्यास सांगितले. परिणामत: ताराबाईंनी ती गोष्ट अपमानास्पद मानून रामराजांसंबंधी अधिक कडक धोरण स्वीकारण्याचे ठरविले आणि पेशव्यांनाही नेस्तनाबूत करण्याची योजना आखली. ताराबाईंनी बाबूजी नाईक, प्रतिनिधी, आणि पेशव्यांच्या विरोधात असलेले इतर काही सरदार आपल्या बाजूला वळविले आणि एक नवाच पक्ष निर्माण केला. एवढ्यावरच त्या थांबल्या नाहीत, तर 'रामराजे आपले खरे नातू नाहीत, ते भोसले कुळातीलही नाहीत' असे सांगण्यापर्यंत त्यांची मजल गेली. पुढे त्यांनी रामराजांना गादीवरून दूर करण्यासाठी डावपेचांची आखणी सुरू केली. ताराबाईंच्या या नव्या पवित्र्यामुळे सर्वजण थक्क झाले आणि संभ्रमात पडले. ताराबाई काही दिवस नवऱ्याच्या छत्रीचे दर्शन घेण्याचा बहाणा करून सिंहगडावर जाऊन राहिल्या आणि २९ ऑक्टोबर १७५० रोजी पुन्हा साताऱ्यात परत आल्या. त्यांचा मुक्काम मुख्यत्वे अजिंक्यतारा किल्ल्यावर असे. रामराजांनी त्यांची सर्वतोपरी व्यवस्था उत्तम ठेवली होती. तेव्हा ताराबाईंनी आपल्या डावपेचांत राजकीय दृष्ट्या बदल करण्याचे ठरविले. रामराजांना आपल्याकडे वळवून पेशव्यांपासून पूर्णत: अलग पाडावे, अशी त्यांची प्रथम योजना होती. तशी त्यांनी त्यांना आमिषे दाखविली; पण नानासाहेब पेशव्यांनी रामराजांना याबाबतीत प्रथमपासूनच सावध केलेले होते व तसा सल्लाही दिला होता. ताराबाई त्यावेळी वर किल्ल्यावर राहात असत आणि रामराजे किल्ल्याच्या पायथ्याशी शाहूनगरात राहत असत. ताराबाईंचे सल्लागार 'मातुश्रींच्या आज्ञेप्रमाणे वर्तणूक करावी. त्यांच्या मर्जीस विरुद्ध पडेल असे न करावे,' असा उपदेश करीत; परंतु रामराजांना ते पसंत नव्हते व मान्यही

नव्हते. अखेर ताराबाईंनी एक वेगळीच शक्कल लढविली. २२ नोव्हेंबर १७५०
रोजी ताराबाई यांनी रामराजांना चंपाषष्ठीचे निमित्त साधून पूजेला आणि भोजनाला
सहकुटुंब निमंत्रण दिले. रामराजे यांनी किल्ल्यावर जाऊ नये, असा सल्ला त्यांची
बहीण दर्याबाई आणि अन्य सल्लागारांनी दिला; पण छत्रपतींनी ते मानले नाही.
निमंत्रणाप्रमाणे ते किल्ल्यावर नि:शस्त्र गेले. कार्यक्रम आटोपून ते परत येत असता
किल्ल्याच्या महाद्वारापाशी त्यांना रोखून धरण्यात आले. दारे बंद करून रामराजांना
ताराबाईंनी बंदिस्त करून ठेवले आणि सर्व कारभार आपल्या हाती घेतला.

छत्रपतींच्या अटकेचे वृत्त सर्वत्र प्रसृत झाले; मात्र ताराबाईच्या आज्ञेप्रमाणे
किल्ल्यावरील कोणतीही बारीकसारीक बातमी किल्ल्याबाहेर जाऊ नये, अशी
व्यवस्था करण्यात आली होती. सातारा येथील अजिंक्यतारा किल्ल्यातील या
उचापतीमुळे पेशवे बाळाजी बाजीराव काहीसे हतबल झाले आणि रामराजांची त्यांना
चिंता वाटू लागली. ताराबाईंनी किल्ल्यावर आपल्या विश्वासू सेवकांद्वारे कडक
बंदोबस्त ठेवला. त्यामुळे किल्ल्यावरील बातम्या खाली कळत नव्हत्या. हे वृत्त
समजताच पेशव्यांनी किल्ल्याभोवती बंदोबस्तासाठी फौज आणून ठेवली; पण
ताराबाईशी संपर्क होईना. अखेर पेशवे व ताराबाई यांत पत्रव्यवहार झाला. ताराबाईंनी
रामराजांसह गडाखाली यावे, म्हणजे सर्व गोष्टी मनासारख्या होतील, असे पेशव्यांनी
कळविले. प्रसंग खरोखरीच अवघड होता. या वेळच्या सातारच्या किल्ल्यातील
परिस्थितीविषयी पेशव्यांचा वकील त्रिंबक सदाशिव याने दि. ३ फेब्रुवारी १७५१
रोजी नानासाहेबांना लिहिलेल्या पत्रात सविस्तर हकिकत कळविली आहे. तीत त्याने
ताराबाईच्या उचापतींची पूर्ण कल्पना पेशव्यांना दिली असून रामराजे हे आपले
ऐकत नाहीत, तेव्हा आपण संभाजीराजांना कोल्हापूरहून आणवून गादीवर बसविण्याचा
घाट घातला आहे, असे कळवले. त्यात म्हटले आहे, "संभाजीराजे आणले तर
कुणाच्याने काही होत नाही. सुखरूप खाली असावे. मग कोणकोण आईसाहेबाचे
समजतात ते मिळतील! ते कळतच आहे. सखवरबाई जीत सती. आपली खावंद
आई. तिने सांगितले ते केले. काही बेमानी नाही. बरेच होईल. म्हातारी (ताराबाई)
बेमान. अवक्रिया केली तिचे फल तीस जाहले व स्वामीनेही (पेशव्याने) हे कर्म
सखवरबाई याचे नयैकले. ते वेळच्या गोष्टीचे स्मरण स्वामीस असेल.... मातोश्रीने
इमान कोणता धरला. जोवर त्याचे इमान तोवर आपलाही दुसरा विचार नव्हता.
आता त्यानीच इमान सोडून आपले पाठी लागली. दुसरा मनसबाच... म्हातारी पुरती
कपटी, संभाजीराजाकडे सूत्रे खेळतच आहे. पाहील पाहील आणि त्या राजश्रीस
ठिकाणी पुरती ठेवील.''

रामराजे यांना छत्रपतींची गादी मिळाल्यास ताराबाईचे वर्चस्व वाढेल आणि
त्यांच्या हाती सत्तेची सर्व सूत्रे जातील, याची पूर्वकल्पना सकवरबाईना येणे

स्वाभाविक होते. म्हणूनच त्यांनी या दत्तकविधीस विरोध करून संभाजीराजांच्या बाबतीत प्रथमपासून आग्रह नव्हे, हट्टच धरला होता. ताराबाईंचा हेतू स्पष्ट होता. कोल्हापूरला फार काळ त्यांच्या हातात सत्ता राहिली नाही. ती इच्छा पूर्ण करण्याच्या दृष्टीने त्यांना रामराजांच्या निमित्ताने आणखी एक नामी संधी प्राप्त झाली. रामराजा आपलाच नातू, शिवाय राजकारणात अननुभवी, तेव्हा खरी सत्ता आपल्याच हाती राहील, हे ताराबाईंनी लक्षात घेऊनच शाहूमहाराजांना रामराजांचे नाव सुचविले होते, हे स्पष्ट आहे; पण रामराजांच्या बाबतीत त्यांचा लवकरच भ्रमनिरास झाला. ते बलवान पेशव्यांच्या कच्छपि गेले आणि नानासाहेब पेशवे व ताराबाई असा सत्तासंघर्ष सुरू झाला. पेशवे व ताराबाई यांचे प्रथमपासून हाडवैर होते. ताराबाईंना पेशव्यांचे वर्चस्व मान्य नव्हते. म्हणून त्यांनी संभाजीराजे यांना साताऱ्याला आणण्याचे जोरदार प्रयत्न सुरू केले. जुन्या मराठा सरदारांना पेशव्यांविरुद्ध एकत्र करून पेशव्यास हटविण्याचा कट त्यांनी रीतसर रचला.

ताराबाईंनी किल्ल्यावर राहून आपल्या परीने लष्करी सामर्थ्य वाढविण्याचा प्रयत्न केला. त्यांची लष्करी सामर्थ्याची सर्व भिस्त दमाजी गायकवाड या उमद्या सेनानीवर होती. ताराबाईंच्या सांगण्यावरून दमाजी गायकवाड याने पंधरा हजार फौजेनिशी गुजरातेतून महाराष्ट्रात खानदेशात प्रवेश करून लुटालूट केली. त्याच्या फौजांनी बळवंतराव मेहन्दळे, बापूजी भीमराव व महिपतराव कावडे यांच्या संयुक्त फौजेचा बहादूरपुरा येथे पराभव केला आणि पुण्याच्या दिशेने मोर्चा वळविला. त्याला ताराबाईंच्या सांगण्यावरून यशवंतराव दाभाडे, त्याचे मुलगे व उमाबाई दाभाडे येऊन मिळाल्या. उमाबाई ह्या अत्यंत महत्त्वाकांक्षी, राजकारणी व जिद्दीच्या बाई होत्या. त्यांचा व ताराबाई यांचा पेशव्यांना नेस्तनाबूत करण्याचा हेतू समान असल्यामुळे दृढ संबंध प्रस्थापित झाले होते. १० मार्च १७५१ रोजी दमाजी यशवंतरावासह पुण्याजवळ निंबगाव दावडीला आला. तेव्हा पुण्यातील शनिवारवाड्यातील पेशव्यांच्या कुटुंबीयांनी सिंहगडवर आश्रय घेतला आणि गावात सर्वत्र गोंधळाचे वातावरण निर्माण झाले; पण दमाजीने आपला मोर्चा साताऱ्याकडे वळविला. पिलाजी जाधवाने हे कृत्य करू नये असे कळविले. तेव्हा दमाजी म्हणाला, "मी ताराबाईंना शब्द दिला आहे. तो पाळणे माझे कर्तव्य आहे." त्यास पुढे ताराबाईंच्या आज्ञेवरून शेख मिरा सैन्यासह मिळाला. दमाजीने वेण्यानदीकाठी साताऱ्याजवळ वर्ये व म्हस्वे या दोन गावांत तळ ठोकला. तेव्हा नाना पुरंदरे यांनी आपली साताऱ्यातील कुमक घेऊन जेजुरीकडे पलायन केले. त्याला पेशव्यांच्या अन्य सरदारांनी धीर दिला. तेव्हा त्याने वडूथला तळ ठोकून दमाजीच्या सैन्यावर अचानक हल्ला चढविला; परंतु लिंबजवळ त्याचा सपशेल पराभव झाला. या दोन सलग विजयांमुळे दमाजीस चेव आला; पण पेशव्यांच्या बळवंतराव मेहेंदळे,

त्रिंबकराव पेठे व अन्य सरदारांनी १९ मार्च १७५१ रोजी दमाजीचा पराभव करून त्याच्या छावणीतील शस्त्रास्त्रांसह अनेक गोष्टी लुटल्या. तेव्हा दमाजी दाभाडेंसह साताऱ्याच्या पश्चिमेकडील यवतेश्वरच्या महादरा खोऱ्यात आश्रयार्थ गेला. तिथे त्याने पुन्हा फौज जमवून ताराबाईंच्या आशीर्वादाने पवईजवळ (विद्यमान पवईनाक्याजवळ) पेशव्यांच्या फौजेवर जबरदस्त हल्ला केला. त्यात त्याचा दारुण पराभव झाला. त्याच्या दोन मुलांनी व जावयाने ताराबाईंच्या किल्ल्यात आश्रय घेतला (३० मार्च १७५१). बाळाजींना कर्नाटकात जेव्हा ही बातमी समजली, तेव्हा त्यांनी आपल्या सरदारांचे पत्राद्वारे कौतुक केले. या स्वारीत बाळाजींनी हैदराबादपासून त्रिचनापल्लीपर्यंतचा प्रदेश मराठी अंमलाखाली आणून उर्वरित कार्यासाठी सदाशिवभाऊस ठेवले. याच स्वारीत निझाम व त्याचा दिवाण रघुनाथदास यांनी पेशव्यास पूर्ण सहकार्य देण्याचे वचन दिले. त्यामुळे ताराबाईंचे निझामाची मदत घेण्याचे प्रयत्न निष्फळ ठरले. बाळाजी बाजीराव यशस्वी दौरा करून २४ एप्रिल १७५१ रोजी साताऱ्यात आले. त्यावेळी पेशव्यांच्या फौजांनी दमाजी गायकवाड व त्याचा सेनापती दाभाडे यांची केविलवाणी अवस्था केली होती. त्यांने पेशव्यांबरोबर समझोत्यांची बोलणी सुरू केली, परंतु त्यातून भरीव असे काहीच निष्पन्न झाले नाही. तेव्हा पेशव्यांनी खुद्द ३० एप्रिल १७५१ रोजी त्याच्या छावणीवर हल्ला करून त्याच्या खंडेराव व जयसिंग या भावांना अटक केली. त्यावेळी दमाजी स्वत:हून हजर झाला. त्याच्याशी करार करून पेशव्यांनी दमाजीस दाभाडेसह पुढे लोहगडच्या किल्ल्यात नजरकैदेत ठेवले. दमाजी पुढे पळून गुजरातेत गेला. पेशव्यांनी उमाबाईस पकडून पुण्यातील होळकरांच्या वाड्यात नजरकैदेत आणून ठेवले. पुढे बाळाजीस आपल्या हातून ही वाईट गोष्ट घडली, अशी चुटपूट लागून राहिली. म्हणून इ. स. १७५२ मध्ये उमाबाईंची समजूत घालून गायकवाड यांनी पूर्वीप्रमाणे उमाबाईचे हुकूम पाळावेत असे सांगितले. त्याचप्रमाणे दाभाडे यापुढे राज्यात कोणत्याही प्रकारचा बखेडा करणार नाहीत व ताराबाई किंवा रामराजे यांच्याशी कोणत्याही प्रकारचा संबंध ठेवणार नाहीत, असे उमाबाईकडून बाळाजी बाजीराव पेशवे यांनी वचन घेतले व नंतरच उमाबाईची सशर्त सुटका केली. उमाबाईने आमरण हा करार पाळला.

अशा प्रकारे दमाजी गायकवाड व दाभाडे यांचा बंदोबस्त झाल्यामुळे ताराबाईची फटफजिती झाली; तथापि त्यांना ठाऊक होते, की लोकलज्जेस्तव पेशवे आपल्याला तुरुंगात टाकणार नाहीत. म्हणून त्यांनी रामराजांची जेवढी निंदानालस्ती करता येईल तेवढी चालू ठेवली. तसेच राज्यकारभाराच्या बाबतीत आपण किती कडक व काटेकोर आहोत, हे दाखविण्यासाठी साताऱ्याचा हवालदार आनंदराव जाधव व त्याचे साथीदार यांचा १६ जुलै १७५१ रोजी शिरच्छेद केला; कारण ते रामराजांविषयीचे तपशील प्रसृत करीत होते. किल्ल्यावरील ताराबाईंचे विश्वासू सेवक पुराणिक,

मानसिंग जाधव, मोरो शिवदेव थिटे हे डोळ्यांत तेल घालून सुरक्षा व्यवस्था पाहत असत. पेशव्यांनी समझोता होत नाही हे पाहून वाईजवळील चंदन-वंदन किल्ल्यांवर धोंडोपंत वाघ याच्या नेतृत्वाखाली पुरेसे लष्कर तैनात केले. अखेर ताराबाईंना हे कळून चुकले, की रघुजी, फत्तेसिंग, होळकर यांसारखे मराठे सरदारसुद्धा पेशव्यांना वचकून वागतात व त्यांच्या बाजूला आहेत; दमाजी-उमाबाई आता आपणांस मिळणे शक्य नाही. तेव्हा ताराबाईंनी पेशव्यांशी सबुरीने घेण्याचे ठरविले. यावेळी साताऱ्यातील पेशव्यांचा वकील बाळाजींस लिहितो, ''साताऱ्यातील राज्यकारभार ताराबाईकडे सुपूर्त केल्यास, त्या समझोत्यास तयार होतील.'' तेव्हा संयमी वृत्तीच्या बाळाजींनी ही संधी पकडून पडते घेतले; कारण त्यांना छत्रपती या गादीची प्रतिष्ठा आणि रामराजांच्या जिवाची काळजी होती. त्यानंतर पेशव्यांशी समेट घडविण्याचे दोन्ही बाजूंनी प्रयत्न सुरू झाले. ताराबाईंनी काही अटी घातल्या; तर पेशव्यांनी रामराजांना बंदीतून मुक्त करावे, ही मागणी केली. अर्थात, ती ताराबाईंनी अमान्य केली. पेशव्यांना हे ठाऊक होते, की रामराजांनी किल्ल्यावर ताराबाईंविरुद्ध बंड पुकारले असते, तर गडकऱ्यांनी त्यांना मदतच केली असती; परंतु तसे करण्याचे धारिष्ट्य त्यांच्यात नव्हते. आजीचा मान राखण्यासाठी त्यांनी तटस्थता पत्करली होती. बाळाजी बाजीरावांना आपल्या सामर्थ्याची पूर्ण कल्पना होती, हे त्यांनी नाना पुरंदरे ह्यांना लिहिलेल्या अनेक पत्रांवरून स्पष्ट होते. त्यांनी ताराबाईंना पुन्हा कैदेत टाकले असते; परंतु एकूण पेशवे दप्तरातील पत्रव्यवहार पाहता नानासाहेबांच्या संयमाचे कौतुक करावेसे वाटते. अखेर ताराबाईंनी अजिंक्यताऱ्यावर असताना आपल्या मागण्यांचे एक पत्रक मोरो शिवदेव थिटे आणि चिंतो अनंत यांजबरोबर पेशव्यांकडे पाठविले. त्यावेळी पेशव्यांनी रामराजांची प्रथम मुक्तता करावी, अशी मागणी केली; पण ताराबाईंनी ती पूर्णत: अमान्य करून अन्य गोष्टींना संमती दर्शविली. त्यावर उभयतांच्या स्वाक्षऱ्या झाल्यावर बाळाजींनी महादजी निंबाळकर, धोंडो गोविंद व दिनकर महादेव यांना ताराबाई व रामराजे यांना किल्ल्यावरून शाहूनगरात घेऊन येण्यासाठी धाडले. १३ ऑक्टोबर १७५१ रोजी ताराबाई रामराजांसह किल्ल्यावरून खाली शाहूनगरीत आल्या व फत्तेसिंह भोसल्यांच्या वाड्यात राहू लागल्या. त्यांनी राज्याची सर्व सूत्रे पेशव्यांच्या हाती देण्याचे मान्य करून सातारा येथील कारभाराची सर्व सूत्रे आपल्या हाती घेतली. पुढे ताराबाई फत्तेसिंहाच्या वाड्यात रीतसर दरबारही भरवू लागल्या आणि आपल्या हुकमतीने सनदापत्रे वगैरे देऊ लागल्या आणि बारीकसारीक गोष्टींत लक्ष घालून काही निवाडेही करू लागल्या. पेशव्यांनीही त्यांस प्रत्यक्ष-अप्रत्यक्षरीत्या संमतीच दर्शविली. ताराबाईंनी पद्धतशीररीत्या छत्रपतींची शक्ती खच्ची करण्याचा जणू चंगच बांधला. त्याबरोबरच रामराजांची दुर्बलता दृष्टिआड झाली नाही. ताराबाईंसमोर पेशव्यांसह

सर्व मान्यवर व्यक्ती आपली प्रसंगोपात हजेरी लावीत. त्या आपणच छत्रपती असल्याचे भासवीत. पेशव्यांनी १७५१-१७५२ मध्ये हैदराबादसह दक्षिण हिंदुस्थानात अनेक विजय संपादन केले होते. त्याबद्दल ताराबाईंनी त्यांचे अभिनंदन केले. पेशवे बाळाजी बाजीराव ताराबाईंना असे दर्शवित, की 'मी तुमचा सल्ला मानतो.' आणि शक्यतो ते ताराबाईंना खूश ठेवण्याचा प्रयत्न करीत. या काळात ताराबाईंचे संभाजीराजांशी (कोल्हापूर) संबंध अधिक दृढतर झाले होते; पेशव्यांविरुद्धचे त्यांचे अंतस्थ कारस्थान अद्यापि संपलेले नव्हते, म्हणून संभाजीराजांना त्यांनी छत्रपती करीन या संभ्रमात ठेवले होते. बिचारे संभाजीराजे ही संधी आज ना उद्या प्राप्त होईल, या आशेवर होते. एवढेच नव्हे, तर एक-दोन वेळा सातारला ससैन्य जाण्याचा त्यांनी प्रयत्नही केला, पण त्यांची पत्नी जिजाबाई यांना ताराबाईंचा स्वभाव पूर्ण ज्ञात होता. त्यांनी पतीस ताराबाईंच्या भेटीपासून अखेरपर्यंत वंचित ठेवले; तथापि, ताराबाई व संभाजीराजे यांत पत्रांची देवघेव चालू होती.

ताराबाईंनी पेशव्यांचे सामर्थ्य लक्षात घेऊन पुढे त्यांच्याविरुद्ध फारशा हालचाली केल्या नाहीत. त्यामुळे बाळाजींस परकीय शत्रूंशी मुकाबला करण्यास उसंत मिळाली. पुढे ताराबाईंनी रामराजांना घेऊन मुद्दाम एकदा पुण्याची वारी केली. बाळाजींनी ताराबाईंच्या इतमामास साजेसा शाही सत्कार करून त्यांस अनेक देणग्या दिल्या. त्यानंतर त्यांना साताऱ्यातील सर्व अधिकार प्रदान करून रामराजांसह परत पाठविले. त्यांच्यावर देखरेख करण्यासाठी आपल्या जवळच्या नात्यातील विश्वासू हुशार त्रिंबकराव पेठेंसारख्या व्यक्तीस नेमले. तसेच मानसिंग जाधव हा ताराबाईंचा निकटवर्ती सेवक साताऱ्यात अनेक उचापती करीत असे. त्यास नानासाहेबांनी वश करून घेऊन ताराबाईंपासून फोडले आणि चिन्तो अनंत व मोरो शिवदेव थिटे या ताराबाईंच्या विश्वासू सेवकांना सढळ हाताने देणग्या देऊन निष्क्रिय केले. त्यामुळे ताराबाईंच्या एकूण लष्करी सामर्थ्यांचे पूर्ण खच्चीकरण झाले आणि यापुढे त्यांनी पेशव्यांविरुद्ध फारशी हालचाल केली नाही; उलट स्नेहभाव दर्शविला. हा समझोता किरकोळ मतभेद सोडता अखेरपर्यंत टिकला; पण सुंभ जळला तरी पीळ तुटत नाही, या म्हणीप्रमाणे ताराबाईंनी रामराजांची नालस्ती थांबविली नव्हती. ताराबाईंनी मध्यंतरी १४ सप्टेंबर १७५२ रोजी जेजुरीच्या खंडोबाच्या दर्शनानिमित्त सातारा सोडले आणि खंडोबासमोर पुन्हा एकदा शपथपूर्वक सांगितले, की "रामराजे राजबीजाचे नाहीत, हे खोटे आहेत, हे सर्वांस ज्ञात आहे; परंतु त्यांना मारू नका. फत्तेसिंह बाबा किंवा येसाजी केसाजी या अनौरस मुलांप्रमाणे त्यांचा सांभाळ करावा आणि जीवनावश्यक सुविधा त्यांना पुरवाव्यात. त्यांना कैदेत ठेवावे, मात्र ठार मारू नये." यामुळे रामराजांच्या श्वशूरगृही, तसेच आप्तेष्टांत पुन्हा एकदा संभ्रमाचे सावट निर्माण झाले. ताराबाईंनी पेशव्यांस रामराजास दूर करून कोल्हापूरच्या संभाजीराजांना

साताराच्या गादीवर बसवावे, असेही सुचविले होते.

रामराजे छत्रपतिपदी असताना ताराबाई दैनंदिन व्यवहारात जातीने लक्ष घालीत असल्याचे अनेक दाखले मिळतात. त्यांपैकी एक पोतदारी वतनाविषयीचा दाखला असून दुसरी एक सनद आहे. नानाजी बिन कृष्णाजी नाईक पोतदार यास छत्रपती शाहू महाराजांनी आपल्या कारकीर्दीत पोतदारी वतन पूर्वी दिले होते; परंतु तिच्या परंपरागत भोगवट्यास बहिरजी बिन मुकुंदजी साळोखी याने उपद्रव दिला आणि भोगवट्यास मज्जाव केला. तेव्हा त्यास ताकीद देऊन ताराबाईंनी ती पोतदारकी वंशपरंपरेने चालविण्याविषयी दि. २९ ऑक्टोबर १७५२ रोजी स्वतंत्र वतनपत्र करून दिले. "श्रीमंत महाराज मातुश्री आईसाहेब याणी राजश्री नानाजी बिन कृष्णाजी पोतदार उपनाम जोशी चवधरी व मोकीन पेटा शाहूनगर याशी दिल्हे वतन पत्र ऐसी जे तुम्ही हुजूर येऊन विनंती केली जे पेटा शाहूनगर व हुजूरबाजार नजीक किले सातारा येथील चवधरकी व मोकिमी पूर्वी कैलासवासी महाराजस्वामी (शाहू) याणी आपले बाप कृष्णाजी नाईक जोशी याशी वतन करून देऊन पत्रे करून दिल्ही आहेत. सदरहू वतनास गुमस्ता माणको महादेव यासी ठेवून वतन अनभवीत होते त्यास मुकंदजी सालोखी याशी पेटा मजकुरी धडवाईचा अमल सांगि(त)ला त्यासच वधरकीचा हक्क वसूल सुरळीत न होय. याबद्दल माणको महादेव याणे मुकंदजी सालोखी यास साहित्यास घेऊन चौधरकीचा हक वसूल करून घेऊ लागला... सदरहू वतन आमचे दुभाले करून वंशपरंपरेने चालविले पाहिजे म्हणून विनंती करून पूर्वील पत्रे चिरंजीव यांनी करून दिली होती ती आणून हुजूर दाखविली. ती पत्रे व पूर्वील भोगवटा मनास आणून तुम्ही पुरातन साहेबाच्या राज्यातील सेवक तुमच्या बापाने निष्ठेने सेवा केली व तुम्हीही निष्ठेने सेवा करीत आहात तुमचे वंशपरंपरेने चालविणे आवश्यक जाणोन साहेब तुम्हावरी कृपालू होऊन पूर्वी चिरंजीव कैलासवासी याणी पेटा शाहुनगर समीप किले सातारा येथील चौधरकी व मोकिमी वतन... तुमचे पुत्रपौत्रादी वंशपरंपरेने करून दिल्हे आहे... बहिरजी बिन मुकंदजी सालोखी याशी ताकीद करून आज्ञापन सादर केले असे त्यास तुमच्या वतनास दखलगिरी करावयाशी समंध नाही जाणीजे छ. २१ माहे जिल्हेज सु॥ सलास खमसैन मया आलफ आंगिरा नाम संवछरे लेखनालंकार मोर्तब."

ताराबाईंनी पुढील सनद रामभटजींचे वंशज महादेव भट बिन भाऊ भट यांना दि. २६ जून १७५६ रोजी दिली आहे. तीत म्हटले आहे, "श्रीमन्महाराज मातोश्री आईसाहेब याणी ता। मोकदमानी मौने खेड ता॥ वंदन प्रांत सातारा यांसी आज्ञा केली ऐसी जे वेदशास्त्र संपन्न राजश्री राम भट बिन शेशाद्री भट उपनाम त्रिपुरारी हे बहुत थोर ब्राह्मण सत्पात्र तपस्वी यासी... सातारा संनिध पाटस्थळ बागाईत जमीन इनाम करून दिल्हिया श्रीचे पूजेस पुष्पे होतील आणि ब्राह्मण संतर्पणास भाजीपाला

उपयोगी पडेल त्याजवरून अशा ब्राह्मणाची कामना पूर्ण केलीया साहेबास श्रेयस्कर जाणोन... पुत्रपौत्रार्या वंशपरंपरेने जमीन चालविणे प्रतिवर्षी नवीन पत्राचा असे न करणे या पत्राची प्रती लिहून घेऊन अस्सल पत्र वेदमूर्ती जवळ भोगवटीयासी परतोन देणे. हावदाचे पाणी बागेस दररोज दोन मोटाचे दिल्हे आणिजे छ २७ रमजान सुहुर सन सबा खमसैन मया व अलफ धाता नाम संवछरे लेखनावधि.'' यावरून ताराबाईंचा जरी सत्तेसाठी पेशव्यांबरोबर संघर्ष चालला होता आणि रामराजांना त्या फारशा विचारात घेत नव्हत्या, तरीसुद्धा सामान्य जनतेच्या हितासाठी त्या तत्पर होत्या, असे दिसते. त्यांनी पूर्वी छ. शाहू महाराजांनी दिलेली वतने, सनदा यांबाबतीत समजूतदार धोरण ठेवून ती तशीच पुढे चालू ठेवली, किंबहुना वेदशास्त्रसंपन्न ब्राह्मणांच्या वंशजांना वारसा हक्क दिला होता.

एकूण ताराबाईंचा जीवनातील प्रवास खडतर होता. हंबीरराव मोहिते या सेनापतीची ही कन्या; पण विवाहानंतर तिच्या पदरी जवळजवळ नजरकैदच आली आणि छत्रपती संभाजी महाराजांच्या मृत्यूनंतर ऐन तारुण्यात जबाबदारी बरोबरच विजनवास आला. त्यांना सात-आठ वर्षांपेक्षा अधिक काळ नवऱ्याचा सहवास लाभला नाही; तथापि जिद्द, जबरदस्त महत्त्वाकांक्षा आणि आत्मविश्वास यांच्या जोरावर त्यांनी औरंगजेबासारख्या बलाढ्य शत्रूला सळो की पळो केले. उर्वरित जीवनात त्यांनी अनेक कट कारस्थाने रचली आणि सुमारे पन्नास वर्षे भयंकर उलटसुलट उलाढाली केल्या. पानिपतच्या तिसऱ्या युद्धात (इ.स. १७६१) मराठ्यांचा दारुण पराभव झाला आणि त्या धक्क्याने नानासाहेबांचे पर्वतीवर निधन झाले (जून, १७६१). ते ऐकून ताराबाईंना आनंद झाला. त्या म्हणाल्या, ''माझा सूड मी उगवला. आता मी सुखाने मरेन!'' पेशव्यांबद्दल एवढा तीव्र द्वेष त्यांच्या मनात वसत होता; तथापि मरणापूर्वी त्यांनी थोरल्या माधवरावास दि. २० जुलै, १७६१ रोजी पेशवाईची वस्त्रे देऊन आपल्या मनात पेशवे कुटुंबाबद्दल तिळमात्रही द्वेष नाही, हे दाखवून दिले. अखेर जीर्ण शरीर, आशा-आकांक्षाचा भंग व विश्वासातील सरदारांची ताटातूट अशा असाह्य अवस्थेत ताराबाईंचे दि. १० डिसेंबर १७६१ रोजी सातारा येथे वयाच्या ८६ व्या वर्षी निधन झाले. त्यांचे क्रियाकर्म व अन्त्यविधी रामराजे यांनी माहुली येथे यथास्थित केले. ताराबाईंच्या जीवनात जेवढे चढउतार झाले, तेवढे कोणत्याही मराठा राजघराण्यातील स्त्रीच्या जीवनात झालेले नसावेत. त्यांचे सारे आयुष्य वादळी स्वरूपाचे, झंझावाती होते. कर्तृत्वाच्या ऐन शिखरावर उभे राहण्याचे सद्भाग्य त्यांना लाभले. तसेच आपल्या सावत्र मुलाच्या व पुतण्याच्या तुरुंगात तब्बल पस्तीस वर्षे नजरकैदेत राहण्याचे दुर्भाग्यही त्यांच्या वाट्याला आले, इ. स. १७१४ ते १७३१ दरम्यान त्या राजसबाई (सवत) आणि संभाजीराजे (सावत्र मुलगा) यांच्या नजरकैदेत पन्हाळगडावर होत्या व त्यानंतर पुढे

इ. स. १७३१ ते १७४९ दरम्यान त्यांना छत्रपती शाहूमहाराजांनी सातारच्या किल्ल्यात नजरकैदेत ठेवले होते; मात्र या काळातसुद्धा महाराणी ताराबाई आपल्या हेतूपासून तिळमात्रही ढळल्या नाहीत; इतक्या त्या खंबीर व दृढनिश्चयी मनाच्या होत्या. त्यांनी पेशवे कुटुंबातील चार पिढ्या पाहिल्या आणि अनुभविल्या होत्या. प्रत्येक पेशवा त्यांना चांगला माहीत होता. त्याचप्रमाणे प्रत्येक पेशव्याला ताराबाईंच्या कमकुवत बाजूंची चांगलीच कल्पना होती; तथापि छत्रपतींची चुलती, माता व आजी या आदरयुक्त नात्यामुळे कोणत्याही पेशव्याने त्यांचा अवमान केला नाही व स्वसामर्थ्याच्या जोरावर अनादर दर्शविला नाही.

ताराबाईंनी एका सेनापतीची मुलगी या नात्याने माहेरी पराक्रमी वडिलांच्या सान्निध्यात छत्रपती शिवाजींच्या पराक्रमाचे पोवाडे ऐकले होते. ऐन तारुण्यात पतीच्या निधनानंतर औरंगजेबासारख्या बलाढ्य बादशाहाशी सामना देण्यात त्यांनी अपूर्व शौर्य व हिंमत दर्शविली. तत्संबंधीचे तत्कालीन काव्यातील उल्लेख, विशेषत: शिवभारतकार कवींद्र परमानंदाच्या गोविंद या नातवाचे काव्य पाहिले की, ताराबाईंच्या पराक्रमाची यथार्थ कल्पना येते;

<blockquote>

तुलजा प्रसन्न जाली । पातशाही हाती आली ।

जयलक्ष्मी माळ घाली । शिवाजीस आदरे ।।

दिल्ली झाली दीनवाणी । दिल्लीशाचे गेले पाणी ।

ताराबाई रामराणी । भद्रकाली कोपली ।।

जाणा तुम्ही आजी साची । आज्ञा आली शंकराची ।

सर्व सेना दिल्लीशाची । अंतकास वोपली ।।

मानहानी दिल्लींद्राची । सभा हासते इंद्राची ।

आजी काल कवींद्राची । सर्व चिंता हारली ।।

रामराणी भद्रकाली । रणरंगी क्रुद्ध झाली ।

प्रलयाची वेळ आली । मुगल हो सांभाळा ।।

वसे रत्नसिंहासनी । भोसल्यांचा शिरोमणी ।

शिवराज चिंतामणी । दिनमणि उदयें ।।

</blockquote>

थोरल्या माधवराव पेशव्यांच्या समकालीन रचलेल्या 'परशुराम चरित्र' या काव्यात ताराबाईंचे वर्णन पुढील काव्यपंक्तीत आढळते.

<blockquote>

राजा नष्ट, अरिष्ट योग घडला दुर्गादि नाना स्थळे ।

घेती म्लेंछ समग्र देश, हबसी प्राबल्य जालें बळे ।।

राजाराम विदेश दक्षण दिशें चंदावरी राहिला ।

रोगें क्षीण; परंतु सुकृत बळे तारामती रक्षिला ।।

ताराबाई धैर्यपुरुषा शूरत्व आणि बळें ।

</blockquote>

घेवोनी नृप रामस्वामी सह तेजे प्राप्त जाली दळें ।।
लंघोनी परदेश दुर्गम स्थळें कृष्णा नदीचे तिरीं ।
सातारा गड रक्षिला स्वकिजनी जावोनी बैसे शिरीं ।।
तारा रक्षी सातारा अवघड शिखरा लाविकाशा फरावरा ।
पाछा केला नगारा सह दळ निकरा येऊनी घाली घेरा ।।
केले नाना उपाया न दिसत जया सोडी आशाभिमानी ।
जेजे किल्ले न आले वगळुनि तयां जात पाछा निदानी ।।

(परशुराम चरित्र– अध्यय तिसरा श्लोक– २३ ते २५)

ताराबाईच्या पराक्रमाविषयीचे हे उल्लेख पाहिल्यानंतर काही इतिहासकारांनी असे म्हटले आहे, की ताराबाईंनी छत्रपती शाहूमहाराजांना साथ देऊन दोन्ही छत्रपतींच्या गाद्या एकत्र आणून जर एक अखंड एकात्म मराठ्यांचे राज्य निर्माण केले असते, तर कदाचित मराठ्यांनी अखिल भारत पादाक्रांत करून छत्रपतींची सत्ता भारतभर प्रस्थापित केली असती. ताराबाईंची प्रखर बुद्धी, प्रशासनातील कार्यक्षमता आणि स्वतःच्या कार्यकर्तृत्वावरील प्रचंड विश्वास यांचा शाहूमहाराजांना मार्गदर्शनपर फार मोठा फायदा झाला असता; पण नियतीने दुसरेच लिहिले होते. त्यामुळे ताराबाईंनी प्रौढ वयात तुरुंगवास भोगला आणि वृद्धावस्था राजकीय डावपेचात व्यतीत केली. ताराबाईंचा हा सारा आयुष्यक्रम पाहिल्यानंतर असं वाटते, की त्यांच्यावर काळाने सूड उगवला. शाहूमहाराजांच्या आगमनानंतर त्यांच्या जीवनाला एक प्रकारचा उतार लागला. कर्तृत्वाच्या आणि कीर्तीच्या अत्युच्च स्थानापासून त्यांचे आयुष्य घरंगळत जाऊ लागले.

❄

।। महाराणी जिजाबाई (करवीर) ।।

कोल्हापूर संस्थानच्या इतिहासात छत्रपती घराण्यात दोन मनस्विनी महिलांनी तत्कालीन राजकीय पटलावर आपल्या प्रभावी व्यक्तिमत्त्वाची छाप पाडली आणि मराठ्यांच्या इतिहासात आपल्या कर्तृत्वाचा ठसा उमटविला. त्यांपैकी महाराणी ताराबाई यांनी पन्हाळ्याला (कोल्हापूर जिल्हा) स्वतंत्र छत्रपतींची गादी स्थापन करून छत्रपती शाहूमहाराज औरंगजेबाच्या तुरुंगात असताना पती राजाराममहाराज यांच्या पश्चात मातब्बर मराठी सरदारांना एकत्र आणू जिवाचे रान करून मराठ्यांच्या राज्याचे मोगलांच्या बलाढ्य आक्रमणापासून रक्षण केले आणि इ. स. १७०० ते १७१४ पर्यंत अनभिषिक्त सम्राज्ञीपद भोगले; तर महाराणी जिजाबाई या त्यांच्याच सावत्र सुनेने, छत्रपती दुसऱ्या संभाजीराजांच्या पट्टराणीने छ. संभाजीराजांच्या प्रदीर्घ कारकीर्दीत (इ.स. १७१४-१७६०) पतिराजांच्या ध्येयधोरणांचा मुत्सद्देगिरीने पाठपुरावा केला; नव्हे कोल्हापूरच्या संस्थानचा विकास, विस्तार, हित जपून एकाच वेळी बलवान पेशव्यांशी स्नेहपूर्ण संबंध ठेवून छत्रपती शाहूमहाराजांशी जवळीक साधली आणि कोल्हापूरच्या गादीचे रक्षण केले. छत्रपती संभाजीराजांबरोबर सावलीप्रमाणे सतत राहून प्रसंगोपात्त त्यांना सल्ला दिला व त्यांच्या पश्चात कोल्हापूर संस्थानचा सुमारे चौदा वर्षे सांभाळ केला.

महाराणी जिजाबाईंच्या पूर्वायुष्याविषयी फारशी माहिती ज्ञात नाही. त्यांचा जन्म तोरगलकर शिंदे घराण्यात इ. स. १७१७-१७१८ दरम्यान केव्हा तरी झाला असावा. जिजाबाईंचे वडील नरसोजीराव शिंदे हे एक बऱ्यापैकी जमीनदार असून त्यांची शेतीवाडी मोठी होती. ताराबाईंच्या कारकीर्दीत त्यांनी काही वर्षे लष्करात सेवा केली होती. त्यांच्या या सेवेबद्दल त्यांचा नातू शंकरराव शिंदे यास संभाजीराजे यांनी सरदारकी देऊन 'सेनाखासकील' हा बहुमानाचा किताब दिला होता. जिजाबाईंशी विवाह होण्यापूर्वी मातोश्री राजसबाईंनी संभाजीराजांची तीन लग्ने केली होती. त्यापैकी आनंदीबाई (बुधकर घाटगे यांची कन्या) या ज्येष्ठ असून उमाबाई (खानवलकर) व सकवारबाई या अन्य दोन राण्या होत्या. जिजाबाईंचा विवाह संभाजीराजांशी इ. स. १७२६ मध्ये झाला. त्यावेळी जिजाबाई नऊ-दहा वर्षांच्या होत्या, तर

संभाजीराजे अठ्ठावीस वर्षांचे होते. जिजाबाई सुस्वरूप, तडफदार व चुणचुणीत असल्यामुळे संभाजीराजांवर तत्काळ त्यांची छाप पडली. यानंतरही संभाजी राजांनी सुंदरबाई (तुरुंबेकर घाटगे), दुर्गाबाई (मोहिते) आणि कुसाबाई (माणगावकर घाटगे) या अन्य तीन युवतींशी विवाह केला. अशा प्रकारे संभाजीराजांची एकूण सात लग्ने झाली होती, असा तत्कालीन कागदपत्रातून उल्लेख आढळतो; मात्र राणीवशात जिजाबाईंचे वर्चस्व होते व संभाजीराजे जिजाबाईंना मान देत असत. शिकार-स्वारीवर त्यांनाच घेऊन जात असत. जिजाबाईंच्या कर्तबगारीची पहिली झलक इ. स. १७३० मध्ये दृग्गोचर झाली व पुढे वारणेच्या तहानंतर (इ. स. १७३१) जिजाबाई प्रत्यक्ष राजकारणात भाग घेऊ लागल्या.

पहिला बाजीराव निजामाबरोबरच्या पालखेडच्या युद्धात गुंतल्याचे पाहून संभाजीराजांनी पुन्हा एकदा उदाजी चव्हाण यास शाहूमहाराजांच्या मुलखाची लुटालूट करण्यास प्रवृत्त केले. त्यावेळी खुद्द शाहू छत्रपतींनी उदाजीवर चाल केली. शाहूंना ठार मारण्याचा उदाजीचा कट उघडकीस आला. पुढे शाहूंनी मोठी फौज घेऊन संभाजीराजांच्याच मुलखावर स्वारी केली. या फौजेचे नेतृत्व त्रिंबकराव दाभाडे यांच्याकडे होते. शाहूंनी स्वत: वारणेच्या काठावर मुक्काम केला. इ. स. १७३० मध्ये प्रतिनिधीने वारणेच्या काठावरील संभाजीराजांच्या छावणीवर हल्ला चढविला. तेव्हा संभाजीराजे व उदाजी चव्हाण हे दोघे पराभूत होऊन पन्हाळ्याकडे पळाले. त्यावेळी संभाजीराजांची छावणी लुटण्यात आली. छावणीतील राजघराण्यातील स्त्रिया विशेषत: महाराणी ताराबाई, राणी जिजाबाई व संभाजीच्या जनानखान्यातील इतर मंडळींना कैद करण्यात आले; परंतु शाहूमहाराजांनी त्या सर्वांचा योग्य तो मान राखून, विशेषत: राणीसाहेब जिजाबाईंची खण-नारळाने ओटी भरून पन्हाळ्याकडे रवानगी केली. महाराणी ताराबाई संभाजींच्या कैदेत होत्या, मात्र त्यांनी शाहूमहाराजांकडे राहण्याची इच्छा प्रदर्शित केली. त्यानुसार त्यांना सातारा किल्ल्यात बंदिवासात ठेवण्यात आले. या प्रसंगानंतर जिजाबाईंनी संभाजीराजांना शाहूंकडे तहाची याचना करण्यास विनंती केली; कारण त्या व्यतिरिक्त दुसरा अन्य मार्ग उरला नव्हता. यावेळी जिजाबाई वयाने जेमतेम बारा वर्षांच्या होत्या. तरीसुद्धा त्यांनी सारासार विचार करून शाहूंबरोबर तह करण्याचा सल्ला पतिराजांस दिला. ताराबाईंनीदेखील या चुलत भावांत समेट घडावा म्हणून प्रयत्न केला. त्याला अनुसरून संभाजीराजांनी १७३० च्या ऑक्टोबरमध्ये शाहूछत्रपतींना एक पत्र धाडले आणि त्यामध्ये चिरकाल टिकणारी मैत्री प्रस्थापित करण्याची इच्छा प्रदर्शित केली. या पत्रात जिजाबाईंच्या सल्ल्याप्रमाणे एकही मागणी व्यक्त झाली नव्हती. आपल्याला उत्तरेकडील राजकारण खेळण्यासाठी सवड मिळावी आणि एकदाची ही घरगुती यादवी संपुष्टात यावी, म्हणून शाहूमहाराजांनी तत्काळ या गोष्टीस संमती दर्शविली आणि नोव्हेंबर १७३०

च्या सुमारास फत्तेसिंह भोसले, प्रतिनिधी, पहिला बाजीराव, भवानी शंकर मुन्शी, कृष्णाजी दाभाडे, निंबाळकर आदि उच्चपदस्थ अधिकाऱ्यांना संभाजीराजांना आणण्यासाठी पन्हाळ्यास पाठविले. दि. १६ डिसेंबर १७३० रोजी ही मंडळी संभाजींना घेऊन निघाली. सोबत राणी जिजाबाई होत्या. ती सर्व मंडळी २७ फेब्रुवारी १७३१ रोजी कराड मुक्कामी पोचली. यावेळी शिवाजीमहाराजांच्या आश्रयामुळे उदयास आलेल्या पारसनीस घराण्यातील बाबाजी नीलकंठ पारसनीस हे कोल्हापूरच्या सुमंतांचे मुतालिक होते. त्यांच्यावर जिजाबाई राणीसाहेबांचा विशेष विश्वास होता. जिजाबाईंच्या सल्ल्यानेच बाबाजी नीलकंठ यांनी संभाजीराजे आणि छत्रपती शाहूमहाराज यांच्यामध्ये स्नेहाचे वातावरण निर्माण केले. त्यांनी मोठ्या कौशल्याने दोघांतील तहात आपली कामगिरी पार पाडली आणि कोल्हापूर व सातारा या दोन्ही गाद्यांची प्रतिष्ठा राहावी असा प्रयत्न केला. या प्रयत्नातून संभाजीराजे आणि शाहूमहाराज या दोन चुलत भावांची इतिहासप्रसिद्ध कराड भेट घडली. तहासंबंधी 'करवीर छत्रपती घराण्याचा इतिहास' या ग्रंथात पुढील पत्राची नोंद केली आहे–

"फाल्गुन शुद्ध द्वितीया मंदवार शके १६५२ (२७ फेब्रुवारी, १७३१) रोजी राजश्री स्वामी (शाहूमहाराज) कऱ्हाडास जाऊन राजश्री संभाजीराजे यांची भेट चौदावे घटकेला मध्यान्ही जाली." त्यानंतर परस्परांशी वाटाघाटी होऊन दि. २६ एप्रिल १७३१ रोजी वारणेचा तह झाला. त्यानुसार वारणा नदीच्या दक्षिणेकडील तुंगभद्रा नदीपर्यंतचा मुलुख संभाजीराजांना देण्यात आला; परंतु परराष्ट्र संबंध आणि संरक्षण या दोन बाबी मात्र शाहूमहाराजांनी आपल्याकडे ठेवल्या. यातून अर्थातच विधिवत स्वतंत्र कोल्हापूर संस्थानची निर्मिती झाली; तथापि पुढे जिजाबाई आणि संभाजीराजे यांनी मुरारराव घोरपडे यांच्या मदतीने पुन्हा एकदा शाहू छत्रपतींच्या प्रदेशावर आक्रमणे करण्याचा घाट घातला. त्यावेळी निजामानेही या संधीचा लाभ उठविला.

वारणेच्या तहानंतर दोन्ही बंधूंमधील कुरबुरी काही अंशी थांबल्या, तरी जिजाबाईंना या करारामुळे फारसे समाधान लाभले नव्हते. उर्वरित अटींची पूर्तता शाहूमहाराजांनी करावी म्हणून त्या प्रयत्नशील होत्या. इ. स. १७३४-३५ मध्ये संभाजीराजे आणि राणी जिजाबाई यांच्या स्वाऱ्या खास खंडोबाच्या दर्शनासाठी जेजुरीला गेल्या होत्या. परतीच्या प्रवासात त्यांनी महाबळेश्वर-प्रतापगड येथील देवस्थानांना भेटी दिल्या आणि नंतर सुमारे दोन महिने साताऱ्यात मुक्काम ठोकला. यावेळी शाहूमहाराजांनी त्यांचे आपल्या सर्व सरदारांसह स्वागत केले आणि उत्तम प्रकारे पाहुणचार केला. तेथून त्यांनी शाहू छत्रपतींसह शिखर शिंगणापूरच्या शंभू महादेवाच्या दर्शनास जाऊन पुढे बोरगावमार्गे कोल्हापूरकडे प्रयाण केले. यानंतरही संभाजीराजे व शाहूमहाराज यांच्या वारंवार भेटी होत असत; दोघांत संबंध सुधारण्याच्या

दृष्टीने काही प्रयत्नही होत; परंतु त्यातून भरीव काहीच निष्पन्न होत नसे. अशाच एका भेटीचे वर्णन महादजी अंबाजी पुरंदरे याने चिमाजी आप्पांना लिहिलेल्या पत्रावरून आढळून येते. त्यात लिहिले आहे– 'स्वामींच्या (शाहूमहाराज) व संभाजीराजे यांच्या भेटी मार्गशीर्ष वद्य सप्तमी इंदुवासरी पालीच्या मुक्कामी जाल्या. तेथून सातारियास आले. सोबत समागमे आईसाहेब जिजाबाई होती व कबिला समागमे होता. आमच्या वाडियात रहावयास स्थळ दिले होते. राजश्री स्वामींनी (शाहूमहाराजांनी) बहुत आदर केला.... पौष शुद्ध प्रतिपदेस संभाजीराजे निरोप देऊन पन्हाळियास गेले.'

संभाजीराजे व जिजाबाई यांनी बुद्धिपुरस्सर पेशव्यांशी सलोख्याचे संबंध ठेवण्याच्या दृष्टीने करवीर सरकारकडून सतत पत्रव्यवहार चालू ठेवला होता. हेतू असा की पेशव्यांना केलेल्या कराराचा विसर पडू नये. या संदर्भातील असेच एक पत्र सदाशिवरावभाऊ यांना लिहिलेले उपलब्ध आहे. त्यात म्हटले आहे, 'वरकड कितेक राणीवास वाडा चौथा (जिजाबाई) यांजपाशी जे सांगणे ते सांगितले आहे. सविस्तर पत्रे लिहितील. यावरून कळेल.... सर्वावसी भारवाही तुम्ही आहा. राजश्री जीवराव शिंदे हिम्मतबहाद्दर यांस स्वामींचे दर्शनास पाठवून देणे' (२४ डिसेंबर १७४६). याच सुमारास कर्नाटकातील आतला मुलूख सुरक्षित ठेवण्यासाठी संभाजीराजे यांच्यापेक्षा जिजाबाईंनी अधिक नेट लावला होता असे दिसते. त्यांनी एकीकडे मुराररावं घोरपडेसारख्या पराक्रमी सरदाराचे सहाय्य मिळवण्याचा प्रयत्न केला आणि दुसरीकडे लष्करी मोहीम हाती घेतली. तत्पूर्वी जिजाबाईंनी इ. स. १७४० च्या सातारबरोबरच्या करारासंबंधी पेशव्यांना वारंवार कळविले होते. छत्रपती शाहूमहाराजांच्या मृत्यूनंतर तो अंमलात यावा, म्हणून जिजाबाईंनी सदाशिवरावभाऊंना लिहिलेल्या पत्रात कराराची आठवण देऊन त्वरा करण्याचे सुचविले आहे. प्रस्तुत पत्रात जिजाबाई लिहितात, ''अविलंबे कार्ये दृष्टीस पडावे. लौकिक उत्तम दिसोन, यशास पात्र तुम्ही व्हावे. साहेबी सर्वाविसी येख्तयारी आपणावर टाकावी, ऐसे कित्येक मनोदय साहेबी कल्पून गत वर्षापासून वेदशास्त्रसंपन्न राजश्री भटजीस लागोपाठ रवाना केले. ऐसे असता साहेबाचे प्रत्ययास गोष्ट दिसो नये. तेव्हा साहेब मध्यस्थ होऊन हुजूर वचन गुंतविले. याचा लौकिक कोणे प्रकारीचा होणार? हा अर्थ चित्तात आणून तदनुरूप याउपरी पूर्व संदर्भाच्या विचारानुरूप अंगेजणी करून स्वराज्यकर्तव्यार्थ पेसजी बोली जाहली आहे व करारबाज यादी लिहून दिल्या आहेत. त्याप्रमाणे निदर्शनास साहेबाचे यावे, हुजूर विनंती केली आहे. ती सत्यता होऊन राज्य उपयोगी मनसबा घडे ते करावे. ऐसे राजश्री बालाजी पंडित प्रधान यांस तुम्ही सांगोन त्वरेने करवावे. या गोस्टीचे तुम्हास आगाध कोणते आहे. सविस्तर वेदशास्त्रसंपन्न राजश्री श्रोत्री याजबद्दल आज्ञा सांगोन

पाठविली आहे व पंडित मशारनिल्हे यास आज्ञापत्र सादर असे त्यावरून साद्यंत कळेल. साहेब मध्यस्त तुमची निस्टा द्रढतर हा भरवसा साहेबास हुजूर विनंती करून तीन संस्थानची ताकीदपत्रे घेऊन पाठविली आहेत. साहेबाचा तुमचा करारवाज कोणे प्रकारचा आहे. राज्याविसी पंडित मशारनिल्हे यांचे मांडीचे उसे केले आहे. हाही अर्थ ध्यानात आहे. सारांश गोस्ट पूर्वसंदर्भप्रमाणे हुजूर निदर्शनास साहेबी आणून द्यावे आणि येशास पात्र तुम्ही व्हावे, हा अर्थ चित्तात आणावा.'' (पेशवे दप्तर)

जिजाबाईंनी छ. शाहूमहाराजांच्या निधनापूर्वींच नानासाहेब पेशवे यांना एक पत्र लिहून १७४० च्या कराराची आठवण करून दिली होती. हे पत्र दि. ११ डिसेंबर १७४८ रोजी लिहिले आहे. त्यावेळी शाहूमहाराजांची प्रकृती ठीक नव्हती. त्यामुळे दत्तक घेण्यासंबंधीच्या वाटाघाटी चालू होत्या. या गोष्टींचा सुगावा लागल्यामुळेच कदाचित जिजाबाईंनी पुढील आशयाचे वरील तारखेचे पत्र नानासाहेबांना लिहिले असावे. या पत्रात त्या कळवितात, ''पूर्व संदर्भाच्या अन्वयारूप तुमच्याकडे क्षोत्री यांना पाठविले आहे. त्याप्रमाणे चित्ति संभवून पूर्व संकल्प सिद्धीस नेऊन प्रामाणिक वचन निदर्शनास यावे! तदोत्तर हुजूर संतुष्टता प्राप्त होऊन साहेबी मध्यस्थी केली. त्या गोष्टीचा फलादेश घडावा म्हणून गतवर्षापासून लागोपाठ रवानी केले; पण अद्याप साहेबांच्या प्रत्ययाला गोष्ट येत नाही. यानंतर तरी पूर्व संदर्भाच्या विचारानुसार स्वराज्यकर्तव्यार्थ पहिली बोली केली आहे आणि करार लिहून दिला आहे. त्याप्रमाणे साहेबाचे निदर्शनास यावे. हुजूर विनंती केली आहे, ती सत्यता होऊन राज्य उपयोगी मनसबा घडेल ते करावे. या गोष्टीचे तुम्हास आगाध कोणते, तुमची दृष्टी दृढतर आहे; हा साहेबास संपूर्ण भरवसा. ही गोष्ट साहेबी चित्तास आणून संस्थानची ताकिदपत्रे घेऊन पाठविले आहेत, स्वराज्यासाठी तुमच्या मांडीचे उसे केले आहे. काही अर्थ तुमच्या ध्यानात आहे. मुख्य गोष्ट म्हणजे पूर्व संदर्भाप्रमाणे हुजूर निदर्शनास आणून द्यावे.'' (पेशवे दप्तर).

जिजाबाईंनी नानासाहेब व शाहूमहाराज या दोघांस शह देण्यासाठी संभाजीराजांच्या मनात दुसरा पेशवा निर्माण करण्याची कल्पना मांडली आणि सदाशिवरावभाऊंची त्या निमित्ताने चाचपणी केली. सदाशिवरावाकडे कोल्हापूरच्या गादीचे पेशवेपद देण्याचे घाटत असताना नानासाहेबांनी या दोघांची भेट घेतली आणि अतिशय कौशल्याने हे प्रकरण हाताळले. त्यांनी सदाशिवराव व जिजाबाई यांची समजूत घातली आणि या धोरणाच्या परिणामांची त्या दोघांना कल्पना दिली. ते कर्नाटकच्या स्वारीवरून इ. स. १७५४ मध्ये परत येताना पुन्हा एकदा जिजाबाईना मुद्दाम भेटले आणि त्यांनी त्यांना धनिपणाचा मान देऊन त्यांच्याशी स्वराज्याच्या कल्याणाविषयीच्या गोष्टींची चर्चा केली. नानासाहेबांना छत्रपती रामराजे यांना बाजूस सारून साताराच्या

गादीवर छ. संभाजीराजांना बसविणे अशक्य नव्हते; परंतु या कृतीमुळे ताराबाईंचा वरचष्मा संभाजीराजे व जिजाबाई यांना सहन करावा लागला असता; म्हणून नानासाहेबांनी या घटनेस रूकार दिला नाही आणि ते धोरण तत्कालीन परिस्थितीला धरूनच होते.

जिजाबाईंच्या मनात नानासाहेब पेशवे आपण दिलेले वचन पाळत नाहीत आणि काहीतरी कारण पुढे करून आपल्या पतिराजांना वंचित ठेवतात, ही टोचणी सतत होती. नानासाहेबांनी इ. स. १७४० साली करार करूनही त्या करारातील वचन पाळले नाही. तेव्हा 'पूर्वसंदर्भाच्या अन्वयारूप' जिजाबाईंनी पेशव्यांना अनेकदा स्मरण करून देणारी पत्रे लिहिली. 'स्वराज्याविषयी तुमच्या मांडीचे उसे केले आहे' असे भावनात्मक आवाहन करूनही, नानासाहेब कोणतीच गोष्ट जिजाबाईंच्या मनासारखी करेनात आणि संभाजीराजांना छत्रपतीच्या सातारा गादीवर आणेनात, म्हणून संभाजीराजे यांनी अखेर फौज जमा करून सातारची गादी काबीज करण्याचा घाट घातला. ही गोष्ट जिजाबाईंना कळताच पेशव्यांच्या सामर्थ्यापुढे आपल्या फौजांचा निभाव लागणार नाही, हे ओळखून त्यांनी संभाजीराजांना आवरले. परिणामत: संभाजीराजे व जिजाबाई या पतिपत्नीत मतभेद निर्माण झाले. या मतभेदाचे स्वरूप आणि कारण याची कल्पना पेशवे दप्तरातील दि. १२ ऑगस्ट १७५१ मध्ये एका मध्यस्थाने लिहिलेल्या एका पत्रावरून येते. या पत्रात पेशव्यांच्या वर्तनामुळे "संभाजीराजे फार रुष्ट आहेत. जिजाबाईस म्हणतात, 'जे तुमच्या विधीमानाचे पेशव्याकडील राजकारण परिणामी फळास आले. तुम्हासी शपतपूर्वक बोलोन विश्वास तुम्ही त्याचे ठायी ठेवून भेट आम्ही नलगे म्हणत असता, सिरोलास आम्हास नेऊन पेशव्यासी भेटून त्याचे हाती आमचा हात देऊन आम्हास भरवसा देऊन मातोश्री ताराबाईकडील संदर्भ घडणारा तोही तुमच्या भरवशावर तोडोन ताराबाईशी आम्हासी कार्यवाहीपण दाखवून सेवटी सर्व गोष्टीने दोनीकडे हलके पाडोन भ्रस्ट केले. याउपरी राजकारणास ठाव नाहीसा झाला. दोन खेडी आहेत. तेही राहोन अन्नास संदेह तुम्ही पाडोन वरकड (प्रतिष्ठा) गमावला,' म्हणून जिजाबाईंचे व महाराजांचे नित्य कलह आरंभला आहे. मध्यस्तावर महाराजांची येतराजी सांगता पुरवेना. राजश्री भगवंतराव (अमात्य) आपल्या घरात जाऊन बसले.''

कोल्हापूर दरबारातील पेशव्यांचा कारकून आनंदराव गिरधर नानासाहेबांना संभाजीराजे आणि जिजाबाई यांच्या मन:स्थितीविषयी दि. १६ ऑगस्ट १७५३ च्या पत्रात लिहितो, ''आज्ञाधारक आनंदराव गिरधर मोकासा करवीर. त्रिकाली साष्टांग नमस्कार विज्ञापना ता. छ. ६ सवाल, येथील श्रीमंत महाराज सौ. जिजाबाई पनाल्यामध्येच आहेत. गडाची बंदोबस्ती करतात, सप्तरसीचा विवेक जालाचे वर्तमान परस्परे यैकोन दिलगीर आहेत. पुढे निभाव कसा होईल म्हणौन फिकिरीमधे

आहेत. स्वामीवर रुष्ट आहेत जे आजपावेतो श्रीमंताची असता धरोन श्रीमंताखेरीज नहुते. सांगितल्याप्रमाणे यैकोन विक्षेप (प) डोन आमचे महत्कार्य श्रीमंतही करोन द्यावे म्हणोन मर्जी रक्षिली; परंतु परिणामी तिकडील विले धरोन आम्हास पूर्ववत करोन ठेविले. यैसे बोलोन फार कस्टी आहेत; परंतु हे अगदी अंतर्यामीचेच बोलतात. बहिरंगे धीर टाकीत नाहीत. प्रस्तुत गाडदी वगैरे जमाव येऊन पंचगंगेवर करवीर नजीक येऊन उतरला व मागाहूनही येणारसी आवई आहे. याकरिता टोकरदेखील तोडोन काहडोन वाट बंद केली. संशयामध्ये आहेत. करवीरात व पनाल्यात दरवाजामध्ये पाचसे माणूस कमर बांधोन रात्रंदिवस खबरदारीमध्ये असतात. राजश्री रामचन्द्रबाबाचे पुत्र भगवंतराव गडास जमाव सुधा जाणार. जमाव भारी येऊन वरचेवर उतरतो यास सप्तरसीचे राजकारणाविसीचा संसये चित्तामध्ये येऊन आपल्या सावधपणामधे आहेत. सररवेलीचे राजकारण करोन द्रव्य घेऊन मालवणास भेटावे याकरिता गेलो होतो. येविसी विक्षेप श्रीमंताचे चितामधे येऊन आपणावरी अविश्वास श्रीमंताही धरिला यैसे ध्यानात आणोन सरखेलाची हेरदाणी करतात. श्रीमंतारा विक्षेप येणेस सरखेलीचे राजकारण निमित्य जाले म्हणोन परिच्छन्न कळले. प्रस्तुत त्याविसी खरे जाले आहेत. हरघडीस तोच अर्थ मनास घेऊन अफसोस करितात, सप्तरसीचे वर्तमान ऐकिल्या तागाईत सुखरूप निद्रा पडत नाही. बहुत याचनेत दंग आहेत.'' आपल्या पतीच्या या साऱ्या संतापाचा व आततयीपणाचा काही उपयोग होणार नाही, याची जाणीव धूर्त जिजाबाईंना होती; कारण पेशव्यांचे डावपेच, राजकारण आणि लष्करी सामर्थ्य यांची त्यांना पूर्ण कल्पना होती. नानासाहेबांचे लष्करी सामर्थ्य मोठे. त्यांचा कर्नाटकपर्यंतचा दरारा आणि साताऱ्यात त्यांनी ताराबाईंशी मिळतेजुळते घेऊन तिथेही बऱ्यापैकी वचक ठेवला होता. या सर्व गोष्टी कोल्हापूरच्या दृष्टीने अतिशय प्रतिकूल होत्या. हे जिजाबाईंनी लक्षात घेऊन साम-दाम व जमल्यास भेदनीती वापरून पेशव्यांशी यापुढे वागावयाचे, असे सबुरीचे धोरण ठरविले आणि पतीलाही तसा सल्ला दिला.

नानासाहेबांनी कर्नाटकातील बंडखोरी मोडण्यासाठी इ. स. १७५४ मध्ये कर्नाटकवर स्वारी केली. जाता येता त्यांनी भाऊसाहेबांसह करवीरला मुक्काम ठोकला आणि आवर्जून संभाजीराजे आणि जिजाबाईसाहेब यांची भेट घेतली. या स्वारीचे तपशील उपलब्ध असून त्यात लिहिले आहे की "नानासाहेबांनी जिजाबाई व संभाजीराजे यांचा यथास्थित सत्कार-आदर राखला आणि येताना त्यांना पुण्यापर्यंत सोबत सन्मानाने आणले. पुण्यात पेशव्यांनी जिजाबाईंची खास व्यवस्था ठेवली होती. तिथे पंडित प्रधान यांच्या कुटुंबियांच्या स्वाऱ्या दररोज स्वारीचे (जिजाबाईंचे) दर्शनास येऊन खाशी ताटे होईपर्यंत राहून स्वारीचे सुख झाल्यावर आपल्या हातांनी स्वारीच्या पायांची सेवा करून आज्ञा घेऊन आपल्या वाड्यास जावे, असा नेम

स्वारी पुणे मुक्कामी होती, तोपर्यंत चालविला होता. नंतर पुणे मुक्कामाहून संभाजी महाराज व जिजाबाईसाहेब यांच्या स्वाच्या करवीरास पेशव्यांच्या फौजेसह गेल्या.'' अशा प्रकारे नानासाहेब करारव्यतिरिक्त करवीरकरांची, विशेषत: जिजाबाईंची मर्जी संपादित असत. इ. स. १७५० नंतर संभाजीराजांनी अखेरपर्यंत (इ. स. १७६०) सक्रिय राजकारणातील लक्ष काढून घेतले होते. त्यामुळे सर्व राजकीय व्यवहार व राज्यकारभार जिजाबाई याच दस्तुरखुद्द पाहत असत.

करवीरच्या राज्याला कागलचे राणोजी घाटगे आणि इचलकरंजीचे व्यंकटराव घोरपडे यांचा वारंवार उपद्रव होत असे. घोरपडे हे पेशव्यांचे आप्त. तेव्हा जिजाबाईंनी तो उपद्रव थांबविण्यासाठी कधी स्वत: फौज घेऊन व स्वाच्या करून, तर कधी मुत्सद्देगिरीने वाटाघाटी करून यश मिळविले. राणोजी घाटगे यांना कागल तालुका सरंजाम म्हणून दिलेला होता; पण तो कोल्हापूरकरांना जुमानीत नसे. त्यामुळे जिजाबाईंच्या सांगण्यावरून तो तालुका काढून घेण्यात आला. साहजिकच राणोजीकडे फक्त सरदेशमुखी व नाडगौडी वतनाची साडेसहा गावे राहिली. असे झाले तरी राणोजीच्या वर्तनात काही बदल झाला नाही. त्याचा उपद्रव थांबविण्यासाठी जिजाबाईंना वारंवार लक्ष घालावे लागत असे. कागलकर आणि इचलकरंजीकर दोघे एकत्र होऊन कोल्हापूरच्या मुलखात आगळीक करू लागले, म्हणजे तर जिजाबाईंना अधिक निकराचा सामना द्यावा लागत असे. इचलकरंजीकर हे पेशव्यांचे निकटचे नातेवाईक असल्यामुळे घोरपड्यांच्या हालचाली पेशव्यांच्या प्रोत्साहनाने होत असाव्यात, असे जिजाबाईंना वाटणे स्वाभाविक होते आणि अनेकदा ते खरेही असे. एवढेच नव्हे, तर पुढे संभाजीराजे यांच्या मृत्यूनंतर पेशव्यांनी कोल्हापूरच्या राज्यावर जी जप्ती आणली होती, तिच्यामागेही अनुबाई घोरपडे या इचलकरंजीकर राणीचा हात असावा, अशी जिजाबाईंना शंका आली आणि त्यामुळे कोल्हापूरकर आणि इचलकरंजीकर यात अधिकच वैमनस्य वाढले. कोल्हापूरच्या राज्याभोवती पेशव्यांची नवी ठाणी हळूहळू बळकट होत होती, तसा कोल्हापूरवर त्यांचा ताण पडत गेला; तरीसुद्धा जिजाबाईंनी नानासाहेबांशी संघर्ष शक्यतो टाळला; साताराची गादी मिळत नाही, ह्याची खातरजमा झाल्यापासून त्यांच्या धोरणात झालेल्या बदलाचाच तो परिणाम होता. तसेच कोल्हापूरची गादी स्वतंत्रपणे टिकविण्यासाठी आपल्याला पेशव्यांच्या सहानुभूतीची नितांत आवश्यकताही आहे, हेही जिजाबाई पूर्णत: जाणून होत्या.

जिजाबाईंनी पेशव्यांशी आपुलकीचे संबंध किती धूर्तपणे ठेवले होते, याची अनेक उदाहरणे तत्कालीन पत्रव्यवहारात अनेक ठिकाणी आढळतात. नानासाहेब पेशव्यांशी आपले बहिणीचे नाते आहे, असे जिजाबाईंनी एका पत्रात आवर्जून लिहिले आहे. पेशव्यांचे साताऱ्यातील कारभारी रामचंद्र बाबाजी यांनी जिजाबाईंशी झालेल्या भेटीचा

वृत्तांत नानासाहेबांना कळविला होता. त्या पत्रात त्यांनी म्हटले आहे, ''स्वामीचे (पेशव्यांचे) आगमन पुण्यास झाले हे ऐकून (जिजाबाई) बहुत संतोषी झाली. यवनास हतदर्प करून विजय प्रयाणाचे पत्र त्याणीही आपणास लिहिले नाही व याणीही आगमनवृत्त लिहून बहिणीस संतोषप्रद न झाले हे उचित की काय? इत्यादी ममतायुक्त प्रतिक्षणी विविध प्रकारे भाषण होत असते.'' असा पत्रात उल्लेख केलेला आहे. याशिवाय पंडित बाळाजी बाजीरावांना (नानासाहेबांना) लिहिलेल्या एका पत्रात जिजाबाईंनी म्हटले आहे, ''साहेबाचा पडदा सेवकासी नव्हता म्हणून लिहिले ते खरे. आपल्याशी पडदा स्वप्नीही नाही. आपण बंधूच आहात.'' पुढे इ. स. १७५९ मध्ये सदाशिवरावभाऊ यांच्यावर मुजफरजंगने हल्ला करून त्यांना ठार मारण्याचा यत्न केला; पण भाऊसाहेब त्यातून वाचले. ही वार्ता जिजाबाईंना जेव्हा कळली, त्यावेळी त्यांनी नानासाहेबांना मुद्दाम पत्र पाठवून भाऊसाहेबांच्या जिवावरील अरिष्ट टळल्याबद्दल दि. ७ नोव्हेंबर १७५९ रोजी लिहिलेल्या पत्रात आनंद व्यक्त केला आहे. या पत्रात जिजाबाई लिहितात, ''प्रारंभापासून मुजफरजंग याचा मजकूर सर्वत्रासी हतबल असून पुन्हा आपण त्याचा संग्रह केला. वृश्चिक आपले गुण टाकीत असते की काय? काडीचा मनुष्य, लक्षाची हानी केली होती. कुलीणास ईश्वर कसे उपेक्षील? याकरिता ज्यांचा तो फजित पावला. याउपरी सर्वप्रकारे करून आपले शरीर संवरक्षण करून साहेबास संतोषित जावे. प्रस्तुत राजश्री सदाशिवराव पंडित यासी तुस्त पाठविला आहे.'' वरील पत्रावरून असे लक्षात येते, की जिजाबाईंचे पेशव्यांशी सलोख्याचे संबंध असले, तरी त्यातून राजकारणाची दृष्टी सुटलेली नव्हती. त्यांना पेशव्यांच्या प्रामाणिकपणाविषयी नेहमी शंका येत असे. त्याचे कारणही पेशव्यांचे वर्तन प्रामुख्याने आणि विशेष करून सातारच्या राजकारणाशी निगडित होते आणि सातारचे भले करण्यातच त्यांनी सर्व हयात घालविली. त्यामुळे त्या धोरणाचा कोल्हापूर राज्यावर प्रतिकूल परिणाम होईल की काय, अशी शंका जिजाबाईंच्या मनात येणे स्वाभाविक होते. रामचंद्र बाबाजींनी नानासाहेब पेशव्यांना पाठविलेल्या एका पत्रात जिजाबाईंशी झालेल्या एका भेटीचा उल्लेख केला आहे. त्यात त्याने पुढे म्हटले आहे, ''...सौभाग्यसंपन्न मातुःश्री बाईसाहेबी सांगवड्याचे मुक्कामी राजश्री मुराराव आपले डेऱ्यास उठोन गेल्यावरी सेवकास बसवून घेऊन दाही काढून (दरडावून) विचारू लागले की उभयता बंधूंची (नानासाहेब व भाऊसाहेब) माया आपणावरी आहे की नाही? आपण मनोभावे त्यांस चाहतो. त्याकडोन काही ममतेचा लेश दिसोन येत नाही.'' ही जिजाबाईंची शंका कर्मधर्मसंयोगाने खरी ठरली.

संभाजीराजे दि. २० डिसेंबर १७६० रोजी टोपजवळ (कोल्हापूरच्या उत्तरेस सु. १४ किमी.) निधन पावले. त्यांनी सुमारे शेहचाळीस वर्षे अनभिषिक्त छत्रपती म्हणून करवीरवर राज्य केले. सुरुवातीच्या काळात त्यांच्या मातोश्री राजसबाई त्यांना राजकारणात सल्लामसलत करीत असत; पण संभाजीराजे वयात येऊन

सज्ञान झाल्यानंतर ते स्वत: कारभार पाहू लागले आणि मातोश्रींच्या मृत्यूनंतर ही सर्व जबाबदारी जिजाबाईंकडे आली. किंबहुना जिजाबाईंचा काराभाराविषयी इ. स. १७४५ च्याही पूर्वीपासून कागदोपत्री उल्लेख आढळतात. जिजाबाईंच्या करवीरच्या राजदरबारात प्रथमपासूनच वचक होता आणि संभाजीराजांवर त्यांचा जबरदस्त प्रभाव होता. त्या प्रत्यक्ष लढाया आणि स्वाऱ्यांतूनही भाग घेत असताना दिसतात आणि संभाजीराजांच्या मृत्यूनंतर तर त्या करवीरच्या गादीच्या सर्वेसर्वा बनल्या. करवीरचे छत्रपती घराणे सुरक्षित ठेवण्याची सर्व जबाबदारी महाराणी जिजाबाई यांच्यावरच पडली होती आणि त्यांनी ती पुढे सुमारे बारा वर्षे मोठ्या जिद्दीने व कार्यक्षमरीत्या पार पाडली. अर्थात या सुमारास त्यांचे व पेशवे यांचे संबंध बिघडले होते. पेशव्यांनी संभाजीराजांच्या मृत्यूनंतर औरस वारस नाही, या सबबीखाली आपल्या प्रभावाखालील व्यक्ती दत्तक बसविण्याचा घाट घातला; पण जिजाबाईंना तो बेत मान्य नव्हता. त्यामुळे त्यांनी पेशव्यांच्या योजनेला निकराचा विरोध केला. तो विरोध मोडून काढण्यासाठी पेशव्यांनी संभाजीराजांच्या मृत्यूनंतर करवीरवर जप्ती आणली. पाच-सहा हजार फौजेसह विसाजी नारायण व सदाशिव अवधूत यांना पाठविले. त्यांच्याबरोबर महादजी भोसले मुंगीकर यांचा भाऊ उमाजी भोसले हाही होता. या उमाजीलाच कोल्हापूरच्या गादीवर दत्तक म्हणून बसवावे, असा पेशव्यांचा आग्रह होता. त्यासंबंधी पेशव्यांनी डावपेच आखले आणि लष्कर धाडले. या योजनेत कारभार जिजाबाईंनी करावा; पन्हाळा, रांगणा याप्रमाणे किल्ले द्यावेत; वरकड जो बंदोबस्त करणे तो सर्वांनी करावा आणि ताराबाईप्रमाणे खाऊन खर्च नेमून द्यावा; ज्या किल्ल्यात जिजाबाई असतील, त्यास वेढा घालून बसावे, अशा सक्त आज्ञा लष्कराला देण्यात आल्या होत्या. अर्थात या परिस्थितीमुळे जिजाबाईंपुढे मोठा पेचप्रसंग निर्माण झाला. नानासाहेबांनी वेळोवेळी दिलेली वचने व आश्वासने यांना या कृतिमुळे काहीच अर्थ राहिला नव्हता. जिजाबाईंचा भ्रमनिरास झाला. त्यांनी या कृतीबद्दल पेशव्यांकडे तीव्र नापसंती व्यक्त केली आणि त्यांचे मेहुणे इचलकरंजीचे नारायणराव व्यंकटेश घोरपडे यांना दि. २० जानेवारी, १७६१ रोजी एक पत्र पाठविले. त्या पत्रात जिजाबाई लिहितात, "राजमान्य राजश्री नारायणराव व्यंकटेश यासी श्रीमंत महाराज मातुश्री जिजाबाईसाहेब यांनी आज्ञा केली ऐसिजे तुम्ही राजश्री बापुजी विठ्ठल या समागमे विनंतिपत्र पाठविले ते प्रविष्ठ होऊन लेखनार्थ कळला. राजश्री प्रधानपंतांनी परमार्षाचे पत्र न पाठविता इकडील बंदोबस्तास राजश्री हरिराम व विसाजी नारायण या समागमे फौज देऊन पाठविले. तेव्हा साहेबांच्या व प्रधानपंतांच्या ऋणानुबंधास सीमा आहे. राजश्री स्वामी (संभाजीराजे) जागृत असता (जिवंत असता) प्रधानपंतांनी संधान रक्षून आणाशपथा घेऊन साहेबाशी अंतर करू नये, याप्रमाणे वचनासी गुंतले असता याप्रमाणे मजकूर घडून आला. राजश्री

रघुनाथ पंतासही वर्तमान करविरास आले असता कोणे प्रकारे वचनास गुंतले हे ठाऊक आहे. चिरंजीव कुसाबाई (सवत) गरोदर आहेत. राजश्री स्वामींच्या आज्ञेवरून आम्ही चौघी राण्या आहोत. असे असता याप्रकारे लौकिक केला. बरे उत्तम! सर्व क्रियेवरी गोष्टी आहे. जेथून क्रियाच राहिली तेथे काय बोलणे. साहेब इच्छामरणी आहेत.''

''सुखनैव जे होणे ते हो. तुम्ही पुरातन सेवक. तुम्ही येवोन परामर्ष करावा हे उचित होते. अजून तुम्ही राजश्री रघुनाथपंत यासी सांगोन लौकिक निवारे ते करणे.'' अशाच आशयाचे आणखी एक पत्र त्यांनी गोपिकाबाईंचा कारभारी बाबूराव राम फडणीस यास लिहिले होते. त्यात त्या कळवितात, ''राजश्री स्वामींनी कैलासवास करून आम्हा चवघी राणीयासी शफत घालून चिरंजीव कुसाबाई गरोदर आहेत हा अर्थ सर्वत्रास आज्ञा करून परधामास गेले. असे असता राजश्री प्रधानपंत याणी काही एक शोध न करता अनाहूतच करा म्हणोन फौजसुद्धा रवानगी केली... बंधू म्हटले असता व क्रियेस वारंवार गुंतले असता उत्तीर्ण जाहले. बरे काय चिंता आहे?....''

जिजाबाईंनी वरील पत्रांत जी वस्तुस्थिती व्यक्त केली आहे, त्यावरून पेशव्यांनी मैत्रीची वचने देऊन ती मोडली, बहिणीचा विश्वासघात केला आणि आणि संभाजीराजांच्या मृत्यूनंतर साधे समाचाराचे उद्गारही काढले नाहीत. एवढेच नव्हे, तर महाराजांच्या मृत्यूनंतर कुसाबाई गरोदर असतानाही जप्तीचा प्रयत्न सुरू केला. ही गोष्ट जिजाबाईंसारख्या राज्यकर्त्या स्वाभिमानी स्त्रीला जिव्हारी लागावी, यात अघटित काहीच नव्हते. म्हणूनच जिजाबाईंनी दिनकर महादेव यास लिहिलेल्या पत्रात स्पष्ट कळविले आहे की, ''पेशव्यांनी नियोजित केलेला इसम आपण दत्तक घेणार नाही, तेव्हा पेशव्यांनी त्याला परत घेऊन जावे. प्रसंग अधिक निकराला पोहचू देऊ नये.'' यावेळी जिजाबाईंनी एकीकडे जप्तीस आलेल्या फौजेला पेशव्यांनी मागे घ्यावे, म्हणून विनंतीपूर्वक प्रयत्न चालविले आणि त्याचवेळी प्रसंग उद्भवल्यास त्या फौजेशी दोन हात करून सामना देण्याची तयारीही चालविली. दरम्यानच्या काळात वाटाघाटीचे आणि काही प्रदेश स्वाधीन करण्याचे वरकरणी देखावेही केले आणि अचानक एक दिवशी आपली फौज पेशव्यांच्या फौजेवर पाठवून तिचा सपशेल पराभव केला. या नामुष्कीच्या पराभवामुळे जिजाबाईंच्या मुत्सद्देगिरीची आणि पराक्रमाचीही कल्पना पेशव्यांना आली. त्यानंतरच्या घडलेल्या घटना जिजाबाईंच्या प्रभावी प्रतिकाराच्या निदर्शक होत्या. त्याच सुमारास पेशव्यांचे सैन्य उत्तरेत पानिपतच्या तिसऱ्या लढाईत (१४ जानेवारी, १७६१) पराभूत झाले आणि एकूण राजकारणाला वेगळे वळण प्राप्त झाले. दरम्यान दि. २७ मे, १७६१ रोजी कुसाबाई प्रसूत होऊन त्यांना मुलगा झाला, असे वृत्त जिजाबाईंनी प्रसृत केले. नानासाहेब पेशव्यांनाही तसे त्यांनी कळविले; परंतु लवकरच नानासाहेब

पानिपतच्या धक्क्याने पर्वतीवर 'भाऊ, भाऊ' करीत मरण पावले. प्रत्यक्षात कुसाबाईस मुलगी झाली होती, हे स्वत: जिजाबाईंनी थोरले माधवराव पेशवे यांच्याकडे मान्य केले; तथापि सुरुवातीस जिजाबाईना हे मुलगा झाल्याचे खोटे वृत्त हेतुपुरस्सर प्रसृत करावे लागले; कारण संभाजीराजांना पुत्र नाही म्हणून त्यांचे राज्य जप्त करण्याचा घाट पेशव्यांनी घातला होता; फौजा पाठविल्या होत्या. तेव्हा जिजाबाईंनी कुसाबाई प्रसूत होईपर्यंत थांबा, असा सबुरीचा सल्ला पेशव्यांना दिला होता. हेतू असा, की मुलगा झाला म्हणजे वारसाचा प्रश्न आपातत: सुटेल आणि मग पेशव्यांना नियोजित दत्तक घ्या, असा आग्रह वा सक्ती करता येणार नाही. तेव्हा पेशव्यांची पुढील लष्करी कारवाई थांबविण्यासाठी त्यांनी ही क्लृप्ती वापरली. त्यामुळे हे संभाव्य संकट टळले. निदान पुढे ढकलले जाईल आणि लष्करी तयारीला अवधी मिळेल, हा अंदाज खरा ठरला. शिवाय वातावरण निवळल्यानंतर मनाजोगता दत्तक आपणांस घेता येईल. म्हणून वेळ निभावून नेण्यासाठी त्यांनी कुसाबाईला मुलगा झाल्याचे वृत्त प्रकट केले.

कुसाबाईंना मुलगी झाल्यामुळे करवीरच्या गादीवर दत्तक घेण्याचा प्रश्न निर्माण झाला. आपल्या इच्छेप्रमाणे हा प्रश्न सोडविण्याची जिजाबाईंची महत्त्वाकांक्षा आणि जिद्द होती; कारण आपले राज्य स्वतंत्र असल्याची त्यांची धारणा होती. त्याला पेशव्यांनी धक्का दिल्यामुळे सावधपणे, मुत्सद्दीगिरीने हा प्रश्न सोडविला पाहिजे, असे त्यांनी ठरविले. संभाजीराजांनी शरीफजीच्या घराण्यातील शहाजीराजे भोसले– खानवटकर (इंदापूर परगणा) ह्यांचा मुलगा मणकोजी याला दत्तक घेण्याची इच्छा मृत्यूपूर्वी व्यक्त केली होती. त्याला अनुसरून दत्तक घेतला गेला पाहिजे, असा आग्रह जिजाबाईंनी धरला. त्याकरिता त्यांनी आपली खास विश्वासातील माणसे व कारभारी या सर्वांचा विचार घेतला. जिजाबाईंचा हा विचार सर्वांना मान्य होता. त्यानंतर त्यांनी खानवटकरांकडे काही प्रतिष्ठित सरदारांना पत्र देऊन पाठविले आणि संभाजीराजांची ही अंतकाळची इच्छा असल्याचे त्यांनी तोंडी सांगावे, असेही बजावले. खानवटकरांना ही कल्पना मान्य होती; परंतु पंतप्रधान पेशव्यांच्या संमतीशिवाय ते दत्तकविधानास राजी नव्हते. पेशव्यांचे संमतिपत्र आणवावे, म्हणजे चिरंजीवास स्वाधीन करतो, असा निरोप त्यांनी धाडला. खानवटकरांच्या सांगण्याचा आशय असा होता, की आईसाहेब (जिजाबाई) आहेत तोपर्यंत राज्य चालवावे आणि त्यांच्या पश्चात सातारा व कोल्हापूर ही दोन्ही राज्ये एक करावीत, असे नानासाहेबांच्या मनात होते.'' ही शंका रास्त होती आणि नानासाहेबांनी इ. स. १६४० मध्येच संभाजीराजांशी तशा आशयाचा करार केला होता; परंतु संभाजीराजे व जिजाबाई यांनी वारंवार स्मरण देऊनही नानासाहेबांनी त्याचा पाठपुरावा केला नाही. त्यामुळे छत्रपती शाहूमहाराजांच्या मृत्यूनंतरही दोन्ही गाद्या एकत्र झाल्या नाहीत, ही तर संभाजीराजांची, विशेषत: जिजाबाईंची मोठी खंत होती. जिजाबाईंनी

दत्तकाच्या प्रकरणावर खानवटकरांचा निरोप आल्यानंतर पुन्हा चर्चा करण्यासाठी अष्टप्रधानांना पाचारण केले. या चर्चेतून गोविंदराव व पारसनीस यांचा सल्ला या प्रकरणात घ्यावा असे ठरले. गोविंदराव हे राजाराममहाराजांपासूनचे पूर्वापार विश्वासू ज्येष्ठ सेवक व माहीतगार होते. त्याप्रमाणे पारसनीसांना विचारले. तेव्हा त्यांनी बाईमाणसांकडे लळा लावून मुलास आणावे आणि मुलगा आणल्यानंतर पंतप्रधान पेशव्यांचा रुकार घेता येईल, असे सुचविले. जिजाबाईंना हा सल्ला रास्त व योग्य वाटला आणि त्याप्रमाणे त्यांनी पुढच्या हालचाली सुरू केल्या. मुलाचे मामा नवलोजीराव महाडिक तारळ्यास राहत असत. जिजाबाईंनी त्यांच्याकडे पत्रे देऊन बाबूराव कारकून ह्यास तारळ्यास पाठविले. बाबूरावांनी महाडिकांची भेट घेऊन त्यांना जिजाबाईंची इच्छा व मनोदय सांगितला. त्याबरोबर शहाजीराव भोसले खानवटकर यांनी जी भीती व्यक्त केली, तीही निवेदन केली. नवलोजीराव महाडिक विचारी आणि साहसी माणूस होता. त्याने सर्व परिस्थितीचा साकल्याने विचार करून आपल्या बहिणीला कळविले. त्या पत्रात त्याने लिहिले होते, ''कोल्हापूरहून मुलास आणण्यास जी मंडळी येईल, त्यांच्या स्वाधीन मुलाला बिनदिक्कत करावे. मनात काही अंदेशा आणू नये.'' हे पत्र वाड्यातील काही दासी व इतर परिचित बायका यांजबरोबर देऊन बाबूराव कारकूनास पाठविले. ही सर्व मंडळी गावाबाहेर उतरली. नंतर युक्तीने त्यांनी बयासाहेबांची (शहाजींची पत्नी) भेट घेतली, पत्र दिले आणि अंतस्थ सर्व हकिकत सांगितली. तेव्हा त्यांना ती गोष्ट पटली व त्यांनी ह्या महिलांना असे सांगितले की, 'कोणी काही विचारपूस केल्यास बयासाहेबांच्या माहेरची (तारळ्याची) आम्ही सर्व मंडळी आहोत, असे बाह्यात्कारी भासवावे आणि बरोबरच्या बायकांस व दासींस आमच्याकडे वाड्यात वरचेवर भेटण्यास पाठवीत जावे, म्हणजे तुमच्या अंतर्यामीचे राजकारण सिद्धीस जाण्याचा संभव लवकर येईल.' त्याप्रमाणे बायकांनी व दासींनी वाड्यात चंचूप्रवेश करून मुलास खेळवावे, त्यास खाऊ द्यावा अशाप्रकारे रोज दोन-चार तास मनोरंजनात वेळ खर्ची घालून मुलाला लळा लावला. पुढेपुढे ते मूल त्यांच्या गावाबाहेरील घरात बिनदिक्कत मोकळेपणाने त्यांच्याबरोबर येऊ लागले; असे चार-पाच महिने गेल्यानंतर मुलास प्रेम निर्माण झाले आणि ते या दासींकडे रात्रंदिवस राहू लागले. तेव्हा या महिलांनी जिजाबाईंना पन्हाळ्यास हे वर्तमान कळविले. जिजाबाईंनी मुलास घेऊन येण्याविषयी लिहिले आणि त्याप्रमाणे निवडक घोडेस्वारांची व्यवस्था केली. चौथ्या दिवशी हे मूल सुखरूप पन्हाळ्यावर पोहोचले. त्यावेळी साखर वाटण्यात आली आणि हे काम फत्ते केल्याबद्दल जिजाबाईंनी संबंधित लोकांस बक्षिसे, इनामे वगैरे दिली. मुलाजवळ नेहमी राहण्यासाठी विश्वासातील माणसे व हुजरे नेमले. त्याच्या शिक्षणाची व संगोपनाची व्यवस्था केली. जिजाबाईंनी दत्तक

घेण्याचे निश्चित केल्यानंतर दोन गोष्टी प्रामुख्याने केल्या. त्यांपैकी एक म्हणजे पेशव्यांनी नियोजित केलेला दत्तक मुंगीकर भोसले आणि त्याचे सहाय्यक इचलकरंजीकर घोरपडे यांना नामोहरम केले. पेशव्यांचा नुसता बेतच हाणून पाडला नाही, तर त्यांच्या फौजेचा पराभव करून जप्तीचे प्रकरणच मोडून काढले. मात्र त्यांना आता पेशव्यांची संमती अधिकृत घेणे क्रमप्राप्तच होते. पेशव्यांच्या सहकार्याची त्यांनी अपेक्षा धरली आणि अत्यंत धूर्तपणे त्या दिशेने पाऊल टाकले. पेशव्यांबरोबर वाटाघाटी करण्यासाठी त्या स्वत:च पुण्याला जाण्यास निघाल्या. नानासाहेबांच्या मृत्यूनंतर पेशवाईची वस्त्रे थोरले माधवराव यांना मिळली होती. माधवरावांसमोर मराठ्यांची गेलेली प्रतिष्ठा पुन्हा मिळविण्याचे काम मोठे जोखमीचे, अवघड होते आणि घरात भाऊबंदकी तर बाहेर निजामासारखे शत्रू यांच्याशी मुकाबला, अशी नाजूक अवस्था होती. त्यामुळे जिजाबाईंनी आपला दौरा आयोजित करताना वरकरणी यात्रेला जावयाची तयारी केल्याचे दाखविले. तत्कालीन ऐतिहासिक कागदपत्रात ''कामगार नेमून दौलतीचा बंदोबस्त केला आणि चार महिन्यांची बेजमी घेऊन पाच हजार फौज सरदार, मानकरी वगैरेसह अक्षयतृतीयेच्या (१७ एप्रिल, १७६२) सुमुहूर्तवर खासा स्वारी निघाली.'' प्रथम त्यांनी जेजुरीला खंडोबाचे दर्शन घेतले. त्यावेळी पंडित प्रधानांना त्यांच्या आगमनाची वार्ता कळविली. तेव्हा पेशवे पहिले माधवराव जेजुरीस जिजाबाईंना भेटण्यास मुद्दाम आले. भेटीत त्यांनी जिजाबाईंना इकडे येण्याचा उद्देश विचारला. त्यावर मातोश्रींनी त्यांना उत्तर दिले, की ''करवीर गादीस मालक, दत्तक देण्याचा आपला संकल्प दिसत नाही. म्हणून महायात्रेस जाऊन देह अर्पण करावा, असा मानस आहे.'' यावेळी माधवरावांबरोबर रघुनाथरावही होते. माधवरावांनी विचारांती सांगितले की, ''सातारा व पन्हाळा ही दोन राज्ये पृथक नसून वास्तविक एकच आहेत. कौटुंबिक कारणांनी द्वैतभाव होता, तो संपला.'' हे ऐकताच जिजाबाई अस्वस्थ झाल्या आणि थोड्या रागानेच म्हणाल्या, ''असे असेल तर राज्य आपले स्वाधीन करून घ्या आणि आमची खर्चाची वगैरे बेजमी करून महायात्रेची तयारी करा. आपण पुत्रवतच असून आपणांस महाराजांनी दिलेले राज्याचे अधिकारी करून घ्यावे.'' जिजाबाईंनी पेशव्यांना आपले खरे रूप दर्शविल्यावर पेशव्यांपुढे मोठाच पेचप्रसंग उभा राहिला. पानिपतचा दारुण पराभव, नानासाहेब पेशव्यांचा मृत्यू यांतून अजूनही मराठी राज्य सावरले नव्हते; शिवाय साताऱचे प्रकरण समाधानकारकपणे मार्गाला लागले नव्हते. त्यामुळे पेशव्यांवर निंदानालस्तीचे, बदनामीचे प्रसंग येत होते. लहान वयातील माधवरावांकडे आकस्मिक ही जबाबदारी आली होती. तशातच रघुनाथरावांची भाऊबंदकी अधूनमधून उफाळून येई. अशा एकूण नाजूक परिस्थितीत कोल्हापूरचे आणखी एक प्रकरण उपस्थित झाल्यास संकटाच्या मालिकेत भर पडेल आणि मनस्ताप वाढेल, हे सर्व ध्यानी

घेऊन माधवरावांनी जिजाबाईंना दत्तक घेण्याची संमती दर्शविली आणि सन्मानाने पुण्याला नेऊन त्यांचा आदरसत्कार केला व पन्हाळ्याला परत जाण्याविषयी विनंती केली. अर्थात जिजाबाईंनी बेलभंडाऱ्याची शपथ घेऊन पेशव्यांकडून दत्तकाच्या संदर्भातील संमतीचे पत्र लिहून घेतले आणि दत्तक प्रकरणाविषयी पेशव्यांशी सविस्तर बोलणी करून दत्तकाचे कागदपत्र पुरे केले. त्याबरोबरच पेशव्यांनी आईसाहेबास मेजवानी वगैरे देऊन सन्मान करून सोबत खर्चास दोन लाख रुपये आणि तेवढ्याच किंमतीचा पोशाख व जडजवाहीर वगैरे देऊन सन्मानपूर्वक स्वारीची रवानगी केली. पेशव्यांनी स्पष्ट संमती दर्शविल्यामुळे शहाजी भोसले खानवटकरांचेही पूर्ण समाधान झाले व त्यांनी आपला मुलगा दत्तक देण्याचे आनंदाने मान्य केले. जिजाबाईंनी पन्हाळ्याला पोहोचल्यावर लवकरच दि. २२ सप्टेंबर १७६२ रोजी दत्तक विधानाचा समारंभ शाही थाटात मोठ्या दिमाखाने केला आणि नूतन राजाचे नाव शिवाजी असे ठेवले. पुढे काही दिवसांनी विजयादशमीच्या सुमुहूर्तावर यथाविधी बालशिवाजी सिंहासनारूढ झाले. त्या प्रसंगी अष्टप्रधानांस विडे देऊन आणि सरदार मानकरी यांस यथायोग्य वस्त्रे देऊन त्यांचा सन्मान केला. नंतर जिजाबाईंनी छत्रपतींच्या नावे पेशवे, निजाम, हैदर अली आणि छोटे संस्थानिक यांना योग्यतेनुरूप वस्त्रे व आज्ञापत्रे पाठविली. त्यांच्याकडून पोशाख व अलंकार भेटीदाखल आले. हैदरअलीने (म्हैसूर) पोशाख, जवाहीर, तसेच घोडे आणि बालसुंदर नावाचा हत्ती पाठविला. जिजाबाईंनी निरनिराळ्या सरदारांकडून आपण करवीरच्या राजघराण्याशी एकनिष्ठ राहू अशा स्वरूपाची इमानपत्रे लिहून घेतली; कारण जुने सरदार बाल छत्रपतींशी कितपत एकनिष्ठ राहतील, याविषयी जिजाबाईंना काळजी वाटत होती. तत्कालीन कागदपत्रे पाहिली असता, जिजाबाईंनी दत्तक विधान समारंभात किती बारीकसारीक गोष्टींच्या तपशिलात लक्ष घातले होते, हे लक्षात येते. तद्वतच त्यांच्या धूर्त व चाणाक्ष बुद्धीची आणि कर्तबगारीची साक्ष पटते. कोल्हापूरच्या गादीवर छत्रपतींची स्थापना झाल्यावर माधवराव पेशव्यांनी निरनिराळ्या सरदारांना आणि मांडलिक संस्थानिकांना ताकीदपत्रे पाठविली. त्यांत मोकासा बाबीचा ऐवज श्रीमन्महाराज मातोश्री आईसाहेब यांच्या खासगीस द्यावा, असे कळविले. याप्रमाणे बेळगाव, बागलकोट, हुकेरी, बादामी वगैरे कर्नाटकातील कमावीसदारास कळवण्यात आले.

जिजाबाईंनी आपल्या राज्याच्या सुरक्षिततेसाठी चालविलेले प्रयत्न अनेकविध प्रकारचे होते. त्यांनी खुद्द माधवराव पेशव्यांशीही निरनिराळ्या प्रसंगी करार करून त्यात राज्याच्या सीमेवरील उपद्रव थांबविण्याच्या दृष्टीने प्रतिबंधक अटी नमूद करून घेतल्या. या करारांमुळे माधवराव पेशवे आणि करवीर छत्रपती यांचे संबंध माधवरावांच्या हयातीपर्यंत तरी, स्नेहपूर्ण राहिले. पेशव्यांकडून जिजाबाईंना विशेष उपद्रव झाला

नाही; इंग्रजांनी काहीतरी कुरापत काढून सिंधुदुर्ग दि. १ मे, १७६५ रोजी घेतला. करवीर राज्याचा हा किनाऱ्यावरील प्रमुख किल्ला पडल्यानंतर इंग्रजांना पायबंद घालण्यासाठी जिजाबाईंनी आपल्या परीने अथक प्रयत्न केले. या संदर्भात त्यांनी दुसऱ्या एका किल्लेदारास दि. २३ जून, १७६५ रोजी लिहिलेले पत्र लक्षणीय आहे. या पत्रात जिजाबाई लिहितात, "मालवणचा सिंधुदुर्ग घेतल्यानंतर इंग्रज दुर्बुद्धीस प्रवर्तला आहे आणि मालवणासाठी जागा घेऊन सावंताची रेडी घेतली, बंदर किनारा सोडवीत चालला. त्याचा गर्व हत होऊन पूर्ववतप्रमाणे हाल खुद्द राहिला पाहिजे, याचा विचार कसा करावा! तुम्ही बहुत देखिले व स्वत: अगेज करून तरवार मारिले. जागे साध्य केले. आपले सामान बरेबरे लोक जथ्था चांगला राहून शत्रू पादाक्रान्त व्हावा, याचा विचार कर्तव्याकर्तव्येचा लिहून पाठविणे, तद्रूप केला जाईल. तुम्ही आपल्या तालुक्यातील किल्लेकोटाची भरती जेथील तेथे राखून चौकी पहारे करून खबर राहणे.''

यानंतर इंग्रजांनी पुन्हा एक किल्ला यशवंत गडही ताब्यात घेतला. या घटनेबद्दल जिजाबाईंनी सावंतवाडीकरांचा कारभारी जिवाजी विश्राम यास दि. १२ मार्च, १७६६ रोजी एक पत्र पाठवून नापसंती व्यक्त केली आहे. या पत्रात त्यांनी 'कोवळा मोड आहे तो मोडिल्याने उत्तम, भारी जाहलेने सर्वांचे वाईट होईल,' असा इशारा दिला आहे. इंग्रजी सत्ता पुढे वरचढ होईल, याची जाण त्यांना होती; म्हणून त्यांनी हा इशारा त्यावेळी दिला. तत्पूर्वीच्या काळात इ. स. १७६४ मध्ये पेशव्यांनी पटवर्धनांना कोल्हापूरच्या हद्दीनजीक सरंजाम दिला. उद्देश हा, की कोल्हापूर व कर्नाटक यांमधील प्रदेशावर वचक बसावा. त्यामुळे पटवर्धन मोकासा हक्काने घेऊ लागले. तेव्हा जिजाबाईंनी माधवराव पेशवे यांच्याशी झालेल्या कराराप्रमाणे मनोली, रायबाग, कागल, हुकेरी इत्यादी ठाणी परत मिळवून देण्याची पेशव्यांना विनंतीवजा आठवण करून दिली. त्याबद्दल जिजाबाईंनी कर्ज काढून पेशव्यांना सात लाख रुपये दिले; परंतु नंतर ही रक्कम जिजाबाईंकडून पूर्णत: फिटत नाही, असे लक्षात येताच पेशव्यांनी चिकोडी व मनोली या दोन्ही तालुक्यांचा वसूल परशुरामभाऊ पटवर्धन यांस करावयास सांगून सावकाराची रक्कम फेडण्यास सांगितले. करवीरकर व पटवर्धन यांच्या दरम्यानच्या पुढील संघर्षाचे बीज या प्रकरणातूनच उद्भवले.

माधवरावांनी सौदत्तीचे ठाणे घेऊन ते जिजाबाईंच्या स्वाधीन दि. २५ फेब्रुवारी १७६७ रोजी केले. त्यानंतर दि. ८ डिसेंबर १७६८ रोजी हुकेरी व मनोली हे प्रांतही जिजाबाईकडे आले; परंतु प्रत्यक्ष ताबा मिळण्याच्या दृष्टीने निर्णयिक असे काहीच घडले नाही; फक्त हा कागदोपत्रीच व्यवहार झाला होता. परंतु जिजाबाईंनी चिकाटी सोडली नाही आणि जिवाजी भोसले, महादेवशास्त्री, अंताजी शामराव वगैरे विश्वासू सेवकांना पुण्यास पेशव्यांकडे पाठविले; पण माधवराव पेशवे आजारी असल्यामुळे फैसला झाला नाही. त्यांच्या प्रकृतीची चौकशी करण्यासाठी समाचारास आपल्या

खास विश्वासातील रामचन्द्र बाबाजी पारसनीस यांस धाडले. दरम्यान माधवरावांचे १८ नोव्हेंबर १७७२ रोजी या आजारातच निधन झाले आणि हा प्रश्न तसाच लोंबकळत राहिला. त्यानंतर पेशवाईची वस्त्रे माधवरावांचे धाकटे बंधू नारायणरावांस मिळाली. त्यांनी करवीर छत्रपतींशी, म्हणजे जिजाबाईंशी करारमदार करून चिकोडी व मनोली हे दोन तालुके व दुसरी काही गावे जिजाबाईकडे १९ जानेवारी, १७७३ रोजी सुपूर्त केल्याचे कळविले; परंतु यानंतर सुमारे एक महिन्याच्या आतच म्हणजे १७ फेब्रुवारी १७७३ रोजी जिजाबाईंचे पन्हाळ्यास निधन झाले.

माधवराव व जिजाबाई यांच्या निधनाने मराठ्यांच्या राजकारणातील दोन प्रभावी व मातब्बर व्यक्ती काही महिन्यांच्या अंतराने मरण पावल्या. दोघांच्या कारकीर्दींचा काळ सर्वसाधारणत: बारा वर्षांचाच अल्प होता. संभाजीराजांच्या मृत्यूनंतर इ. स. १७६० मध्ये जिजाबाईंकडे करवीरची सर्व सत्ता आली; तर माधवरावांकडे पानिपतच्या पराभवानंतर इ. स. १७६१ साली मराठ्यांच्या राज्याची सत्तासूत्रे आली. दक्षिण महाराष्ट्रात जिजाबाईंनी करवीर राज्याचे रक्षण केले, त्याचा दरारा वाढविला. कोल्हापूर राज्यातील काही ठाणेदारांना वठणीवर आणण्यासाठी जिजाबाईंना पेशव्यांचे सहकार्य घ्यावे लागे आणि पेशव्यांनीही ते पूर्णत: निःसंकोचपणे दिले; तथापि कोल्हापूरकडे आणखी काही गुंतागुंत वाढू लागली, पेशव्यांना आपला हस्तक्षेप करवीरच्या राज्यकारभारात करण्याची संधी हवी होती, त्यासाठी माधवरावांनी जिजाबाईंना अप्रत्यक्षरीत्या सुचविले की, आपल्या राज्यात वारंवार कटकटी उद्भवतात, यांकरिता त्या नष्ट करण्यासाठी पेशव्यांचा एखादा अधिकारी करवीरच्या दरबारी नेमण्यात यावा. परंतु ही सूचना जिजाबाईंना रुचली नाही. अव्यवस्था परवडली, पण अधिकाऱ्याचे प्राबल्य नको, असा सूज्ञ विचार करून त्यांनी पेशव्यांच्या विनंतीला फाटा दिला. राज्याचे स्वतंत्र अस्तित्व त्यामुळे कमी होत जाऊन पेशव्यांचे मांडलिकत्व पत्करण्याचा प्रसंग येईल, असे जिजाबाईंना वाटले असावे.

जिजाबाई जशा मुत्सद्देगिरीत चलाख होत्या, तद्वतच रणक्षेत्रातही त्या वाकबगार असल्याचे अनेक दाखले तत्कालीन कागदपत्रांतून मिळतात. जिजाबाईंनी प्रत्यक्ष युद्धात भाग घेतल्याचे काही उल्लेख तत्कालीन पत्रव्यवहारात आढळतात. त्यांपैकी राणोजी घोरपडे याचा सहायक अर्जोजी यादव याने इ. स. १७४७ मध्ये करवीर राज्यात काही ठाणी बळकाविण्याचा प्रयत्न केला होता. तेव्हा जिजाबाईंनी त्याच्याशी रणांगणावर प्रत्यक्ष दोन हात केले आणि त्याला वठणीवर आणला. राज्यकारभारातही त्यांचे बारीक लक्ष असे. एखाद्या सेवकाने गैरकृत्य केले वा टंगळमंगळ केली व कामास नकार दिला, तर त्या त्यास योग्य तो धडा देत. अशी एक वदंता आहे, की जिजाबाई दत्तक पुत्रास घेऊन राज्यरोहणानंतर काही महिन्यांनी नृसिंहवाडीस देवदर्शनासाठी चालल्या होत्या. आपल्या पाच-सहा दिवसांच्या गैरहजेरीत भगवंतराव

अमात्य यांनी करवीर राज्याची व्यवस्था पाहावी, अशी त्यांनी आज्ञा दिली. भगवंतरावांना ही जोखीम नको होती. त्यांनी सांगितले, की 'हे काम आपणांकडून होणार नाही.' अर्थात ही अमर्यादा होती; तथापि त्यांनी अमात्यांना स्वाभिमानपूर्वक कळविले, की ''आपण काम न कराल, तर फार मोठी अडचण होईल, अशातला भाग नाही; तसे तुम्ही समजूही नये. हे काम सामान्य कुणबिणींकडूनसुद्धा चालविता येईल.'' आणि आश्चर्याची बाब म्हणजे त्यांनी हा अभिनव प्रयोग केला. त्यांनी यशवंतराव शिंदे यांना कारभाराचे काम सांगितले व गंगू, रंगू, भागू, नागू आणि लिंगू अशा पाच सूझ कुणबिणी पसंत करून शिराळे, आळते, वडगाव वगैरे ठिकाणी कामे नेमून देऊन रवाना केल्या. त्यांनी व्यवस्थित आज्ञांचे पालन केले. चार-पाच दिवसांनंतर जिजाबाई दत्तदर्शन घेऊन परत आल्या. यातून त्यांचा स्वाभिमान व स्वत:बद्दलचा सार्थ विश्वास प्रकट होतो.

राजकारण-युद्ध यांप्रमाणेच त्यांनी काही स्मारके बांधली. जिजाबाईंनी पंचगंगेच्या दक्षिणकाठी संभाजीराजांची मेघडंबरी बांधली आणि तिथे श्रीची स्थापना करून तेथील पूजाअर्चा नित्यनियमित व्हावी, म्हणून खर्चाबद्दल परगणे कागल उर्फ रुकडी येथील सरनायकीचे वतन श्रीकडे नूतन करून देऊन ते चालविण्यास राणोजी घोरपडे सेनापती यास शके १६९० मध्ये दिले. याशिवाय त्यांनी वाडी-रत्नागिरी येथे यमाईच्या मंदिरासमोर एक तळे इ. स. १७४३ मध्ये खोदले. तेथे एक शिलालेख बसविला असून त्यावर पुढीलप्रमाणे मजकूर कोरला आहे. ''श्री गणेशाय नम:। वाडी-रत्नागिरी क्षेत्र येथे खलनाथ सूत्र संघ होऊनी तेथे तळ्यास काम लाविले. श्रीदेवी येमाईच्या वनात तळ्यास काम लाविले. परलोकोपकारार्थी जीवन काम दिधले। स्वस्ती श्री शके १६६५ कालयुक्त नामसंवत्सरे, कार्तिक शुद्ध तृतीया, स्मितदिने भोसले कुला श्री राजा शंभू छत्रपती यांची धर्मपत्नी वज्रचुडेमंडित उभयकुलवर्धिनी जिजाबाई बांधविले असे सुप्रसन्न.''

❀

।। मस्तानी ।।

मराठ्यांच्या इतिहासात पहिल्या बाजीरावाचे नाव एक रंगेल आणि रंगेल पेशवा म्हणून नोंदविले गेले आहे. सेनानी म्हणून बाजीरावाचे स्थान युद्धशास्त्राच्या जागतिक इतिहासात पालखेडच्या युद्धामुळे (इ. स. १७२७-१७२८) अजरामर झाले आहे. फिल्ड मार्शल मंगमरी यांसारख्या युद्धकुशल इंग्रजी सेनाधिकाऱ्याने त्याच्या रणनीतीची, विशेषत: गनिमी युद्धतंत्राची मुक्तकंठाने स्तुती आपल्या 'ए हिस्टरी ऑफ वॉरफेअर' या प्रसिद्ध बृहद् ग्रंथात (इ. स. १९६८) केली आहे. बाजीरावाला युद्धभूमीवर पराभव म्हणून ठाऊक नव्हता. बाजीराव जसा धडाडीचा सेनानी, योद्धा आणि राजकारणी होता, तसाच तो अत्यंत देखणा व प्रभावी व्यक्तिमत्त्वाचा असल्याचे दाखले तत्कालीन पत्रव्यवहारातून आढळतात. मस्तानी ही या श्रेष्ठ सेनानी पेशव्याची प्रियतमा-पत्नी होय.

पेशवे दप्तराचा लक्षावधी कागदपत्रांचा प्रचंड संभार पाहता, मस्तानीबद्दल सविस्तर व विश्वसनीय माहिती उपलब्ध नसावी, हे एक आश्चर्यच! तिच्या संदर्भातील निवडक मोजक्या कागदपत्रांतील तिच्याविषयीची माहिती एक तर संदिग्ध आहे व विपर्यस्तही आहे. त्यामुळे मस्तानीविषयी कागदोपत्री फार थोडी माहिती आजमितीस उपलब्ध आहे; आणि जी काही थोडी माहिती आख्यायिका, बखरी व वदंता यांवरून मिळते, तीवरून तिचे चित्र एक नाटकशाळा, कलावंतीण, नर्तकी, नृत्यांगना असे काहीसे अतिरंजित, वस्तुस्थितीला सोडून रेखाटलेले आढळते; तथापि लाल कवीचे 'छत्रप्रकाश', बुंदेल्यांची कैफियत, बांदेवाल्या नबाबांची वंशावळ, जनरल ब्रिग्ज याने बनविलेली वंशवर्णन पत्रिका, अलीबाहादर याच्या पदरी बांद्यास कारभारी असलेल्या गोरे कुटुंबातील कागदपत्रे, पन्ना अभिलेखागारातील कागदपत्रे इत्यादींवरून मस्तानीविषयी काही विश्वसनीय माहिती अलीकडे उपलब्ध झाली आहे. याशिवाय डॉ. भगवानदास गुप्ता यांनी बुंदेलखंडातील तत्कालीन ऐतिहासिक सामग्री जमवून तीद्वारे लिहिलेल्या 'बुंदेलखंड केसरी : महाराजा छत्रसाल बुंदेला' (इ. स. १९५८) या चरित्रात्मक ग्रंथातून छत्रसाल-बाजीराव व मस्तानी यांचे संबंध, नाते आणि व्यक्तिमत्त्वे यांविषयी अधिकृत माहिती उपलब्ध होते.

मस्तानीची जन्म तारीख व सन यांविषयी निश्चित माहिती उपलब्ध नाही. बुंदेलखंडातील रजपूत राजा छत्रसाल व त्याची एक मुसलमान राणी यांची ती कन्या होती. याविषयी वर उल्लेखिलेल्या कागदपत्रांतून माहिती मिळते. त्यावरून मस्तानी ही राजकन्या असल्याचे निदर्शनास येते. मस्तानी जेव्हा पुण्यास प्रथम आली तेव्हा, म्हणजे इ. स. १७२९ मध्ये, तिचे वय सोळा-सतरा असावे, असे अनुमान परिस्थितीजन्य पुराव्यावरून काढण्यात येते. म्हणजे तिचा जन्म इ. स. १७१२-१७१३ मध्ये केव्हातरी झाला असावा, असे अनुमान निघते. या अंदाजावरून तत्पूर्वी दोन-तीन वर्षे मस्तानीची मुसलमान आई आणि छत्रसाल यांचा विवाह इ. स. १७१०-१७११ दरम्यान झाला असणे शक्य आहे. राजा छत्रसालचा जन्म कागदोपत्री ४ मे १६४६ रोजी झाल्याचे नमूद आहे. म्हणजे छत्रसाल व मस्तानीची आई यांचे लग्न छत्रसाल चौसष्ट वर्षांचा असताना झाले, हे स्पष्ट होते.

औरंगजेबाच्या मृत्यूनंतर (इ. स. १७०७) उत्तरेकडे हिंदुस्थानात अनेक राजकीय घडामोडी झाल्या. मोगली सत्तेला उतरती कळा लागली. त्याचा लाभ उठविण्याच्या प्रयत्नात छत्रसालने बुंदेलखंड आपल्या एकछत्री अंमलाखाली आणण्यासाठी अथक परिश्रम घेतले. त्याचा एक भाग म्हणजे त्याला बुंदेलखंडातील सत्ताधीश दतिया, ओच्छा, चंदेरी इत्यादींशी संघर्ष करावा लागला. यांतून रजपूत, जाट, मुसलमान या अनेक सत्ताधीशांशी त्याने मैत्री जोडण्याच्या हेतूने सोयरिकी केल्या, असे जाणकारांचे मत आहे. या सोयरिकीतूनच त्याने मुसलमान महिलेशी विवाह केला असावा आणि आपोआपच तिला राणीवशात स्थान प्राप्त झाले. छत्रसालच्या जनानखान्यातील राण्यांचा विचार केला असता छत्रसालने अशा अनेक सोयरिकी केल्याचे आढळते. विशेष म्हणजे या सोयरिकी करताना त्याने मुलींच्या वंशाचा, घराण्याचा, धर्माचा, जातीचा, पंथाचा केव्हाच विचार केलेला नव्हता. एकूण छत्रसालचा कुटुंब परिवार मोठा होता. पवार कन्या देवकुंवर ही त्याची पट्टराणी होती. छत्रसालने धनकुंवर या धांडेरा मुलीशी लग्न केले, तसेच आणखी एका पुराव्यानुसार छत्रसालची एक पत्नी गडेर जमातीतील होती. मस्तानीची आई ही तर मुसलमान जातीतील होती. छत्रसाल इ. स. १६८० पासून एकेश्वरी प्रणामी पंथाचा एकनिष्ठ अनुयायी, प्रवर्तक व पुरस्कर्ता झाला होता. या पंथानुसार जातिभेद-धर्मभेद निषिद्ध होता. ज्याला त्याला धर्मस्वातंत्र्य होते. मस्तानीचे बाजीरावाशी यथोचित लग्न झाल्यावर तिनेसुद्धा हेच उपासनास्वातंत्र्य आचरणात आणले होते, याची साक्ष पुण्याजवळील पाबळ या गावातील तिने बांधून घेतलेल्या व अवशिष्ट असलेल्या तिच्या खासगी मशिदीवरून येते.

बांदेवाले नबाबांची वंशावळ सागरच्या सुभेदारांकडे उपलब्ध झाली असून त्यातून मस्तानीच्या पूर्ववृत्तांताविषयी अधिक विश्वसनीय व ऐतिहासिक दृष्ट्या

महत्त्वपूर्ण माहिती प्रकाशात आली. या माहितीनुसार बुंदेलखंडाचा राजा छत्रसाल याच्याकडून बाजीरावास मस्तानी प्राप्त झाली हे निश्चित झाले. बुंदेलखंडावर मोघल सरदार महंमदखान बंगश याने स्वारी करून तो आपल्या अखत्यारीत आणला. तेव्हा छत्रसालने मराठ्यांना मदतीचे आवाहन केले आणि पहिल्या बाजीराव पेशव्यास मदतीस बोलाविले. तत्संबंधीचा बांदेवाल्या नबाबांच्या वंशावळीतील मजकूर असा आहे– ''पेसवा साहेब की सवारी आयकर परना के (पन्ना) उपर लढाई कर के बंगसको भगा दिया और राजा छत्रसाल को गादीपर कायम किया. उस वक्त तीन हिस्से राजके करके येक हिस्सा पेसवा साहेबको दिया और महालसे मस्तानी औरत, कुबल सुरत थी, सो राजाने पेसवा साहेबकी दी.'' अशाच प्रकारचा मजकूर जनरल ब्रिग्ज याने तयार केलेल्या वंशवर्णन पत्रिकेत मिळतो. पेशवाईच्या अस्तानंतर (इ. स. १८१८) सातार्‍यात छत्रपती प्रतापसिंह यांची इंग्रजांनी विधिवत छत्रपती म्हणून घोषणा केली. त्यांच्या कारकीर्दीत (इ. स. १८१८-१८३९) छत्रपतींच्या दरबारात जनरल ब्रिग्ज नावाचा एक इंग्रज अधिकारी होता. त्याने तत्कालीन पेशवेकालीन दप्तरातून जुन्या सरदारांच्या अस्सल कागदपत्रांवरून एक वंशवर्णन पत्रिका तयार केली. तीत बांद्याच्या नबाबांशी पेशव्यांचे जुने सरदार म्हणून जी माहिती नोंदविली आहे, ती अधिक विश्वसनीय व स्पष्ट आहे. तीत म्हटले आहे– ''छत्रसालने बाजीरावास आपल्या राज्यातील साडे तेहतीस लाख वार्षिक उत्पन्नाचा तिसरा भाग आणि बुंदेरखंडातील हिर्‍यांच्या खाणींच्या उत्पन्नाचा तिसरा भाग इत्यादी बक्षीस दिले. याशिवाय छत्रसालने यवनीच्या संबंधापासून झालेली 'मस्तानी' नावाची स्वतःची अनौरस मुलगी बाजीरावास दिली.'' छत्रसालच्या इतर दोन मुलांची राज्ये बाजीरावला छत्रसालकडून मिळालेल्या जहागिरीला लागूनच होती आणि छत्रसालच्या मृत्यूनंतर (इ. स. १७३१) त्याची मुले व बाजीराव यांचे संबंध बाजीरावच्या हयातीत अत्यंत आपुलकीचे व स्नेहपूर्ण होते, हे त्याने छत्रसालच्या मृत्यूनंतर त्याच्या मुलांना सांत्वनपर लिहिलेल्या एका पत्रावरून स्पष्ट होते. बाजीराव लिहितो, ''हाल मालुम भयो श्री श्री श्री महाराज ककाजू साहेब को वैकुंठवास हो गयो. बडी भारी रंज भयी. महाराजने हमे लडका करके मानो है. सो मै वहि तरा आपको आपनी भाई समझे हो. जब काम परे, हजर होके तामील करो.'' (पन्ना अभिलेखागार पत्रसंग्रह). यावरून बाजीराव या घराण्याशी किती एकरूप झाला होता, हे जसे समजते, तसेच छत्रसालचे निधन झाले, त्यावेळी मस्तानी पुण्यातच होती; आणि तिच्या सान्निध्यात त्यास बुंदेली भाषेचे ज्ञान प्राप्त झाले असावे, हेही कळते.

छत्रसाल राजाच्या कारकीर्दीत रचलेल्या 'छत्रप्रकाश' या लाल कविरचित काव्यग्रंथात मस्तानीविषयक आलेली माहिती बांदेवाले नबाबांच्या वंशावळीशी बरीच मिळतीजुळती आहे. लालकवी हा छत्रसालचा दरबारी कवी होता आणि

त्याच्या अनुज्ञेनेच लालकवीने हे काव्य रचले आहे. त्यामुळे ऐतिहासिक दृष्ट्या समकालीन वृत्तान्त म्हणून त्यास महत्त्व आहे. त्यात म्हटले आहे की, ''बुंदेलखंडातून पुण्यास परत जाताना बाजीरावाने मस्तानी नावाची मुसलमान युवती बरोबर नेली.'' बांदेवाले नबाबांची वंशावळ, लालकवीचे 'छत्रप्रकाश' काव्य, जनरल ब्रिग्जने बनविलेली वंशवर्णन पत्रिका आणि 'बुंदेवाल्यांची कैफियत' या सर्वांतून मिळणाऱ्या माहितीवरून एक गोष्ट स्पष्ट व निश्चित होते, की मस्तानी ही छत्रसाल राजाची मुलगी होती. याशिवाय मस्तानीला समशेरखान व खानजहाँ हे दोन सख्खे भाऊ होते. ती छत्रसालच्या मुसलमान पत्नीपासून झाली असली, तरी तिचा दर्जा राजकन्या सदृश होता. तिचा जन्म, तिचे संगोपन, तिचे शिक्षण आणि तिच्यावर बालपणी झालेले धार्मिक-सामाजिक संस्कार हे छत्रसालच्या धार्मिक प्रणामी पंथाच्या निष्ठेनुसार होते व राजघराण्यातील होते. साहजिकच मस्तानी ही राजकन्या असल्यामुळे तिला लिहिता-वाचता येत होते. तसेच घोड्यावर बसणे, राजघराण्यातील रीतिरिवाज इत्यादींशी ती परिचित होती. तिला संगीताची गोडी होती आणि नृत्याचे अंग होते; कारण प्रणामी संप्रदायात श्रीकृष्णभक्तीला विशेष महत्त्व असल्याने जन्माष्टमीच्या वेळी ती संगीतनृत्यादी कार्यक्रमांत सहजरीत्या सहभागी होत असावी.

मस्तानी या नावाविषयी तत्कालीन बखर वाङ्मयातून विशेषत: सोहनीकृत 'पेशव्यांची बखर' किंवा 'तारीख– इ– महम्मदी' यांसारख्या फार्सी ग्रंथांतून विपर्यस्त माहिती मिळते; तथापि 'मस्तानी' हे हिंदी नाव छत्रसालने प्रणामी पंथाच्या धर्मातीत प्रथेनुसार ठेवले होते. 'मस्ताना' या हिंदी नावाचा प्राणनाथ प्रभूंचा एक मुसलमान शिष्य होता. 'मस्ताना पंचक' हा त्याचा हिंदी ग्रंथ प्रमाणी पंथाच्या धर्मग्रंथांपैकी एक समजण्यात येतो. मस्ताना हा छत्रसालचा गुरुबंधू. त्याच्या नावावरून छत्रसालने आपल्या लाडक्या कन्येचे नाव 'मस्तानी' हे ठेवले असण्याची शक्यता काही विद्वान व्यक्त करतात. मस्तानी देखणी— कुबलसुरत— होती ही गोष्ट वादातीत आहे.

बाजीराव व मस्तानी यांचा विवाह झाला होता का? आणि झाला असल्यास तो कुठे, केव्हा आणि कोणत्या पद्धतीने झाला, याविषयी विश्वसनीय माहिती ज्ञात नाही; मात्र पेशवे दप्तरातील काही नोंदी पाहता आणि 'भाऊसाहेबांच्या बखरीतील' काही आनुषंगिक उल्लेखांवरून मस्तानी ही बाजीरावाची पत्नी होती असे सिद्ध होते. मस्तानीच्या हवेली संदर्भातील वर्णनात 'संसार कृत्याकरिता हवेली बांधली,' असा स्पष्ट शब्दप्रयोग निर्दिष्ट आहे. त्यावरून पत्नीबरोबर प्रपंच करण्यासाठी ती हवेली अस्तित्वात आली, हे सत्य आहे, तेव्हा मस्तानी ही पत्नीच ठरते; तसेच या हवेलीस पुढे 'महल' किंवा 'महाल' हा शब्द रूढ झाला. तत्कालीन पत्रव्यवहारात 'महल' वा 'महाल' हा शब्द राण्यांच्या संदर्भात, जसे ''श्रींच्या दर्शनास 'महल' सहवर्तमान गेले,'' असा वापरलेला दिसतो. याशिवाय त्या काळी एखाद्या व्यक्तीचा

वा साथीदाराचा उल्लेख करताना तो कुणाचा मुलगा आहे, याचा निर्देश केला जाई. तो अनौरस असल्यास, किंवा राखेचा वा रक्षेचा असल्यास तसा उल्लेख कागदोपत्री केला जाई. 'भाऊसाहेबांच्या बखरी'त पानिपतला फौज निघताना त्यासाठी मुहूर्त पाहिला. त्याविषयी लिहिताना म्हटले आहे, की ''भाऊसाहेबांनी मुहूर्त निकडीचे पाहिले तो जवळ मुहूर्त निघेनासा जाला, मग शिवलिखिताचे मुहूर्ते रात्री बाहेर निघाले, समागमे दमाजी गायकवाड, यशवंतराव पवार, समशेर बहादर, व इब्रामखान गाडदी व हरी दामोदर, सोनाजी भापकर व राणोजी शिंदे यांचे राखेचे पुत्र तुकोजी शिंदे व महादजी शिंदे आणखी लहानथोर सरदार, हुजूरातीची पन्नास हजार फौज नेमिली.'' यावरून मस्तानीपुत्र समशेर बहादर याचा उल्लेख सरदारांत केला आहे. त्याच्या मागे अन्य काहीच उल्लेख नाही. त्यावरून समशेर बहादर हा बाजीरावचा मस्तानीपासून झालेला औरस पुत्र होता, हे सिद्ध होते; कारण महादजी व तुकोजी शिंदे हे राखेचे पुत्र होते असा स्पष्ट उल्लेख आहे. पुढे बाजीराव-मस्तानी यांच्या मृत्यूनंतर त्यांच्या सहा वर्षांच्या समशेर बहादर या मुलास, नानासाहेब ऊर्फ बाळाजी बाजीराव या पेशव्याने पेशवाईची वस्त्रे धारण केल्यानंतर तत्काळ सरदारकी बहाल करून त्याचा दर्जा वाढविला. यावरूनही समशेरचे औरसत्व सिद्ध होते आणि मस्तानीचा विधिवत पत्नी म्हणूनही दर्जा निश्चित होतो.

मस्तानी बाजीरावासोबत जुलै १७२९ मध्ये भर पावसाळ्यात पुण्यात आली. त्यावेळी तिची राहण्याची व्यवस्था निश्चितपणे कुठे करण्यात आली, याविषयी निश्चित माहिती उपलब्ध नाही; कारण शनिवारवाड्याचे बांधकाम २२ जानेवारी, १७३२ रोजी वास्तुशांत होऊन वास्तव्यास पूर्ण झाले होते. त्यानंतर मस्तानीची स्वतंत्र हवेली शनिवारवाड्याजवळच सुमारे इ. स. १७३३ च्या सुमारास बांधण्यात आली. शनिवारवाड्याच्या बांधकामापूर्वी पेशवे कुटुंबीय पुण्यात धडफळ्यांच्या वाड्यात राहत असत, असे धडफळे यादीवरून स्पष्ट होते. त्यामुळे मस्तानी प्रथम पुण्यात आल्यावर इ. स. १७२९ मध्ये धडफळ्यांच्या वाड्यात पेशवे कुटुंबीयासमवेतच राहत असावी, हे सिद्ध होते. मस्तानीचे वय या सुमारास १६-१७ वर्षांचे होते आणि तिचे यावेळेपर्यंतचे वास्तव्य छत्रसालच्या राजेशाही प्रासादात व्यतीत झाल्यामुळे तिचा वाग-व्यवहार, खाणे-पिणे, भाषा, वेशभूषा इत्यादी पेशवे कुटुंबीयांहून, मुख्यत्वे ब्राह्मणी राहणीमानाहून वेगळे होते, हे स्वाभाविक आहे. शिवाय विजातीय म्हणूनही तिचे वेगळेपण पेशवे कुटुंबीयांना थोडेफार गैरसोयीचे ठरले असेल! तसेच तिच्याबरोबर बुंदेलखंडातून पाठराखण म्हणून आलेल्या लवाजम्यातील– दासींतील मंडळींची वर्दळ तत्कालीन सोवळ्याओवळ्याचा विचार करता पेशवे कुटुंबीयांना मानवणारी नव्हती. अशा परिस्थितीत मस्तानीने सुमारे तीन-चार वर्षे या कुटुंबात कशी काढली आणि पेशवे कुटुंबातील मंडळींनी तिचा सहवास कसा निभावून

नेला, याची केवळ कल्पनाच करावी लागते. मस्तानी ही प्रणामी पंथाची कट्टर अनुयायी असल्यामुळे तसे पाहता ती पूर्णत: धर्मातीत विचारांची होती. त्यामुळे ती शाकाहारी असून सर्व धर्मांना आदर दर्शविणारी, दुसऱ्याच्या धर्मात लुडबूड न करणारी होती. अर्थात, तिच्या सुखकर वास्तव्यामागे सुरुवातीस बाजीरावांचे जबरदस्त व्यक्तिमत्त्व, जरब आणि मोठेपण असावे. त्यामुळे तिच्या दैनंदिन व्यवहारात कुणी व्यत्यय आणला नसावा, असे अनुमान काढल्यास अप्रस्तुत ठरणार नाही. शिवाय परस्थ मस्तानी ही सुसंस्कृत, सुसंस्कारित व घरंदाज असल्यामुळे तिची आरंभीची वागणूकही मर्यादशील, सर्वांना समजून घेण्याची असावी. थोड्याच अवधीत तिने मराठी भाषा आणि मराठमोळी संस्कृती आत्मसात करून सर्वांशी प्रेमभावाचे वर्तन ठेवले असावे. या संदर्भात रियासतकार गो. स. सरदेसाई म्हणतात, ''ब्राह्मण घरात सर्व प्रकारच्या मर्यादा सांभाळून मस्तानीने आपला निभाव चतुराईने केला आणि आपल्या वर्तनाने कोणाचेही मन दुखविले नाही. पुण्यास आल्यावर तिने यथावकाश मराठी भाषा आणि मराठी पेहराव स्वीकारला.''

तिच्या पेशवे दप्तरातील काही मोजक्या पत्रांवरून तिच्या मराठी भाषेचीही कल्पना येऊ शकते. बाजीरावाचा त्या काळात पावसाळा संपेपर्यंत मुक्काम पुणे-सातारा असा असावयाचा; कारण त्यानंतर मराठी फौजा मुलूखगिरीच्या मोहिमेवर बाहेर पडावयाच्या. शनिवारवाडा बांधून झाल्यावर (इ. स. १७३२) दीड-दोन वर्षे मस्तानीचा मुक्काम पेशवे कुटुंबासमवेत वाड्यातच होता. त्यानंतर बाजीरावाने मस्तानीसाठी शनिवारवाड्याजवळच स्वतंत्र हवेली इ. स. १७३३ च्या अखेरीस बांधली आणि मस्तानी ह्या हवेलीत आपल्या लवाजम्यासह सुखनैव राहात असावी; कारण या हवेलीविषयीची माहिती बांद्याचे नबाब यांचे कारभारी गोरे ह्यांच्याकडील कागदपत्रांत मिळते. हे कागदपत्र अस्सल असून त्यांत हवेलीच्या वास्तुचे चक्षुर्वैसत्यम असे वर्णन आढळते. ह्यात म्हटले आहे, ''थोरले बहादार (समशेर) यांची मातुश्री, तिज निमित्त स्वतंत्र हवेली, क्रीडास्थान केले. संसार कृत्याचे नवे, चौकटी हवेली, चहुकडे चार कोनास चार खोल्या, चारी बाजूस दालने, तीन तीन खणांची. त्याचप्रमाणे दुसरा मजला, तिसरा मजला, गच्ची. मधील चौक खुला. मधल्या चौकाचे खाली जमिनीत– उष्णकाळाकरता तहखाना (तळघर) वरील काम दालनातील होते, तसाच तहखाना होता. चारी दालनांतून दोन-दोन खिडक्या हवेकरता होत्या.''

हवेलीच्या या वर्णनावरून ती उत्तर हिंदुस्थानी वास्तुशैलीप्रमाणे चारी बाजूंनी बंद असून तिच्या कोणत्याही बाजूच्या मजल्यांना सज्जा (उघडी गॅलरी) नव्हता. थोडक्यात उत्तर हिंदुस्थानी स्त्रियांची गोषापद्धती लक्षात घेऊनच ती बांधली असावी.

उन्हाळ्यात आराम करण्याकरिता थंडगार 'तहखाना' (तळघर) चौकाखाली होता आणि तहखान्यात हवा खेळती राहावी म्हणून पहिल्या मजल्यावरील चारी दालनांना प्रत्येकी दोन दोन खिडक्या अशा आठ खिडक्या ठेवल्या होत्या. उत्तर पेशवाईत ह्या हवेलीचा उल्लेख 'मस्तानी महाल' असा कागदोपत्री आढळतो आणि त्यामध्ये तिचे बांद्याचे वंशज, मुख्यत्वे मस्तानीचा नातू अलीबहादर पुण्यात आला असता कुटुंब-कबिल्यासह वास्तव्य करित असे, अशी नोंद तत्कालीन कागदपत्रांत आढळते. या वास्तुच्या प्रवेशद्वारास पुढे 'मस्तानी दरवाजा' असे नाव प्रचलित झाले. ही हवेली शनिवारवाड्यासोबतच बांधावयास घेतली असावी आणि तिचे बांधकाम इ. स. १७३३ मध्ये केव्हातरी पूर्ण झाले असावे; कारण या हवेलीत मस्तानी राहावयास गेल्यानंतर मस्तानीपुत्र समशेर बहादर याचा जन्म इ. स. १७३४ मध्ये झाल्याची ऐतिहासिक नोंद आहे; मात्र 'संसार कृत्याकरता' बांधलेल्या या वास्तूत बाजीराव-मस्तानी किती दिवस सुखासमाधानाने राहिले, याविषयी शंका आहे; कारण बाजीरावाची आई राधाबाई, भाऊ चिमाजी आप्पा आणि पुढे मुलगा नानासाहेब यांनी बाजीरावास मस्तानीपासून अलग करण्याचा जणू चंगच बांधला होता, असे या व्यक्तींच्या तत्कालीन हालचालींवरून निदर्शनास येते. बाजीराव पावसाळा संपून मोहिमेवर गेला, की शेजारच्या शनिवारवाड्यात अंतस्थ राजकारणाला, कारस्थानांना उधाण येई. त्यामुळे मस्तानीची जेमतेम तीन-चार वर्षे या हवेलीत आनंदात गेली असावीत. एरवी स्वतंत्र हवेली असूनसुद्धा हवेली बाहेर चौकी पहारे आणि नजरकैदच तिला भोगावी लागली.

मस्तानी पुण्यात आली, त्यावेळी पेशवे कुटुंबात बाजीरावाची आई राधाबाई, पत्नी काशीबाई, नऊ वर्षांचा मोठा मुलगा नाना, बाजीरावाचे बंधू चिमाजी आप्पा व त्यांची पत्नी आणि अन्य गोतावळा असे होते. त्यांपैकी राधाबाईस मस्तानीचे आगमन ही एक नसती कटकट व अडगळ वाटत होती. त्यामुळे तिने मस्तानीस बाजीराव केव्हा व कसा आपल्यापासून बाजूला करतो, यावर लक्ष केन्द्रित केले होते; नव्हे तिला घालविण्याचेच बुद्धिपुरस्सर प्रयत्न पुढे केले. ती वयाने सर्वांत ज्येष्ठ, राजकारणी व सावकाराची मुलगी म्हणून तिचे अन्त:पुरात जसे वजन व वचक होता, तद्वतच पेशव्यांच्या सरदारांवर वचक होता, हे तत्कालीन पत्रव्यवहारांतून दृष्टोत्पत्तीस येते. तिने आपल्या षड्यंत्रात आपला धाकटा मुलगा चिमाजी याला सहभागी करून घेतला आणि पुढे नाना सोळा-सतरा वर्षांचा झाल्यावर, त्यालाही साथीदार केला. बाजीरावाची पत्नी काशीबाई मस्तानी ही सवत घरात आल्यामुळे खरे पाहता दुखावली गेली असली पाहिजे; पण एकूण बाजीरावचा शीघ्रकोपी स्वभाव, त्याचा पराक्रम आणि राजकारणातील दबदबा व वर्चस्व यांमुळे तिने आपल्या नवऱ्याच्या रोमांचकारी कृत्यावर पांघरूण घालण्याच्या उद्देशाने संघर्ष

टाळला आणि फारसा गाजावाजा न करता समजुतदारपणाचे धोरण अंगीकारले.

तत्कालीन समाजव्यवस्थेत नवऱ्याचा बाहेरख्यालीपणा किंवा त्याने पत्नीला सवत आणणे, या गोष्टींना विशेष महत्त्व नव्हते. त्यावेळच्या एकूण राज्यकर्त्या पुरुषांना अशा नाटकशाळा असायच्या! त्यामुळे काशीबाईने उत्तर हिंदुस्थानातील सुस्वरूप मस्तानीचा स्वीकार एक सवत म्हणूनच केला असावा. मस्तानी काशीबाईला मोठी बहीण मानीत असे व तिला ताई म्हणे, असा कागदोपत्री उल्लेख मिळतो. काशीबाई पायाने अधू असल्याचे इतिहास सांगतो. तिला जबरदस्त गुडघेदुखी होती. त्यामुळे ती फारशी हिंडत फिरत नसे. या दुखण्यामुळे ती अधूनमधून अंथरुणालाही खिळल्याचे उल्लेख आढळतात; तथापि तिची अंगकाठी आणि बांधा सुदृढ असून व्यक्तिमत्त्व आकर्षक होते. मस्तानी बाजीरावाच्या जीवनात आल्यानंतर काशीबाईवरचे त्याचे लक्ष उडाले, बाजीराव विषयलंपट झाला वगैरे नोंदी शकावलीत आढळतात; परंतु वस्तुस्थिती पाहता, बाजीराव शिकारीवर वा स्वारीवर असता पत्रांतून काशीबाईच्या प्रकृतीविषयी आवर्जून चौकशी करताना दिसतो. तो तिला औषधेही पाठवीत असे. एवढेच नव्हे, तर काशीबाईवर उपचार करण्यासाठी कुठे एखादा वैद्य वा अन्य तज्ज्ञ मिळतो का, याची आपल्या कारकुनांना पत्रे लिहून चौकशी करीत असे.

असाच एकदा बाजीरावाने मोहिमेवर असताना उपचार करण्यासाठी आपाजी सेडगे यांना सविस्तर पत्र पाठविले. त्या पत्राला उत्तर देताना आपाजी सेडगे लिहितात, ''श्रीमंत महाराज राजश्री पंतप्रधान स्वामींचे सेवेसी चरणरज आपाजी सेडगे सा। दंडवत विज्ञापना. येथील वर्तमान ता छ ४ मोहरमपर्यंत स्वामींचे कृपावलोकने करून येथास्थित असे. विशेष. स्वामींनी आज्ञापत्र पाठविले. ते अक्षरशा वाचून आज्ञेप्रमाणे अवरंगाबादेहून दाई आली आहे. तीस बोलावून आणून पत्रार्थ सांगितला, तिणे उत्तर दिल्हे की आपण अवरंगाबादहून आपली दहा-वीस माणसे टाकून येथे खिजमतीस आल्ये आहे. केवळ पोटनिमस आल्ये ऐसे नाही. वख्तवाराची (सुदैवी) चाकरी करून मजुरा करून घ्यावा या उदशे आल्ये आहे. त्यास एकच वेल आवधियास औषध दिल्याने गाठी कैसी पडत्यें? गुण कैसा येते? तरी आधी येकास औषध देवणे, त्यास गुण येऊन शरीर दृढ जाहाले म्हणजे मग दुसरियासी देवणें, ज्यास औषध देईन त्याजवल नेहमी असावे लागते. म्हणौन बोलली. त्यांस घरांत सौभाग्यवती मातोश्री काशीबाईच्या शरीरास आरोग्य नव्हते. तोंडास पाणी सुटत होते व अन पचत नव्हते. त्यास स्वल्पसा उपाये करून औषध देविले. त्याणे करून गुण आला. तोंडाचे पाणी राहिले, अन पचो लागले. त्यावरी आणखी चालीस पन्नास प्रकारची औषधे सांगितली. त्यास वाणियाचे घरची होती ती वाणियापासून घेतली. रानातून आणावयाची होती ते रानातून आणली आणि औषधास प्रारंभ केला आहे. यांस उत्तम प्रकारचा गुण जाहाला; शरीर दृढ जाहले,

म्हणजे सेवेसी लेहून पाठऊन.''

वरील पत्रावरून शकावलीतील नोंदीचा फोलपणा लक्षात येतो. शिवाय बाजीराव-काशीबाई-मस्तानी यांचा पत्रव्यवहार सांगतो, की मस्तानीच्या आगमनानंतरही काशीबाईने तीन अपत्यांना जन्म दिला. समशेरच्या वेळी मस्तानी गरोदर असताना काशीबाईने तिची सर्वतोपरी काळजी घेतली असावी; कारण मस्तानीची आई तिच्या लग्नापूर्वींच निवर्तली होती आणि वडील छत्रसाल इ. स. १७३१ मध्ये स्वर्गवासी झाले. त्यामुळे तिचे माहेरी बाळंतपण होणे शक्य नव्हते. अशा परिस्थितीत ती पुण्यातच तिच्या हवेलीत प्रसूत होऊन मुलगा झाला (इ. स. १७३४). मुलाचे नाव समशेर ठेवण्यात आले आणि दुसरे नाव कृष्णसिंग ठेवले. अर्थात हे नाव नक्कीच बाजीरावाने ठेवले असावे. मस्तानीच्या बाळंतपणाच्या वेळी काशीबाईसुद्धा अवघडलेली होती. तिला दिवस गेलेले होते आणि समशेरच्या जन्मानंतर काही महिन्यांनी रघुनाथरावाचा जन्म झाला. यावरून काशीबाई, बाजीराव आणि मस्तानी या तिघांचा संसार म्हणजे परस्परांवरील अढळ विश्वासाचा तिपेडी गोफ होता, असे म्हटल्यास वावगे होणार नाही.

मस्तानी पेशवे कुटुंबात शनिवारवाड्यात राहू लागल्यानंतर बाजीराव याने तिच्या इतमामाला शोभेल अशी हवेली शनिवारवाड्याशेजारी बांधली आणि तिच्या सरंजामासाठी पाबळ, केंदूर व लोणी ही तीन गावे तिला विधियुक्त इनाम करून दिली. शिवाय तिच्यासाठी पाबळला एक गढीवजा सरंजामी थाटाचा शाही वाडा बांधून दिला. त्याला प्रशस्त आवार, भोवती भक्कम परकोट आणि हत्ती सहज प्रवेश करू शकेल, एवढे भव्य महाद्वार होते. सर्वांत महत्त्वाचे म्हणजे तिच्या वडिलांच्या— छत्रसालच्या— प्रणामी पंथाच्या श्रद्धा-निष्ठा जपता याव्यात, म्हणून एक छोटी मशीदही बाजीरावाने तिला बांधून दिली होती. मस्तानी बाजीरावसोबत स्वारी-शिकारीला जात असे. तारीख– इ– महम्मदशाहीत तिच्या अश्वरोहण कलेतील नैपुण्याविषयी लिहिले आहे. बाजीरावबरोबर ती भरधाव घोडदौड करावयाची. दोघे अश्वारूढ होऊन धावत असता उभयतांच्या रिकेबी यत्किंचितही मागेपुढे होत नसत, असे वर्णन आढळते. बाजीरावाच्या एकूण जीवनात ती प्रेरणा होती. स्वारीत मस्तानी सोबत असली, की बाजीरावाच्या पराक्रमाला उधाण येई. बाजीरावचे मस्तानीवर जिवपाड प्रेम होते. उभयतांनी एकमेकांसाठी आपल्या आप्तस्वकीयांचे संबंध जवळजवळ तोडले होते. आपल्या प्रेमाखातर त्यांनी धर्म आणि समाज यांची पर्वा केली नाही. पुण्यातील ब्राह्मणवृंदाने बहिष्कार टाकण्याचे ठरविले, घरच्यांनी तक्रार केली, तरीसुद्धा बाजीरावाने मस्तानीला अंतर दिले नाही. काही वदंता व आख्यायिकानुसार मस्तानी बाजीरावासोबत पोहावयास जात असे तसेच घोड्यावरून मृत्युंजयाच्या दर्शनास कोथरुडपर्यंत फेरफटका मारी. तिच्या सोबत कधी बाजीरावाचा

ज्येष्ठ पुत्र नानासाहेब हासुद्धा असावयाचा. समशेरच्या जन्मानंतर मस्तानी-बाजीराव यांच्या सहप्रवासावर साहजिकच बंधने आली. बाजीराव पावसाळ्यातील चार महिन्यांव्यतिरिक्त प्रसंगोपात पुण्यात मुक्कामास असे. ह्या काळात कुठे मस्तानीचे चार दिवस बाजीरावच्या सहवासात सुखासमाधानात जात असत. एरवी समशेरचे संगोपन आणि शेजारी असलेले पेशवे कुटुंबीय यांच्याशी जमवून घेण्यात तिचा बहुतेक वेळ व्यतीत होत असे. काशीबाईच्या अधूनमधून जाण्या-येण्यामुळे तिच्या जीवनात थोडीफार हिरवळ होती, हे मात्र खरे! बाजीराव याला एखादी मोहीम फत्ते केल्यानंतर छत्रपती शाहू महाराजांकडून बोलावणे येई. राजव्यवहारातील काही बाबींची चर्चा-विचार-विनिमय त्यांना आपल्या पंतप्रधानाशी-सेनानीशी करावयाचा असे. तेव्हा ते कळवीत, ''प्रस्तुत छावणीचे दिवस समीप आले. चातुर्मास्यात अनेक मनसुब्यांचा विचार करावा लागतो. याकरिता कुल फौजेनिशी स्वामींच्या दर्शनास येणे.'' अशा वेळी बाजीराव साताऱ्यास जाऊन छत्रपतींची भेट घेऊन काही दिवस मुक्काम ठोकून परत पुण्यास येत असे; मात्र या प्रवासात त्याच्याबरोबर मस्तानी नेहमीच असल्याचा निश्चित पुरावा उपलब्ध नाही. एकदा बाजीरावाने मस्तानीला शाहू छत्रपतींच्या भेटीस आपल्याबरोबर नेले होते; तेव्हा छत्रपतींनी या कृत्याबद्दल त्याची चांगलीच कानउघाडणी केली. साताऱ्यास पेशव्यांचे अनगळ व जोशी हे दोन प्रतिष्ठित सावकार होते. त्यांनीही याबाबतीत बाजीरावाची निर्भत्सना केली. अशा प्रकारे मस्तानी-बाजीराव यांचा संसार चालू होता.

मस्तानीविषयीच्या उपलब्ध कागदपत्रांत बाबूराव गणेश या व्यक्तीने लिहून ठेवलेल्या काही नोंदी आढळतात. बाबूराव गणेश हा पेशव्यांच्या वाड्यात खासगीकडील कारकून होता. त्यामुळे त्याने मस्तानीच्या नृत्याचा ओझरता उल्लेख केला आहे. त्यावरून काही संशोधकांनी तिच्यावर व्यावसायिक नर्तकी-नृत्यांगना असा शिक्का मारला आहे. मात्र काही तज्ज्ञांच्या मते वस्तुस्थिती अशी होती, की राजा छत्रसाल हा प्रणामी पंथाचा कट्टर अनुयायी होता. या पंथात कृष्णावताराचे विशेष महत्त्व प्रतिपादिले आहे. उत्तर हिंदुस्थानात कृष्णजन्माष्टमी या उत्सवाला विशेष महत्त्व होते अर्थात आजही आहे. या उत्सवात नृत्यगायनादी कार्यक्रम होत असत. त्यात सामूहिक आणि व्यक्तिगत असेही प्रकार असत. राजवाड्यातील कृष्णजन्माष्टमी उत्सवात त्यावेळी मस्तानी सहभागी होत असेल; कारण मस्तानीला नृत्यकला अवगत होती, ती उत्तर हिंदुस्थानातील राजघराण्यातील मुलींना मिळणाऱ्या शिक्षणाचा एक संस्कार म्हणूनच! साहजिकच पुण्यात आल्यावर पेशव्यांच्या वाड्यातील कृष्णजन्माष्टमी उत्सवात ती तेवढ्याच सहजपणे सहभागी होऊन नृत्य-गायनादी प्रकार तिने केले असल्यास, त्यात वावगे काहीच नव्हते; कारण प्रणामी पंथाच्या परंपरेनुसार तिला कृष्णजन्माष्टमी हा सण परका नव्हता. या प्रसंगी तिने सांघिक

नृत्यात भाग घेतला असेल किंवा कृष्णलीलाविषयक एखादा स्वतंत्र नृत्यप्रकार पेश केला असेल. कदाचित त्यावेळी हजर असलेल्या पेशवे कुटुंबातील काशीबाईच्या आग्रहावरूनही ती नृत्याला तयार झाली असेल; कारण तत्कालीन कागदपत्रांतून सूचित होणारे मस्तानी व काशीबाई यांचे सौहार्दपूर्ण संबंध लक्षात घेता, ते शक्य होते. कदाचित या स्नेहपूर्ण संबंधातूनच पायाने कायम अधू झालेल्या आजारी सवतीची घटकाभर करमणूक करावी, या उदात्त हेतूनेही ती नृत्यास प्रवृत्त झाली असेल. पेशवे बखरीत नानासाहेबाच्या लग्नाच्या वेळी (इ. स. १७३०) मस्तानीचे नृत्य-गायन झाले असल्याचा उल्लेख आढळतो; हा सुद्धा घरच्यांच्यासाठीच कार्यक्रम असावा, असे तिच्या वरील प्रणामी पंथाच्या अनुयायीत्वावरून वाटते. मस्तानीची एकूण वागण्याची आदब आणि बोलण्याची पद्धती कुलीन स्त्रीला शोभेशी अशी होती आणि पेशव्यांच्या कुटुंबात आल्यानंतर ती ह्या कुटुंबात एवढी मिसळून गेली होती, की ती पेशवे कुटुंबाचाच एक अविभाज्य घटक बनली होती.

बाजीरावाला गायन ऐकण्याचा छंद होता. स्वारीवर असताना तो मद्यपान व मांसभक्षण करीत असे. किंबहुना सैनिकी पेशामुळे त्याला ही सवय तरुणपणीच जडली असावी; मात्र मस्तानी ही पूर्णत: शाकाहारी होती. अर्थात, बाजीरावाच्या ह्या सवयी मस्तानीचा त्याच्या जीवनात प्रवेश होण्यापूर्वीच्या होत्या, असे तत्कालीन कागदपत्रांवरून व ऐतिहासिक नोंदींवरून स्पष्ट होते. त्यामुळे मस्तानीमुळे बाजीराव मद्यपान करू लागला किंवा मांसभक्षण करू लागला, या बखरकारांनी केलेल्या आरोपात फारसे तथ्य आढळत नाही; परंतु ही व्यसने त्यास मस्तानीमुळे जडली, असा आभास पेशवे कुटुंबीयांनी निर्माण केला होता, हे चिमाजी आप्पाच्या पेशवे दप्तरातील दि. ६ जानेवारी १७४० रोजी लिहिलेल्या एका पत्रावरून स्पष्ट होते. त्यात चिमाजी लिहितो, ''हे विचार मस्तानीजवळून निर्माण जाले असेत. ती पीडा जाईल तेव्हा पुण्यच प्राप्त होईल.'' प्रत्यक्षात मस्तानी बाजीरावाच्या या व्यसनांना लगाम घालण्याचा, किंबहुना मर्यादित ठेवण्याचा सातत्याने प्रयत्न करीत असावी; कारण 'बाजीरावाने मद्यपान सोडण्याचे कबूल केले, पण मस्तानीला सोडण्याचे अथवा तिच्यापासून दूर होण्याचे पूर्णत: नाकारले,' असा पुरावा मिळतो. ह्या विचाराचा गर्भित अर्थ लक्षात घेता, बाजीरावाची प्रथम पत्नी काशीबाई आणि मस्तानी यांच्या सवती असूनसुद्धा हार्दिक सख्याचे अन्तस्थ कारण मस्तानीचा बाजीरावावरील नैतिक प्रभाव, हेच असावे. आपल्या पतीच्या व्यसनांना मज्जाव करणाऱ्या मस्तानीबद्दल स्वाभाविकत: काशीबाईस प्रेम व जिव्हाळा वाटत असावा. मस्तानी जीवनात येण्यापूर्वी बाजीरावाचे वैवाहिक जीवन फारसे समाधानकारक नव्हते. पत्नी काशीबाई ह्या नाजुक व आजारी असल्यामुळे त्यांचे प्रकृती स्वास्थ्य ठीक नसायचे. त्यामुळे बाजीरावाच्या जीवनात निर्माण झालेली पोकळी मस्तानीच्या

आगमनाने भरून आली. साहजिकच त्यामुळे बाजीराव मस्तानीत अधिकाधिक गुंतत गेला. त्याची परिणती त्याच्या अकृत्रिम अखंड प्रेमात झाली. बाजीरावाची प्रेयसी व पत्नी या दोन्ही भूमिका तिने चांगल्या प्रकारे निभावल्या. इतकेच नव्हे, तर तिने इतरांचा छळही मुकाटपणे सहन केला.

समशेर ऊर्फ कृष्णसिंग पाच वर्षांचा झाला. तेव्हा इ. स. १७३९ मध्ये सदाशिवराव व रघुनाथराव यांच्या मुंजीबरोबर समशेरचीही मुंज करावी, असा बाजीरावाचा विचार होता; पण पुण्यातील ब्रह्मवृंदाने त्यास कडवा विरोध केला, कारण समशेर-कृष्णसिंग हा मस्तानीचा म्हणजे मुसलमान स्त्रीपासून झालेला मुलगा होता. तेव्हा उपनयन हा धर्मसंस्कार करता येणार नाही, असे त्यांनी बजावले. अर्थात ब्रह्मवृंदाच्या पाठीशी मस्तानीचे सुप्त शत्रू राधाबाई-चिमाजी आप्पा हेही असावेत. त्यामुळे बाजीरावाला हा नाद सोडून द्यावा लागला. अखेर बाजीराव वैतागून कर्कुंभच्या देवदर्शनाच्या निमित्ताने पाटसला निघून गेला. त्यानंतर १७३९-१७४० दरम्यान मस्तानीविरुद्धच्या कटकारस्थानाला जोर चढला.

पेशवे दप्तरातील राधाबाईने चिमाजी आप्पास लिहिलेल्या एका पत्रात ''...विशेष चिरंजीव राजश्री राव याजपासी बहुत युक्तीच्या विचारे जो विचार करणे तो करून येणे. चालीवर नजर देऊन जे कर्तव्य ते करावे. बहुत काय लिहिणे. हे आशीर्वाद.'' असा मजकूर लिहून बाजीराव-मस्तानी यांबाबतीत बाजीरावास सावध करावे, म्हणून कळविले आहे. आणखी अशाच एका पत्रात चिमाजी आप्पाने दि. २८ डिसेंबर १७३९ रोजी राधाबाईस लिहिले आहे, ''सांप्रत पहिल्यापेक्षा बोलून चालून, भोजन करून सुखरूप आहेत. देवाची दया आहे तर दिवसेंदिवस संतोषीच होत जातील. चित्तात मात्र वेध आहे तो 'कलला'च आहे. सविस्तर नानाही सांगतील त्यावरून कळेल.'' पेशवे दप्तरातील नवव्या खंडातील तीस क्रमांकाच्या दि. ६ जानेवारी १७४० च्या पत्रात चिमाजी आप्पा स्वारीवरून राधाबाईस कळवितो, ''वाटेस घोड्यावर बसून चालले होते. तेव्हा एके गावाचा पाटील भेटीस आला. तेव्हा असावध होते. त्यामुळे पाटलासी सहजात बोलले, जे कोंबड्याचे प्रयोजन आहे. घेऊन येणे. काय बोलतो हा अर्थ चित्तात नाही. हे विचार मस्तानी जवळून निर्माण जाले असेत. ती पीडा जाईल तेव्हा पुण्यच प्राप्त होईल. न होई ऐसे दिसत नाही.''

बाबूराव गणेश हा खाजगीकडील कारकून मस्तानीच्या संदर्भात नानासाहेबास दि. १९ ऑगस्ट १७३९ रोजी कळवितो की, ''डावे बाजूचे लोकांचे वर्तमान, तरी श्रावण वद्य ९ दिवशी आम्हांस प्रात:काळीच बोलावून नेले...'' या ठिकाणी डाव्या बाजूचे म्हणजे मस्तानीकडील लोकांचे-सेवकांचे असा अर्थ अभिप्रेत आहे. छत्रपती शाहू महाराजांच्या गोविंद खंडो या चिटणीसाच्या पत्रात तर ''... स्वामिनी राजश्री दादा यांस लिहिले की मकारीविसी (मस्तानीविषयी) राजश्री स्वामिची मर्जी कैसी

काय आहे ते राजश्री यशवंतराव यास व आम्हास पुसोन पुरा शोध करऊन लेहून पाठविणे...'' वरील या उल्लेखांवरून बाजीराव हा मस्तानीमुळे अभक्ष भक्षण करू लागला आणि बेताल वर्तनास केवळ मस्तानीच जबाबदार आहे, असा सूर दिसतो. त्यामुळे तिच्यापासून बाजीराव अलिप्त झाला नाही, तर अरिष्टच कोसळेल! असे सर्वांना वाटत होते! तिच्याविषयीचा तिरस्कार पत्रातील तिचा 'कलला', 'मकारी', 'डाव्या बाजूचे', या चमत्कारिक नावांनी केलेला उल्लेख लक्षात घेता, किती टोकाला गेला होता, याचीही कल्पना येते.

बाजीराव मुलूखगिरीवर असताना त्याचा पत्रव्यवहार महाराष्ट्रातील विविध लोकांशी होता, हे पेशवेदप्तरातील त्याच्या अनेक पत्रांवरून ज्ञात झाले आहे. अर्थात, या पत्रव्यवहारात मस्तानी-काशीबाई ह्यांच्याशीही बाजीरावाने पत्रव्यवहार केलेला आढळतो; मात्र मस्तानीला पाठविलेली पत्रे आज उपलब्ध नाहीत, पण काशीबाईला लिहिलेली पत्रे उपलब्ध आहेत. त्या पत्रांतून तो तिच्या आजाराची, औषधपाण्याची चौकशी करताना दिसतो. मस्तानीबरोबरचा त्याचा पत्रव्यवहार बंद करावा, ह्यासाठी त्याकाळी बाजीरानाभोनती त्याच्या लष्करात 'चौकी' बसविण्याचा एक धाडसी प्रयोग पत्रोपत्री करण्यात आल्याचे निदर्शनास येते; कारण हा विचार प्रत्यक्ष कृतीत आणला, तर तो 'लटका लौकिक होईल' ह्या धास्तीने सोडून देण्यात आला; तथापि मस्तानीच्या बाजीरावविषयक निष्ठेला सुरुंग लावण्याचे काम चिमाजी आप्पा, त्याची आई राधाबाई व बाजीरावपुत्र नानासाहेब हे करीत होते, हे अलीकडे उपलब्ध झालेल्या पेशवे दप्तरातील अस्सल पत्रांवरून स्पष्ट होते. काशीबाईपासून झालेला बाजीरावाचा ज्येष्ठ मुलगा नानासाहेब या सुमारास (इ. स. १७३९) सुमारे अठरा वर्षांचा विवाहित तरुण होता आणि तत्कालीन राजकारणात पेशवे कुटुंबातील परंपरेप्रमाणे लक्षही घालीत असे. बाजीराव व चिमाजी आप्पा स्वारीवर असताना पुण्यातील व्यवस्था व छत्रपतींकडील दरबारातील राजकारण तो सांभाळीत असे. प्रसंगोपात स्वारीमधूनही तो सहभागी होत असे. पावसाळा सोडला तर वर्षातील साधारणत: आठ महिने बाजीराव मोहिमांतच गुंतलेला असे आणि मस्तानी पुण्यातच राहत असे. काशीबाई आणि मस्तानी यांचे संबंध सलोख्याचे होते. दोघीही बाजीरावाच्या जीवनातील आपापले स्थान व महत्त्व जाणून होत्या. काशीबाईप्रमाणेच नानासाहेबाबरोबर मस्तानीचे सुरुवातीस जिव्हाळ्याचे संबंध होते आणि नानासाहेबही मस्तानीशी ममत्वाने वर्तन करीत असे, हे त्याच्याबरोबर झालेल्या मस्तानीच्या पत्रव्यवहारावरून दिसते. या संबंधांचा गैरफायदा घेण्याचे ठरवून एक कारस्थान रचण्यात आले. मस्तानीशी नानासाहेबाने बाजीरावाच्या अनुपस्थितीत स्नेहसंबंध वाढवून सलगी असल्याचे दाखवून पुण्यातील तथाकथित उच्चभ्रूमध्ये त्याचा बोभाटा करण्याचा चंग बांधला आणि ही वार्ता स्वारीवर मग्न असलेल्या बाजीरावाच्या कानावर कशी जाईल, याची व्यवस्था केली गेली. त्यामुळे बाजीरावाला मस्तानीच्या आपल्यावरील

निष्ठेविषयी शंका उत्पन्न होईल आणि तिचा तो आपोआपच त्याग करील, असा डाव होता. अर्थात या कटाचे मूळ सूत्रधार राधाबाई आणि चिमाजी आप्पा होते, हे तत्कालीन ऐतिहासिक नोंदींवरून उघडकीस आले आहे. बाजीराव याने मस्तानीचा नाद सोडून द्यावा, म्हणून या तिघांनी १७३९ मध्ये मोहीम उघडली. सुरुवातीस मस्तानी ही व्यभिचारी आहे, ती बाजीरावाव्यतिरिक्त आपल्याशीही संधान बांधून आहे, हे दाखविण्यासाठी नानासाहेबाने एक प्रयोग केला. यासाठी नानासाहेबाने मस्तानीच्या हवेलीत आपले जाणे-येणे बुद्धिपरस्सर वाढविले. एकदा ग्रहणाच्या निमित्ताने त्याने मस्तानीस भीमा नदीवर स्नानास बरोबर नेले. या कारस्थानाविषयी तो आपल्या आईस— काशीबाईस कळवितो, ''... लोकही बाहेर बोलू लागले आहेत, की नानांची मस्तानीची मैत्रीकी जाहली. ताई (काशीबाई) स्वामीस (बाजीराव) हे वर्तमान (नाना-मस्तानी यांच्या सलगीचे) लिहितील, यास्तव हे लिहिले आहे. पुढे जशी आज्ञा होईल तशी वर्तणूक करू.'' या वर्तनाची चाहूल मस्तानीस लागताच, तिने त्याच्याशी बोलणे वर्ज्य केले. तिने अशा वर्तनाबद्दल नानासाहेबाची कानउघाडणी केली असावी, असे त्याच्या नंतरच्या वागण्यावरून जाणवते. मस्तानीची बाजीरावावरील निष्ठा ही संशयातीत होती, त्यामुळे हे कारस्थान फलद्रूप झाले नाही. शिवाय काशीबाईची मस्तानी ही सवत असली, तरी तिने तिला सांभाळून घेतले होते. म्हणून तिने हे प्रकरण बाजीरावापर्यंत नेले नसावे, असे वाटते. एवढेच नव्हे, तर ती मस्तानीविरुद्धच्या कोणत्याही कारस्थानात सामील असल्याचे पुरावे आढळत नाहीत. आपल्या सलगीचा बोभाटा होऊ इच्छिणारा नानासाहेब पुढे साळसूदपणे एका पत्रात लिहितो, ''मस्तानी येथून गेली... मोठा संदेह आम्हाविसी होता तो वारला.'' या प्रकरणात मस्तानीने नानासाहेबास आईच्या ममतेनेच माफी केली होती; कारण त्यानंतर ती त्याचा द्वेष करताना आढळत नाही. उलट बाबूराव गणेशने नानासाहेबास दि. १९ ऑगस्ट १७३९ रोजी लिहिलेल्या पत्रातील मजकुरावरून ती काशीबाईजवळ बोलताना नानाची आस्थेवाईकपणे चौकशी करते. या पत्रात म्हटले आहे, ''आठांची रोजी ताईकडे (काशीबाईकडे) पत्र येते. आम्हीच (नानांचे) काय केले आहे? बरे नाना बेइमान जाहले तरी सुखरूप होते. आपण तो त्यांसी एकनिस्टच होतो व पुढेही असूच, परंतु ही गोष्ट काही मित्रपणास विहित नव्हे.'' या घटनेबाबतीत रियासतकार गो. स. सरदेसाई लिहितात, ''नानासाहेबाने तिच्याशी (मस्तानीशी) प्रेमभाव दाखवून तिने आपणहून बाजीरावास सोडून निराळे राहावे, असा प्रयत्न केला.'' हा प्रयोग करूनही बाजीराव-मस्तानी यांत वितुष्ट आले नाही. बाजीरावास अधिक त्रास दिल्यास तो कदाचित वैतागून स्वत:च्या जिवास अपाय करेल किंवा कुठेतरी दूरवर निघून जाईल, या भीतीने ही मंडळी त्रस्त झाली होती. अखेर बाजीराव मस्तानीस सोडण्यास तयार नाही, हे पाहून या त्रिकुटाने मस्तानीविरुद्ध अन्य क्लृप्त्यांना हात घातला.

बाजीरावाच्या कानावर या त्रिकुटाच्या कारवाया जेव्हा येऊ लागल्या तेव्हा तो काहीसा विमनस्क झाला, आणि रूसून तो देवदर्शनाकरिता करकुंभ्यास (हे पेशव्यांचे कुलदैवत) गेला तिथून तो पाटसास जाऊन राहिला. त्यावेळी चिमाजी आप्पाने मस्तानीच्या हवेलीभोवती चौकी पहारा बसविला. तिथून तिने युक्तीने आपली सुटका करून घेतली आणि ती दि. १४ नोव्हेंबर १७३९ रोजी घोड्यावर बसून निवडक लोकांनिशी पळून पाटसास बाजीरावाकडे गेली. तिच्या पळण्याची बातमी कळताच तिच्या मागोमाग चिमाजी आप्पांनी पुरंदरे, मोरोशेट वगैरे काही मातब्बर मंडळींना पाटसास पाठविले. त्यांनी बाजीरावाची समजूत घालून मस्तानीस पुन्हा पुण्यास आणली. त्यानंतर बाजीराव पुढे लवकरच डिसेंबर १७३९ मध्ये नासिरजंगावरील स्वारीसाठी पाटसहून परस्पर उत्तरेकडे गेला. त्यानंतर एका संध्याकाळी मस्तानीला नानाने चिमाजी आप्पाच्या आज्ञेवरून पर्वतीच्या खालील बागेत बोलाविले आणि तिला धाडस करून अटक केली. त्यासंबंधी नानासाहेब स्वारीवर गेलेल्या चिमाजीस दि. २६ जानेवारी १७४० च्या पत्रात लिहितो, ''स्वामीची (चिमाजीची) आज्ञा व आमचा तवकल (धारिष्ट्य) करून येणेप्रमाणे आज संध्याकाळी जाहले.'' तिला अटक केल्यानंतर तिची रवानगी कोथळ किंवा धनगड या कोकणातील दुर्गम किल्ल्यांवर करण्याचे ठरले. तत्संबंधी पुढील पत्रातील मजकूर स्पष्ट आहे. ''... मारीत नाही. घरात स्वामीचे लिहिल्याप्रमाणे बंद करून ठेवू अथवा चोरून दहा माणसे बराबर देऊन कोथळा, धनगड जागा पाठवू.'' कोथळा किंवा कोटालीगढ आणि धनगड हे कर्जतजवळचे डोंगरी किल्ले पेशवाईत मुख्यत्वे तुरुंग म्हणूनच वापरात होते. त्यामुळे मस्तानीची जर रवानगी वरीलपैकी एका किल्ल्यात झाली असती, तर मस्तानी खितपत पडली असती आणि दूषित हवामान, निकृष्ट अन्न आणि नोकरांचे दुर्लक्ष यांमुळे कदाचित मरण पावली असती. तेव्हा अटकेत असलेल्या मस्तानीने अन्नत्याग केला. मग नानांना जाग आली. अटकेसाठी निमित्तमात्र तरी छत्रपती शाहूमहाराजांची परवानगी आवश्यक होती; कारण मस्तानी ही बोलूनचालून बाजीरावाची पत्नी– प्रेयसी होती. ती परवानगी मागण्यासाठी काहीतरी सबळ कारण हवे होते. या सुमारास निजामाचा मुलगा नासिरजंग याने चढाई केली होती. त्याचे कारण आयतेच मिळाले. मस्तानीमुळे बाजीराव नासिरजंगाच्या चढाईकडे दुर्लक्ष करित आहे, असा या प्रकरणाला रंग देण्यात आला. तत्संबंधी छत्रपतींना लिहिलेल्या पत्रव्यवहारात, ''मस्तानीच्या पायी नासिरजंगाचा मनसुबा बुडाला, राजाची मर्जी गेली.'' असे नानासाहेब लिहितो. प्रत्यक्षात बाजीरावाने १२ डिसेंबर १७३९ रोजीच नासिरजंगावरील चढाईस प्रारंभ केला होता आणि मार्च १७४० पर्यंत हे युद्ध चालू होते व त्यात बाजीराव नेहमीच्या तडफेनेच डावपेच लढवत होता. तरीसुद्धा मस्तानीला अटक करण्यात आली होती. साहजिकच छत्रपतींकडे तिच्या बंदोबस्ताकरिता

अनुज्ञा मागण्यासाठी चौकशीची पत्रे पाठविण्यात आली. छत्रपती शाहूमहाराजांकडून या संदर्भात आलेले उत्तर पेशवे दप्तर खंड ९ (पत्र क्रमांक ३२) मध्ये पाहावयास मिळते. हे पत्र जसे मस्तानी-बाजीराव यांच्या संबंधांवर प्रकाश टाकते, तसेच शाहूमहाराजांच्या बाजीराववविषयीच्या स्नेहपूर्ण संबंधांवर प्रकाश टाकते; तद्वतच मस्तानीच्या जीवावर गुदरलेला बिकट प्रसंग निवारण्यास हे पत्र साहाय्यभूत ठरले. एवढेच नव्हे, तर बाजीराव-मस्तानी या दांपत्याविषयीचा शाहूमहाराजांचा दृष्टिकोन किती वास्तव, व्यवहार्य, उदार, समंजस व दूरदृष्टीचा होता, हे त्यांच्या पत्रातील मजकुरावरून ज्ञात होते. शाहूमहाराजांचा चिटणीस गोविंद खंडो दि. २१ जानेवारी १७४० रोजी नानासाहेबांस छ. शाहूमहाराजांचा मनसुबा कळवितो,

"गोविंद खंडेराव कृतनिक साष्टांग दंडवत, प्रणम्य विनंती उपरी. येथील कुशल छ. २ जिल्काद जाणोन स्वकीय कुशल लेखन करीत गेले पाहिजे. यानंतर स्वामिनी राजश्री दादा यांस लिहिले की मकारीविसी (मस्तानीविषयी) राजश्री स्वामीची (बाजीरावाची) मर्जी कैसी काय आहे ते राजश्री यशवंतराव यांस व आम्हास पुसोन पुर्ता शोध करऊन लेहून पाठवणे, त्याजवरून हे वर्तमान मा॥ जिलेनी आम्हांस सांगितले. ऐशियास राजश्री स्वामीची मरजी पाहता ते वस्तू (मस्तानी) त्याजबरोबर न द्यावी, ठेवून घ्यावी, चौकी बसवावी, त्यामुळे राजश्री राऊ (बाजीराव) खटे जाले, तन्ही करावे, ऐसी नाही. त्यांची वस्तू त्यांस द्यावी. त्यांचे समाधान करावे. दुर्वेसनाचा मजकूर त्या वस्तूवर नाही. त्यांच्या चित्तास पश्चात्ताप होऊन टाकतील तेव्हाच जाईल. ऐसे असता या वस्तूत अटकाव करून साला तोडू नये ऐसी मर्जी आहे. येथील अर्थांतर विदित व्हावे याजकरिता लिहिले असे. बहुत काय लिहिने. कृपा असो दिल्ही पाहिजे. हे विनंती."

या पत्रामुळे मस्तानीच्या जीवास अपाय झाला नाही. अर्थात याचे सर्व श्रेय मायबाप छत्रपतींकडे जाते. छत्रपती शाहू यांना बाजीरावाची योग्यता आणि पराक्रम यांची पुरेपूर जाण होती. म्हणूनच त्यांनी 'राजश्री राऊ खटे होतील' असे काही करण्यास मज्जाव केला. बाजीराव मुलूखगिरीवर असल्यामुळे आपल्या प्रिय मस्तानीचे संरक्षण करू शकत नव्हता, ही गोष्ट त्यांनी जाणली आणि नानासाहेबास या अधम कृत्यापासून परावृत्त केले. नासिरजंगाचे राजकारण मस्तानीमुळे रेंगाळले होते, या आरोपातही फारसे तथ्य नव्हते; कारण बाजीराव तिला अटक करण्यापूर्वीच नासिरजंगावर नेहमीच्या तडफेने चालून गेला होता आणि पुढे त्याने त्याचा पराभव करून त्यास नामुष्कीचा तह करण्यास भाग पाडले. या तहानुसार निजामाच्या मुलखातील नर्मदेच्या दक्षिण तीरावरील नेमाड प्रांतातील खरगोण व हांडिया हा सुमारे सोळा लाख उत्पन्नाचा मुलूख नासिरजंगाने बाजीरावास खासगी जहागीर म्हणून देण्याचे मान्य केले होते. हा लढा संपवून बाजीराव परत पाटस वा पुण्याला

आला नाही. पुण्याचा त्याला कौटुंबिक कलहामुळे उबग आला होता, असे दिसते. तहाची बोलणी झाल्यावर तो परस्पर खानदेश-बऱ्हाणपूरहून आपल्या नव्या जहागिरीच्या व्यवस्थेकरिता खरगोण प्रांतात निघून गेला आणि नर्मदाकाठी रावेरखेडी येथे छावणी ठोकून बसला. या स्वारीत चिमाजी आप्पाही बाजीरावासोबत होता; पण दोघा बंधूंत पूर्वीची ममता नव्हती आणि दोघांची मनेही साफ नव्हती; कारण बाजीरावाच्या कानावर एव्हाना राधाबाई-चिमाजी आप्पा व त्यांच्या सल्ल्यानुसार वागणारा नानासाहेब यांच्या कुरापतींची-कारस्थानांची वार्ता आली होती. मस्तानीच्या अटकेमुळे तो व्यथित तर झाला होताच, पण चिंताग्रस्तही होता. म्हणूनच त्याने नासिरजंगवरील चढाईनंतर पुण्यापासून दूर खरगोण प्रांतातील रावेरखेडी हे ठिकाण विश्रांतीसाठी निवडले होते. या सुमारास पुण्यास परत जाणाऱ्या चिमाजीस अटकेत असलेल्या मस्तानीस तत्काळ रावेरखेडी येथे पोहोचती करण्यास त्याने सांगितले. या संदर्भात चिमाजी आप्पा स्वारीकडील फौजेतून नानासाहेबास लिहितो, ''चित्तात वेध आहे तो कललाच आहे. पुण्यास गेल्यावर तिची रवानगी त्यांजकडे करावी, आपले निमित्य वारावे, त्यांचे प्राक्तनी असेल, ते होईल ऐसा विचार केला आहे.'' मात्र यानंतर पुण्यास आल्यावर चिमाजीने ठरल्याप्रमाणे मस्तानीची रवानगी बाजीरावाकडे केली नाही. रावेरखेडीच्या लष्करी छावणीत बाजीराव मस्तानीची वाट पाहत होता. मस्तानी आणि समशेरऐवजी चिमाजीने बाजीरावाची पत्नी काशीबाई आणि धाकटा मुलगा जनार्दन यांना रावेरखेडीत तत्काळ पाठविले. त्यावेळी नर्मदेच्या पाण्यात सतत डुंबल्यामुळे त्याचे निमित्त होऊन बाजीरावाच्या अंगात ताप भरला होता. बाजीराव आजारी पडल्याची बातमी पुण्यात येऊन पोहोचली होती. दरम्यान त्याचा ताप हळूहळू वाढत जाऊन रावेरखेडीच्या छावणीतच दि. २८ एप्रिल १७४० रोजी त्याचे आकस्मिक निधन झाले. काशीबाई व जनार्दन त्याच्या निधनापूर्वी काही दिवस आधी छावणीत दाखल झाले होते. बाजीरावाच्या आजाराची बातमी पुण्यात धडकताच मस्तानीने एकतर कैदेतून आपली सुटका करून घेतली असावी किंवा तिला सोडण्यात आले असावे. ती तत्काळ रावेरखेडीला जाण्यास उद्युक्त झाली आणि पाबळपर्यंत पोहोचली. तिथेच तिला बाजीरावाच्या निधनाची वार्ता समजली. तेव्हा आपला मुलगा समशेर बहादर याला कोणातरी जबाबदार व्यक्तीच्या स्वाधीन करून मस्तानीने हिरकणी खाऊन अथवा छातीत कट्यार खुपसून मृत्यूला मिठी मारली असावी, असा सर्वसामान्य तर्क तज्ज्ञ व्यक्त करतात. काहीजण ती सती गेली असल्याची शक्यता वर्तवितात. बाजीरावाच्या मृत्यूनंतर ती पुढे फार दिवस जगली नाही, हे निश्चित!

पुणे शहर त्यावेळी मराठ्यांचा अद्वितीय पराक्रमी सेनानी बाजीराव याच्या आकस्मिक निधनामुळे दु:खसागरात बुडाले होते; मात्र बाजीरावाच्या पावलावर

पाऊल टाकून जाणाऱ्या त्याच्याच लाडक्या पत्नीच्या जाण्याची दखल कुणालाही घेण्याचे भान नसावे. त्याच्या मृत्यूविषयीचे सविस्तर तपशील पेशवे दप्तरात नमूद केलेले आढळतात; परंतु मस्तानी मृत्यू पावल्याची साधी नोंदही अद्यापि उपलब्ध नाही. मस्तानीसाठी बांधलेला पाबळ येथील वाडा कालौघात जमीनदोस्त झाला आहे. पण तिच्यासाठी बांधलेली मशीद अवशिष्ट आहे. या मशिदीच्या अंगणात मध्यावर एका दगडी चौथऱ्याखाली मस्तानीच्या अस्थी विसावल्या आहेत. त्यावर बांधलेली छोटी वास्तू ही समाधीच आहे; कारण काळ्या, करड्या चिरेबंदी दगडांच्या चौथऱ्यावर बाजूने कमलदलांची चौफेर नक्षी कोरलेली असून चौथऱ्यावर वृंदावनाची दगडी नक्षीदार कुंडी बसविलेली आहे.

बाजीराव-मस्तानी यांच्या मृत्यूनंतर पेशवाईची वस्त्रे बाजीरावाचा ज्येष्ठ मुलगा बाळाजी बाजीराव ऊर्फ नानासाहेब यांस छत्रपती शाहूमहाराजांनी दिली (२५ जून १७४०). नानासाहेबाने सहा वर्षांचा बाजीराव-मस्तानी पुत्र समशेर बहादरला तत्काळ सरदारकी दिली. पुढे पोरक्या झालेल्या समशेरचे संगोपन-संवर्धन नानासाहेब पेशव्याने सख्ख्या भावाप्रमाणे केले. त्याची राहण्याची, जेवणाची व शिक्षणाची व्यवस्था पेशवे कुटुंबातच केली आणि तो घरच्या आखाड्यातच महाली-मुलकी कामकाज (कारकुनी विद्या) आणि लढाईचे (क्षात्रविद्या) धडे घेऊन तरबेज झाला. पेशव्यांच्या इतर मुलांबरोबर त्याने मराठी भाषा व मोडी लिपी आत्मसात केली. त्याचे हस्ताक्षर सुंदर असल्याचे ऐतिहासिक दाखले आढळतात. सदाशिवरावभाऊच्या हाताखाली मुलकी व लष्करी शिक्षण घेऊन तो तत्कालीन सरदारांच्या बरोबरीचा झाला. समशेरच्या पराक्रमाविषयी, देखण्या व्यक्तिमत्त्वाविषयी, अक्षराविषयी तत्कालीन कागदपत्रांतून– शाहिरांच्या कवनांतून गौरवोद्गार आढळतात. समशेरच्या पानिपत युद्धातील (इ. स. १७६१) मृत्यूनंतर त्याचा मुलगा अलीबहाद्दर याचे मराठ्यांच्या दरबारात महत्त्व वाढले. त्यास पुढे नाना फडणिसांनी महादजी शिंदे यास शह देण्यासाठी उत्तर हिंदुस्थानात इ. स. १७८८-९० दरम्यान पाठविले. त्याने बुंदेलखंडात पराक्रम करून पाऊण कोटीचा मुलूख काबीज केला. पुढे त्याने नानांच्या परवानगीने सागरच्या ईशान्येस बांदा येथे आपले वास्तव्य केले आणि स्वत:ची जहागीर स्थापन केली. तिथे अठरा कारखाने काढले. गोरे नावाचे महाराष्ट्रीय गृहस्थ त्याचे दिवाण होते. ईस्ट इंडिया कंपनीने इ. स. १८०४ मध्ये बांद्याचे संस्थान खालसा केले. अठराशे सत्तावनच्या बंडानंतर इंग्रजांनी बांदा आपल्या ताब्यात घेऊन नबाबास रु. छत्तीस हजार नेमणूक करून देऊन आपल्या नजरेखाली इंदूरास ठेवले. तिथे आजही बाजीराव-मस्तानी यांचे वंशज राहतात.

❋

।। गोपिकाबाई ।।

पेशवाईतील बाळाजी बाजीराव ऊर्फ नानासाहेब पेशवे यांची कारकीर्द (इ. स. १७४०-१७६१) म्हणजे मराठी राज्याचा सुवर्णकाळ, मध्यान्ह! या काळात मराठ्यांच्या सत्तेचा अखिल हिंदुस्थानात विस्तार होऊन मराठ्यांचा भगवा झेंडा अटकपर्यंत उत्तरेत फडकू लागला. राज्यालाही सुस्थिरता लाभली आणि पुणे हीच जवळजवळ मराठी राज्याची राजधानी झाली. नानासाहेब पराक्रम, मुत्सद्देगिरी आणि कर्तृत्व यांमुळे नावलौकिकास चढले. अशा पुरुषाचे पत्नीपद स्वीकारणे आणि ते निभावणे ही गोष्ट सोपी नव्हती. हिमालयासारखे उत्तुंग व्यक्तिमत्त्व असलेला तो महापुरुष सतत प्रसिद्धीच्या झोतात होता त्यांची धर्मपत्नी– गोपिकाबाई त्यांच्या मागे एखाद्या सावटाप्रमाणे उभी होती. नवऱ्याच्या कीर्तीने तीही दिपून गेली होती आणि स्वत:चे अवघे व्यक्तिमत्त्व विरघळून टाकून त्याच्याशी समरस झाली होती. तथापि अशाही परिस्थितीत गोपिकाबाईंचे स्वयंप्रकाशित व्यक्तिमत्त्व त्यांच्या बहुविध सुप्त गुणांतून व्यक्त होते. नानासाहेबांच्या मृत्यूनंतर पेशवाईत भाऊबंदकीला ऊत आला आणि अनेक स्थित्यंतरे घडली; त्यांचे दोन तरुण मुलगे डोळ्यादेखत गेले. ज्येष्ठ पुत्र विश्वासराव पानिपतावर गारद झाला होताच. माधवराव क्षयाला बळी पडले आणि नारायणरावांचा खून झाला; पण सुंभ जळला तरी पीळ तुटत नाही, या उक्तीप्रमाणे ही तेजस्वी स्त्री मानी, करारी आयुष्य जगली. एखाद्या तपस्वी साध्वीप्रमाणे तिने स्थितप्रज्ञतेने जीवन व्यतीत केले. या स्त्रीची हृदयस्पर्शी कहाणी विलक्षण चटका लावणारी आहे.

गोपिकाबाईंविषयीची सुसंबद्ध संगतवार माहिती कोणत्याच बखरीत उपलब्ध नाही; परंतु पेशवे दप्तर, तत्कालीन सनदा, सरदार घराण्यांचे कुलवृत्तांत आणि पत्रव्यवहार यांतून काही धागेदोरे मिळतात. खुद्द गोपिकाबाईंनी लिहिलेली पत्रे उपलब्ध असून त्यांची संख्या तत्कालीन इतर कोणत्याही पेशवे घराण्यातील कर्त्या स्त्रीने लिहिलेल्या पत्रांपेक्षा जास्त आहे. बाईंचा हा पत्रव्यवहार म्हणजे तपशीलवार इतिहासच आहे.

गोपिकाबाईंच्या चरित्राचे दोन मुख्य कालखंड पडतात. पहिल्या कालखंडात

बाजीराव पेशव्यांची सून व नंतर पेशव्यांची पत्नी, म्हणजे लग्न सोहळा ते नानासाहेब पेशव्यांचा मृत्यू असा सुमारे एकतीस वर्षांचा काल आहे. दुसऱ्यात थोरले माधवराव व नारायणराव पेशव्यांची माता आणि आजी (सवाई माधवराव) किंवा मृत्यूपर्यंतचा सत्तावीस वर्षांचा काल होय. पहिल्या कालखंडात उंबरठ्याच्या आतील व्यवस्थापनात ज्येष्ठ गृहिणीचे स्थान त्यांना भूषवावे लागले; मात्र प्रत्यक्ष व्यवहारात वा राजकारणात त्यांना स्थान नव्हते. दुसऱ्या कालखंडात त्यांना व्यक्तिगत स्वातंत्र्य लाभले. मर्यादित प्रमाणात सत्तेचा वापरही करता आला; परंतु परिस्थितीमुळे पुढे विरक्तताही आली.

गोपिकाबाई ह्या पूर्वाश्रमीच्या रास्ते (गोखले) घराण्यातील. त्यांचा जन्म साताऱ्यास इ. स. १७२४-२५ दरम्यानच्या काळात केव्हा तरी झाला असावा. त्यांच्या जन्माची तिथी, मास व शके निश्चित उपलब्ध नाही. बालपणी छत्रपती शाहू महाराजांना त्यांच्या अनुपम सौंदर्याने आणि चुणचुणीतपणाने मोहित केले. शाहू महाराजांनी तत्काळ पालकाची जबाबदारी स्वीकारून त्यांच्या विवाह सोहळ्याची व्यवस्था केली. गोपिकाबाईंच्या लग्नाची कथासुद्धा मनोरंजक आहे.

सातारा येथे भिकाजी शामजी व सदाशिव शामजी हे दोन नाईक बंधू सावकारीचा धंदा करीत असत. हे मूळचे कोकणातील वेळणेश्वरचे गोखले घराण्यातील! शाहू महाराज छत्रपतिपदावर विराजमान झाल्यानंतर (इ. स. १७०७) सुमारे इ. स. १७१० ते १७१२ च्या दरम्यान भिकाजी व सदाशिव हे नशिब अजमावण्यासाठी कोकणातून सातारा येथे आले. तिथे ते सावकारीचा धंदा करू लागले. हे दोघेही कर्तबगार व हुशार असून मोठे उद्योगशील होते. त्यांचा सावकारीचा व्यवहार सुमारे दहा-पंधरा वर्षे तेजीत चाललेला होता. त्यामुळे त्यांची गावात व विशेषत: राजवाड्यात पतही मोठी होती. त्यांचे चोख व्यवहार पाहून शाहू महाराज प्रसन्न झाले होते. या नाईक बंधूंनी छत्रपती शाहू महाराजांना दिवाळीचे निमित्त साधून लक्ष्मीपूजनादिवशी आग्रहाने फराळास निमंत्रित केले. त्यांच्या निमंत्रणाचा मान राखण्यासाठी महाराज त्यांच्या घरी गेले. त्यावेळी भिकाजी नाईक यांची मुलगी गोपिका हिला महाराजांनी फराळाचे जिन्नस वाढत असताना पाहिली आणि ते म्हणाले, 'ही मुलगी मोठी भाग्यवान दिसते! ही कोणाची मुलगी?' हा प्रश्न ऐकून भिकाजी नाईकांनी सांगितले, 'ती माझी मुलगी आहे.' तेव्हा शाहू महाराज हसून म्हणाले, 'आता तर हिच्या भाग्योदयासंबंधाने शंकाच उरली नाही.' हे ऐकून भिकाजी नाईक म्हणाले, 'आमच्यापेक्षा कोणी मोठा व्याजबट्टा करणारा सावकारपुत्र आमचा जावई होईल, एवढेच ना?' 'ते काहीही असो, एक गोष्ट तुम्ही मान्य केलीच पाहिजे,' असे महाराज म्हणाले. तेव्हा भिकाजीपंत हात जोडून नम्रतापूर्वक म्हणाले, 'महाराजांची आज्ञा आम्हांस शिरसावंद्य आहे.' हे नाईक यांचे बोलणे ऐकून

महाराज म्हणाले, 'आता तुम्हांस काही काळजी करण्याचे कारण नाही. या मुलीचे लग्न आम्हीच करतो.' या घरगुती गप्पागोष्टी करून शाहूराजे वाड्यावर परतले. नंतर काही दिवसांनी श्रीमंत बाजीराव पेशवे मुख्यप्रधान दरबारी कामाकरिता सातार्‍याला आले होते. तेव्हा महाराजांचे नानासाहेबांच्या लग्नाविषयी बाजीरावांशी बोलणे झाले आणि शाहू महाराजांनी पेशव्यांकडे गोपिका या भिकाजींच्या मुलीचा विषय काढला. तेव्हा बाजीरावांनी 'महाराजांच्या आज्ञेबाहेर आम्ही नाही. महाराजांस जे मान्य व योग्य ते आम्हांसही मान्यच आहे.' असे सांगितले. याप्रमाणे विचारविनिमय होऊन लवकरच ११ जानेवारी १७३० रोजी गोपिकाबाई रास्ते यांचे लग्न श्रीमंत नानासाहेब यांच्याबरोबर श्रीक्षेत्र वाई मुक्कामी थाटात झाले. लग्न समारंभास शाहू महाराज स्वत: स्वारीनिशी वाई येथे हजर होते. लग्नात गोपिकाबाई पाच वर्षांच्या, तर नानासाहेब दहा वर्षांचे होते. लग्नाला त्याकाळी १,१९,८२५ रुपये बारा आणे खर्च झाला, अशी नोंद आहे. त्यावरून हे लग्न कशा शाही थाटात झाले असेल, याची कल्पना येते. लग्नानंतर सुमारे दहा वर्षांनी गोपिकाबाईंचा गर्भादान विधी जानेवारी १७४० मध्ये थाटाने संपन्न झाला. श्रीमंत पेशवे यांच्याबरोबर रास्ते घराण्याचे शरीरसंबंध झाल्यामुळे भिकाजी रास्ते नाईक यांना पालखीचा मान पेशवे यांनी दिला. नंतर पुढे नानासाहेबांच्या कारकीर्दीत गोपिकाबाईंचे ज्येष्ठ बंधू मल्हारराव रास्ते यांस दहा लाखांचा सरंजाम देऊन तीन हजार स्वारांनिशी त्यांनी पेशवे दरबारची चाकरी करावी, अशी दौलत पेशवे यांनी करून दिली.

सुरुवातीच्या काळात सासरी शनिवारवाड्यात आजे सासूबाई राधाबाई आणि सासूबाई काशीताई होत्या. काशीताई सौम्य, अशक्त व बहुधा आजारी असत. राधाबाई या पेशवाईतील कर्तबगार स्त्रियांपैकी एक होत्या. बाजीराव सतत स्वारीवर असल्यामुळे पेशव्यांच्या घरातील सगळा कारभार त्यांच्याच सल्ल्याने चालत असे. प्रसंगी राजकारस्थानेही तडीस नेण्यात त्या कुशल होत्या. त्यांना चांगले लिहिता-वाचता येत असे आणि राजकारणाची चांगली माहिती असून पेशवे कुटुंबीय व सरदार मंडळी त्यांना वचकून असत. बाजीराव– निजाम भेटीच्या वेळी त्या बाजीरावांस लिहितात, ''श्री आनंदराव सोमवंशी व शंभुसिंग जाधव या दोघांशिवाय एकटेच खानाच्या भेटीस जाऊ नये. भेटीचा मनसुबा मोडे ते गोष्ट करणे.'' यावरून राधाबाई किती धूर्त, राजकारणकुशल व व्यवहारचतुर होत्या, याची कल्पना येते. अशा आजेसासूचा सहवास गोपिकाबाईंना दीर्घकाळ लाभला. साहजिकच त्यांची छाप गोपिकाबाईंवर पडली आणि आपोआप त्यांचे गुणदोषही चिकटले. गोपिकाबाई ही त्यांची पहिली लाडकी नातसून. तिला त्यांनी लेखन-वाचनाबरोबरच पेशवे घराण्याचे कुलाचार, सण, धार्मिक कृत्ये यांची माहिती करून दिली. गोपिकाबाईंना मोडी लिपी येत नव्हती, पण त्या बालबोधीत (मराठीत) उत्तम प्रकारे पत्रे लिहीत.

राधाबाई इ. स. १७५३ साली वारल्या आणि त्यामागून लवकरच काशीताई इ. स. १७५८ साली गेल्या. त्यामुळे पेशवे कुटुंबातील कर्तीसवरती ज्येष्ठ स्त्री म्हणून सर्व सूत्रे गोपिकाबाईच्या हाती आली.

नानासाहेब व गोपिकाबाई यांना एकूण पाच मुलगे झाले. त्यांपैकी यशवंत व मोरेश्वर हे दोन मुलगे अल्पवयी ठरले. उर्वरित मुलांत विश्वासराव ज्येष्ठ (२२/७/ १७४२ ते १४/१/१७६१), दुसरा माधवराव (१६/२/१७४५ ते १८/११/ १७७२) आणि धाकटा नारायणराव (११ ऑगस्ट १७५५ ते ३० ऑगस्ट १७७३) होय. विश्वासरावांची पत्नी लक्ष्मीबाई ही गोपिकाबाईची लाडकी सून होती. ती पानिपतच्या पराभवानंतर दोन वर्षांनी वारली. माधवरावांची पत्नी रमाबाई सती गेली. हिचे व गोपिकाबाईंचे फारसे पटले नाही. नारायणरावांची पत्नी गंगाबाई ही सर्वांत धाकटी सून. तिचा मुलगा सवाई माधवराव यांस वयाच्या चाळिसाव्या दिवशी पेशवाईची वस्त्रे मिळाली. गोपिकाबाईंनी नारायणरावांचा स्वत: अभ्यास घेतला व त्यांना आपल्या देखरेखीखाली ठेवले. सवाई माधवराव यांनाही कारभाऱ्यांनी योग्य ते शिक्षण देऊन शहाणे सवरते करावे, अशी त्यांची मनोमन इच्छा होती. तत्संबंधी त्यांनी लिहिलेले एक कलमबंदी पत्र लक्षणीय आहे.

नानासाहेबांबरोबर गोपिकाबाई नेहमी स्वारीशिकारीवर जात असत, मग ती स्वारी अगदी जवळची असो, वा एखाद्या लांबच्या मोहिमेची असो. गोपिकाबाईंनी नवऱ्याची पाठ अशी कधीच सोडली नाही. नानासाहेबांच्या संगतीत त्यांना हळूहळू राजकारणातील बारकावे समजू लागले आणि तत्कालीन सरदार व घरची कर्तीसवरती माणसे यांचे स्वभावही उमजू लागले. पुढेपुढे त्या पडद्यामागून राजकारण करू लागल्या आणि प्रसंगोपात सल्ला देऊ लागल्या, दरबारी कामातही त्या लक्ष घालू लागल्या. पहिल्या माधवरावांच्या कारकीर्दीतील एक पत्र या संदर्भात फार बोलके आहे. या पत्रात रघुनाथराव माधवरावास लिहितात, ''वडिलांस (गोपिकाबाई) मनसुबाही कळतो. केवळ वरकडी बायकांप्रमाणे नव्हेत. प्रपंच, परमार्थ दोन्ही वडिलांस कळतात. तेथे काय विस्तारे लिहावे.'' यामुळे पेशवाईतील सारे सरदार यांना वचकून असत. त्यांचा स्वभाव शीघ्रकोपी, मानी, करारी; पण काहीसा मत्सरयुक्त होता. सदाशिवरावभाऊंचा उत्कर्ष व त्यांचे पेशवे दरबारातील वजन यांना सतत खुपत असे. भाऊंची तल्लख बुद्धी व पराक्रम आणि नानासाहेबांचे त्यावरील निस्सीम प्रेम यांमुळे त्यांच्या मनात अंतरिक भीती वास करीत होती. भाऊ वरचढ होतील व पेशवेपद बळकावतील असे नेहमी त्यांना वाटत असे. या भीतीपोटी त्या नेहमी दक्ष असत. नानासाहेबांशी त्यांचे असलेले संबंध उकलण्यास अस्सल पुरावा उपलब्ध नाही. कदाचित त्यांचा राजवाड्यात वचक असेल आणि नानासाहेबांवरही त्या अधिकार गाजवीत असतील. पण नानासाहेबांनी त्यांचे प्रत्यक्ष

राज्यकारभारात फारसे ऐकलेले दिसत नाही, तसेच राजकारणाविषयी त्यांच्याशी सल्लामसलत केल्याचा एकही दाखला कागदोपत्री आढळत नाही. तथापि गोपिकाबाईंवर त्यांचे प्रेम होते आणि त्यांच्या बारीकसारीक गोष्टी, आवडी-निवडी यांची ते काळजी घेत. बाईंशिवाय एखाद्या स्वारीवर गेल्यावरसुद्धा त्यांच्यासाठी एखादी आवडीची वस्तू आढळल्यास ती खास जासुदाबरोबर पाठविण्याची व्यवस्था करीत. कोठे काही अनुकरणीय आढळले, की नानासाहेबांनी ते स्वीकारावे, अशी त्यांची रसिक वृत्ती होती. कर्नाटकाच्या एका स्वारीत गोपिकाबाई त्यांच्या समवेत नव्हत्या, पण फुरसतीच्या क्षणी त्यांचे स्मरण त्यास स्वाभाविकपणे व्हावे. तसे झाले म्हणजे त्यांनी एखादा फर्माइशी जिन्रस पत्नीस पाठवावा व बातमीदाराबरोबर क्वचित नाजूक इशाराही द्यावा, असे अनेक वेळा घडे. त्या रिवाजास अनुसरून नानासाहेबांनी लिहिलेल्या एका पत्रात गोपिकाबाईंसाठी काही वस्तू पाठविल्याचा उल्लेख आहे. पत्र दुसऱ्या मार्फत लिहविले आहे. ते असे, ''राजश्री नारोपंताना स्वामींचे सेवेसी विनंती उपरी. तांब्याचा गडू एक पाठविला आहे. तो श्रीमंत बाईसाहेबांस पाणी प्यावयास द्यावा. येविषयी श्रीमंतानी आज्ञा केली. त्याजवरून लिहिले आहे.... मुगदलांचा लाडू पाठविला आहे. हा भक्षून पाहावा. याजप्रमाणे करीत जावा. येविषयी विनंती करावी. श्रीमंतानी दाखविण्यास पाठविला आहे. म्हणून बाईसाहेबास सांगणे. ही चिट्ठी वाचून दाखवावी.'' नानासाहेबांना एखादा घाटदार तांब्या आढळला असेल! तो पत्नीला आवडेल, म्हणून त्यांनी तो पाठविला असावा. तसेच मुगदलाचा लाडू तो काय! किरकोळ बाब आहे, पण त्यातून त्यांचे पत्नीविषयीचे प्रेम आणि रसिकता दिसते.

गोपिकाबाई ज्येष्ठ आणि कर्त्या होत्या. पेशव्यांची पत्नी म्हणून त्यांना घरात व घराबाहेर मान मिळे. तरीसुद्धा घरच्या मंडळींबरोबर, विशेषत: दीर-जावा यांच्याशी त्यांचे अगदी जिव्हाळ्याचे संबंध होते. पेशवे घराण्यात आलेल्या सासुरवाशिणी एकत्रच लहानाच्या मोठ्या झाल्यामुळे एकमेकींवर पाठच्या बहिणींप्रमाणे माया करीत असल्यास नवल नाही. जानकीबाई ही रघुनाथरावांची पहिली पत्नी आणि गोपिकाबाईंची धाकटी जाऊ. तिच्याशी गोपिकाबाईंचा नानासाहेबांबरोबर स्वारीवर असताना सतत पत्रव्यवहार होत असे. या पत्रांतून त्या रघुनाथराव या धाकट्या दीराविषयीची चौकशी करीत असत. रघुनाथराव त्यांच्यापेक्षा दहा वर्षांनी लहान होते. धाकट्या जाऊबाईस त्या रघुनाथरावांची काळजी घेण्याविषयी पत्रातून सूचना देतात, ''वरकड चि. दादा याचे जेवणास व फराळास जपत जावे... आपणाकडून बहुत दिवस पत्र न येऊन वर्तमान कळत नाही. तरी ऐसे न करावे. सदैव पत्र संतोषाचे पाठवीत आसिले पाहिजे. आम्ही सर्व खुशाल असो.'' यापुढचे त्यांनी राघोबास लिहिलेले पत्र मार्मिक आहे. त्या लिहितात, ''आपणाकडून बहुत दिवस

पत्र येत नाही, तर स्मरणपूर्वक सदैव पत्रे पाठवावीत. आपणांस संक्रमणाचे तीळ शर्करायुक्त पाठवले आहेत. स्वीकार करावा.'' तसेच पुढील पत्रात त्यांची राघोबाविषयीची आस्था व जिव्हाळा दिसतो. हे पत्र त्यांनी कारकुनास लिहावयास सांगितले होते– ''श्रीमंत राजश्री दादासाहेबांची शरीर प्रकृती कशी आहे? मौन धरिले आहे म्हणून वर्तमान आइकले, त्यावरून आपणांस लिहून पाठवायाची आज्ञा जाली. त्यात स्नानसंध्या काय किती करता ते सविस्तर लिहून पाठवावे.''

नानासाहेब कर्नाटकाच्या स्वारीवर गेले होते, (इ. स. १७५४) त्यावेळी त्यांनी गोपिकाबाईसोबत जानकीबाई व मुलांना बरोबर घेतले होते. नंतर काहीतरी निमित्ताने जानकीबाई पुण्यास परतली. स्वारीचा मुक्काम वाढला. जानकीबाई नियमितपणे गोपिकाबाईंना पुण्याची हकिकत पत्रांद्वारे कळवीत असे, परंतु पुढे तिचे पत्र आले नाही. म्हणून गोपिकाबाईंनी तिला कर्नाटकातून प्रीतिपूर्वक पत्र पाठविले. त्या पत्रात त्यांची ममता तर दिसतेच, पण मिस्कीलपणाही जाणवतो. त्या लिहितात, ''तेथे दादावरच माया राहिली. इकडील विसरलासे दिसते. परंतु ऐसे नसावे. येका-येकीच मित्रपणास अंतर न पडावे. बहुधा विस्मरणे कडून होत असेल ते स्मरणे कडून करावे.'' वरील पत्रावरून असे दिसते की, गोपिकाबाईचे आपल्या जावांशी संबंध मैत्रिपूर्ण, सौहार्दाचे होते.

छत्रपती शाहू महाराजांच्या मृत्यूनंतर (इ. स. १७४९) छत्रपतींच्या गादीवर कुणी बसावे, हा वाद निर्माण झाला. खुद्द शाहू महाराजांच्या एका धर्मपत्नीच्याही मर्जीतील काही आप्तेष्टांनी चुळबूळ सुरू केली. महाराणी ताराबाई यांनाही जोर चढला आणि पुन्हा त्या नव्या जोमाने राजकारण खेळू लागल्या; तथापि मरतेसमयी खुद्द छत्रपती शाहूंनी नानासाहेब पेशवे यास पुढील व्यवस्थेविषयी व भावी छत्रपतीबद्दल एक यादी लिहून दिली होती. त्यानुसार नानासाहेबांनी ती आज्ञा शिरसावंद्य मानून महाराणी ताराबाईंचा नातू रामराजा यांस साताऱ्याच्या गादीवर विधिवत बसविले आणि प्रत्यक्षात सर्व कारभार आपल्या हाती घेतला. छत्रपती रामराजांना ४ जानेवारी १७५० रोजी सातारा येथे राज्याभिषेक झाला. त्यावेळी गोपिकाबाई आपल्या दोन मुलांना– विश्वासराव व माधवराव यांना घेऊन साताऱ्यास गेल्या होत्या. त्यावेळी ताराबाईंनी बहुमानाचा पोषाख देऊन त्यांचा सन्मान केला. नानासाहेबांनीही या राज्यरोहण प्रसंगी ताराबाईंचा पोषाख व अन्य जडजवाहीर देऊन सत्कार केला. नानासाहेबांबद्दल ताराबाईंच्या मनात किंतु निर्माण झाला होता. त्या पेशव्यांचा द्वेष करीत; परंतु गोपिकाबाईंनी त्यांच्याशी विचारविनिमय करून त्यांचे मन साफ केले आणि त्यांच्या मनातील सर्व शंकांचे निराकरण केले. यामुळे ताराबाईंच्या मनात गोपिकाबाईंबद्दल नितांत आदर होता. रामराजा दत्तक प्रकरणी ताराबाईंनी गोपिकाबाईंचा सल्ला घेतला होता, हेही एक कारण उभयतांच्या समझोत्याचे असावे. त्यामुळेच

ताराबाईंनी दूरदृष्टीने गोपिकाबाईंचा सन्मान केला असावा.

त्याकाळी श्रीमंत घराण्यांत, विशेषत: जहागीरदार-सरदारांच्या घराण्यांत बहुभार्या पद्धत प्रचलित होती. शिवाय आणखी काही उपस्त्रियाही असत; रखेल्या-दासीही बऱ्याच असत. सुस्वरूप, सुविद्य पहिली पत्नी व तीन कर्तें मुलगे हयात असताना नानासाहेबांनी दुसरे लग्न करण्याची तीव्र इच्छा प्रदर्शित केली. नानासाहेबांचा बाहेरख्यालीपणा काही कमी नव्हता. त्यांच्या गुणवती व केशरी या नाटकशाळांचा उल्लेख शाहीर शिवराम पिंपळगावकर यांच्या कवनात स्पष्टच आहे. याखेरीज त्यांच्या अनेक नाटकशाळा होत्या, पण त्यांची माहिती संगतवार मिळत नाही. इ. स. १७६० मध्ये नानासाहेबांनी दोन-तीन तरुण ९ चांगल्या जातीच्या शुद्ध नाटकशाळा गोविंदपंत बुंदेल्यांकडून मागविल्याचा उल्लेख मिळतो. नानासाहेबांची येसू नावाची एक अत्यंत आवडती रक्षा होती. तिचे तीन मुलगे परस्परांचे सख्खे भाऊ होते. हे सर्व गोपिकाबाईंना ठाऊक होते आणि याबाबतीत त्यांची सहनशीलता शिगेला पोहोचली होती. कदाचित गोपिकाबाईंच्या राज्यकारभारात ढवळाढवळ करण्याच्या वृत्तीमुळे व भाऊसाहेबांबद्दलच्या त्यांच्या मत्सरामुळे नानासाहेबांशी त्यांचे अखेरच्या दिवसांत वरचेवर खटके उडत असावेत. त्यातच दिवसेंदिवस भाऊंचे कर्तृत्व वाढत होते आणि नानासाहेबांना त्यांची सार्थ साथ लाभत होती. कारकुनी कामात जसा भाऊ टाकाला जबरा, तसा तलवार मारण्यातही चांगला तरबेज होता. त्याने कर्नाटकच्या स्वारीत पराक्रम व धडाडी दाखविली होती. छत्रपती रामराजांशीही त्याचे संबंध सौहार्दपूर्ण होते. असा हा तरतरीत व पाणीदार सदाशिवराव गोपिकाबाईंच्या डोळ्यात सलू लागला. उद्गीरच्या लढाईवर (इ. स. १७५९) निघण्यापूर्वी कुणी मुजफरखान नावाच्या गारद्याने सदाशिवरावांचा खून करण्याचा अयशस्वी प्रयत्न केला. यात गोपिकाबाईंचे अंग होते, असा प्रवाद प्रसृत झाला; कारण गोपिकाबाईंनी भाऊंबद्दल पेशव्यांचे मन अगोदरच कलुषित केले होते, असा प्रवाद होता. पेशवाई उपटण्याचा भाऊंचा बेत आहे, असे गोपिकाबाईंनी नानासाहेबांच्या मनात भरविले असावे. या प्रकरणी पेशव्यांचे मन संशयग्रस्त झाले होते, हे निर्विवाद! म्हणूनच उत्तरेकडे इ. स. १७५९-६० च्या स्वारीवर सदाशिवरावभाऊबरोबर गोपिकाबाईंनी नानासाहेबांस ज्येष्ठ मुलगा विश्वासराव यांस पाठविण्याचा जबरदस्त हट्ट धरला आणि त्याप्रमाणे व्यवस्था करण्यात आली. यावरून नवऱ्यावर अधिकार गाजविण्याचा त्या प्रयत्न करताना दिसतात, तसेच राजकारणातही त्या हस्तक्षेप करताना आढळतात; पण नानासाहेब एखादे तुरळक उदाहरण सोडल्यास त्यांना फारसे बधत नसत. यामुळे गोपिकाबाईंच्या भांडणात व्यग्र झालेले मन विरंगुळा म्हणून दुसऱ्या गोष्टीत गुंतवावे या हेतूनेच, किंबहुना गोपिकाबाईंना मुद्दाम उणेपणा आणण्यासाठी पैठणच्या नारोबा नाईक वाखरे या

देशस्थ ब्राह्मण सावकाराच्या सुस्वरूप दहा वर्षांच्या मुलीबरोबर त्यांनी २७ डिसेंबर १७६० रोजी लग्न केले. हा घाव गोपिकाबाईंच्या मर्मावरच होता. आपल्या डोक्यावर नवरा सवत आणील, अशी स्वप्नातही त्यांना कल्पना नसणार! या लग्नामुळे त्या अधिक दु:खीकष्टी झाल्या, पण इलाज नव्हता. या विवाहाने देशस्थ-कोकणस्थ हा संकुचित भेद तात्पुरता तरी नष्ट झाला. नानासाहेबांनी दुसऱ्या पत्नीचे नाव राधाबाई ठेवले. यानंतर लवकरच पानिपतच्या उलाढालींची बातमी आली आणि नानासाहेब उत्तरेत जाण्यास सज्ज झाले. त्यांनी जानोजी-मुधोजी भोसले, बाबूजी नाईक, गोपाळराव पटवर्धन, सदाशिव रामचंद्र वगैरे मातब्बर मंडळी आणि माधवराव, गोपिकाबाई-राधाबाई ही कुटुंबीय मंडळी स्वारीत बरोबर घेतली. प्रवासात भेलशालाच पानिपतच्या दारुण पराभवाची 'दोन मोती गलत, दहा-वीस आश्रफत, रूपयोंकी गणति नही' ही बातमी कळली. ती ऐकून त्यांचे मन उद्विग्न झाले आणि ते भ्रमिष्टासारखे बोलू लागले. त्यांस हिंमत देणारा एकही इसम तेथे हजर नव्हता. त्यांचे शरीर थकत आलेले पाहून गोपिकाबाईंनी जवळच्या सर्व मंडळींना पुण्यास माघारी फिरण्याची विनंती केली. २२ मार्च १७६१ रोजी ही सर्व मंडळी माळव्यातून दक्षिणेत परत आली. भाऊ-भाऊ असा सदाशिवरावबद्दल शोक करीत नानासाहेब २३ जून १७६१ रोजी पर्वतीवर मरण पावले आणि गोपिकाबाई-राधाबाई यांचे छत्र कायमचे गेले.

गोपिकाबाईंना ऐन उमेदीत वैधव्य प्राप्त झाले. यावेळी त्या जेमतेम पस्तीस-छत्तीस वर्षांच्या होत्या. पानिपतच्या पराभवामुळे जवळजवळ एक कर्तृत्ववान पिढीच निकामी झाली होती. सतरा वर्षांच्या माधवरावांना पेशवाईची वस्त्रे देण्यात आली. कोल्हापूरच्या छत्रपती संभाजी यांच्या पत्नी महाराणी जिजाबाई यांनी गोपिकाबाईंना सांत्वनपर पत्र धाडले. त्यात त्या लिहितात, "ईश्वरे हे गोष्टी बहुत अनुचितच केली. तुम्हास व राजश्री रघुनाथ पंडित व माधवराव यांसी दु:खाच्या कोटी जाहल्या. राजश्री सदाशिव पंडित व विश्वासराव यांचे ठिकाण न लागले ते चिंतेत निमग्न असता ईश्वरे हा आघात प्राप्त केला. होणारास उपाय असे नाही. विवेककरून शोकाचे परिमार्जन करावे, बहुत काय लिहिणे." पती गेला, हातातोंडाशी आलेला थोरला मुलगा गेला. भाऊसाहेबांचा ठावठिकाणा नव्हता. नवीन सवत आली. तिलाही वैधव्य आले आणि ते केव्हा, तर लग्नानंतर केवळ सहा महिन्यांतच! सदाशिवरावाची पत्नी पार्वती एकाकी झाली. या सर्व प्रसंगांनी बाईंची कंबरच खचली. माधवराव सतरा वर्षांचे नि नारायणराव सहा वर्षांचे. त्या मुलांकडे पाहून पुढील काळ कंठणे भाग होते. गोपिकाबाईंना आपल्या महत्त्वाकांक्षी लालसेला काही वाव मिळेल, असे वाटले; परंतु एकूण तत्कालीन राजकारणाने वेगळीच दिशा घेतली आणि माधवरावांच्या तेजस्वी नेतृत्वापुढे आणि स्वतंत्र वृत्तीमुळे त्यांची

डाळ फारशी शिजली नाही.

पेशवे लहान आहेत, तोपर्यंत मुखत्यार म्हणून रघुनाथरावांनी राज्यकारभारात लक्ष घालावे, असे ठरल्यामुळे माधवराव पेशवेपदावर असताना रघुनाथरावांनी सखारामबापू बोकील यांचे ऐकून मोगलांशी तह केला आणि त्यांना सत्तावीस लाखांचा मुलूख तोडून दिला. ही गोष्ट पेशवे माधवराव व गोपिकाबाई यांना पसंत नव्हती. त्यांच्या मनात बापूंच्या वृत्तीबद्दल शंका निर्माण झाली आणि त्यांची खात्री झाली, की बाकीचे सरदार दादांच्या हातात कारभार टिकू देणार नाहीत; या तहामागे प्रतिस्पर्ध्यांना चिरडून टाकण्याचा दादांचा डाव होता. या कृतीमुळे बाबूजी नाईक रागावले आणि त्यांनी निक्षून सांगितले, की 'जोपर्यंत सखारामबापू दिवाणगिरीच्या कामावर आहेत, तोपर्यंत आपण मुळीच नोकरी करणार नाही.' तेव्हा रघुनाथरावांनी मुख्यत्यारपद सोडले आणि सखारामबापूंनी दिवाणपद सोडले. गोपिकाबाईंनी त्रिंबकरावमामा व बाबूराव फडणीस यांची दिवाणगिरीच्या कामावर नियुक्ती केली व या दोघांस दादासाहेबांनी सल्लामसलत देत जावी असे ठरले. काका-पुतण्याचा संघर्ष वाढू नये म्हणून गोपिकाबाईंनी मुत्सद्देगिरीने ही योजना कार्यवाहीत आणली, पण दादासाहेबांनी यास वरकरणीच संमती दर्शविली, हेही त्या मनातून पूर्णत: जाणून होत्या. दादा हलक्या कानाचे आहेत, ते स्वस्थ बसणार नाहीत, हेही त्यांना ठाऊक होते. तरीसुद्धा त्यांनी निजामावर स्वारी करण्यासाठी दादासाहेबांची माधवरावांसह रवानगी केली. त्यावेळी दादासाहेबांना जी पत्रे पाठविली, त्यातून गोपिकाबाईंच्या एकूण राजकारणविषयक धोरणाची स्पष्ट कल्पना येते. गोपिकाबाईंनी 'निजामाचा पुरता पाडाव करावा.' असे पत्र पाठविले होते. त्याचे उत्तर राघोबांनी पुढीलप्रमाणे पाठविले, ''निजामाचे पुरते पारिपत्य करावे तर सर्व भार ईश्वरावर आहे. यत्नास चुकत नाही, केवळ शिपाईगिरीच करीत नाही. हिकमतीने लढाई करू. नानासाहेब, भाऊसाहेब यांचे शागीर्द आम्ही आहो. लागभाग पाहून करतो, उतावळी करत नाही. माधवरावांस मर्यादेविषयी शिकवीत जावे. ऐशांस ते तीर्थरूपांचे पुत्र आहेत. शिकवावे लागत नाही, तथापि सांगत जाऊ... सर्व मदार चिरंजीवावर आहे. उतावळी करू लागतील त्या वेळेस आम्ही सांगू. ते ऐकावे लागेल. तेविशी वडिलांनीही वारंवार लिहावे... गडबडीमुळे चार किल्ले गेले तरी वडिलांनी संकट मनात आणू नये. मोगलांचे पारिपत्य झाले म्हणजे चार आभाळे उठली आहेत ही विरतील... वडिलांस सुचेल ते लिहीत जावे.''

मराठ्यांनी निजामास जेरीस आणले, पण स्वार्थाने प्रेरित होऊन दादांनी निजामाशी अप्रयोजक तह केला आणि हाती आलेल्या शत्रूला न झोडपता तसेच सोडून दिले. या गोष्टीचा गोपिकाबाई व इतर कारभारी मंडळींना अतिशय राग आला. दादासाहेब रुसून पुण्याजवळ वडगावला जाऊन राहिले. गोपिकाबाई,

माधवराव, फडणीस, पेठे, पटवर्धन, मल्हारराव होळकर आदींनी तिथे जाऊन त्यांची समजूत घालण्याचा प्रयत्न केला; पण तो निष्फळ ठरला. दादासाहेब तिथून गोदातीरी गेले. सखारामबापूंनी सरदार फितवून सैन्याची जमवाजमव केली. गोपिकाबाईंनी लढाईचा प्रसंग येताच कारभाऱ्यांना तशा आज्ञा दिल्या. माधवरावांचा ७ नोव्हेंबर १७६२ रोजी आळेगावी पराभव झाला आणि पेशवे दादांच्या स्वाधीन झाले. पुन्हा दादा व सखारामबापू यांस अधिकार प्राप्त झाला. दादांच्या सांगण्यावरून पेशव्यांनी वागावे आणि निजामास ५१ लाखांचा मुलूख तोडून द्यावा असे ठरले. यावेळी गोपिकाबाई सिंहगडावर होत्या. त्या रास्त्यांच्या सांगण्यावरून पुन्हा शनिवारवाड्यात राहावयास आल्या. शनिवारवाड्याभोवती व पेशव्यांच्या डेऱ्याभोवती गारद्यांचे पहारे बसले.

पुढे निजामाने पेशव्यांच्या मुलखावर स्वारी केली, तेव्हा चुलत्या-पुतण्याचे पुन्हा सख्य झाले. परंतु त्यांच्यातील दुहीचा फायदा घेऊन निजामाने थेट पुण्यावर स्वारी केली. त्यावेळी दादा व माधवराव निजामाच्या दक्षिणेकडील मुलखावर स्वाऱ्या करीत होते. निजामाने कारभाऱ्यास पत्र लिहिले, की ''आम्हास खंडणी दिली तर पुणे राखू नाहीतर जाळून टाकू.'' यावर गोपिकाबाईंनी त्यास सणसणीत उत्तर धाडले, की ''तुमचे वैरी तिकडेच गेले आहेत, त्याकडे काय असेल ते पाहून घेणे. आम्हांस खंडणी देण्यास गाठ पडत नाही. पुण्याचे काय करणार ते सुखरूप करणे.'' एवढे संकट आले होते, तरी बाईंनी अन्य आप्तेष्टांना पुरंदरावर पाठविले, पण स्वत: हिय्या करून पुण्यातच राहिल्या. पुढे निजाम पुण्याजवळ येताच सर्व रयत घरेदारे सोडून पळून गेली. तारीख २२ एप्रिल १७६३ रोजी नारायणरावांचे लग्न सिंहगडावर होणार असल्याने बाईही परिवारासह तिकडे गेल्या. निजामाने पुणे जाळले. माधवरावांनी निजामाकडील मराठे सरदारांना युक्तियुक्तीने आपल्याकडे वळवून त्यांच्या संयुक्त फौजेने निजामाचा राक्षसभुवन येथील लढाईत सपशेल पराभव केला. (१० ऑगस्ट, १७६३). त्यावेळी रघुनाथरावांनी गोपिकाबाईस लिहिले, ''राक्षसभुवन येथे मराठ्यांचा जय झाला. विठ्ठल सुंदर व विनायकदास मारला गेला. सविस्तर वर्तमान चिरंजीव लिहितील. कळावे श्रुत होय हे विज्ञापना.'' त्यानंतर १४ ऑगस्ट १७६३ च्या पत्रात पुन्हा राघोबा लिहितात, ''निजाम पळाला, त्याचे परिपत्य करतो.'' याशिवाय माधवरावही इत्यंभूत हकिकतींची पत्रे गोपिकाबाईस पाठवीत असत.

या युद्धानंतर माधवरावांचा चांगला जम बसला. या घटनेने माधवरावांची सरशी झाली आणि राज्यकारभाराची सर्व सूत्रे त्यांनी हातात घेतली. तेव्हा चुलते राघोबा स्नानसंध्या करीत राहण्याचे कबूल करून नाशिकला गेले. माधवराव आईचे ऐकत तर नव्हतेच, पण प्रारंभी ते राघोबाकडे नमते घेऊन वागू लागले. ही गोष्ट

गोपिकाबाईस सहन होईना. राजकारणात अशा माणसाला एकदम बाजूला करणे शक्य नसते, हे धूर्त माधवराव जाणून होते. दमादमाने त्यांनी राज्यकारभारावरील आपली पक्कड घट्ट केली. माधवरावांचे आईवर प्रेम होते, पण तिने राजकारणात लक्ष घालू नये, असे त्यांना वाटे. असे बाजूला बसणे गोपिकाबाईंना मानवणारे नव्हते. अंत:कलहाला कंटाळून व यापुढे माधवरावांच्या स्वतंत्र वृत्तीपुढे व दुराग्रही स्वभावापुढे आपले फारसे जमणार नाही, हे जाणून ती मानी माता गोपिकाबाई गंगास्नानाच्या निमित्ताने नाशिकजवळ गंगापूर येथे इ. स. १७६४ मध्ये कायमच्या निवासासाठी निघून गेली. मात्र गंगापूरला स्थायिक होण्यापूर्वींच माधवरावांनी त्यांच्याकडे बेलबाग व गंगापूर ही दोन गावे तोडून दिली होती. या गावांचा सालिना १९०० रुपये वसूल होता. याशिवाय त्यांनी गंगापूरला १८,००० रुपये खर्चून एक मोठा अलिशान वाडा बांधून दिला.

माधवराव गोपिकाबाईंच्या सल्ल्याशिवाय प्रारंभी काहीही करीत नसत. दर आठवड्याला ते आईला पत्र लिहून राजकारणाविषयी माहिती कळवीत व काही महत्त्वाचा व खासगी मजकूर असल्यास मुद्दाम बाळबोधीत (देवनागरीत) लिहीत; तथापि आईने राजकारणात हस्तक्षेप केलेला त्यांना बिलकूल आवडत नसे. खासगी बाबतीत ते सल्ला विचारीत, परंतु राजकारणाच्या बाबतीत ते त्यांना विचारीत नसत. निस्पृह कारभार हे त्यांचे ध्येय व ब्रीद होते. त्यामुळे अपराधी कोणीही असल्यास त्याला कडक शासन करण्यास ते कधीही कचरले नाहीत. रामचंद्र गोरे हा गोपिकाबाईंचा गंगापूरचा कारभारी कारकून होता. तो पत्रांची उत्तरे गोपिकाबाईंना विचारून लिहीत असे. गोरेमार्फत गोपिकाबाई पेशवाईतील तत्कालीन मातब्बर सरदार-जहागीरदारांशी अधूनमधून पत्रव्यवहार करीत. गंगापूरच्या वास्तव्यात बाईंनी आपले जीवन धार्मिक कृत्यात व्यतीत केले. त्यांचा बहुतेक वेळ पुराणश्रवण आणि ईश्वरभक्ती यात जात असे. त्याकरिता त्यांनी काही वेदोक्त ब्राह्मण सांभाळले होते आणि कुठे चांगले पुराण वाचणारा ब्राह्मण असल्याचे कानी आल्यास, त्याप्रमाणे पेशवे दरबारशी रामचंद्र गोरे पत्रव्यवहार करीत असे. त्यांनी एकदा गोरे यांच्यामार्फत आपल्या माहितीतील वेदशास्त्रसंपन्न बापूभट जांभेकर, सावंतवाडी यांना आणण्याची व्यवस्था करावी म्हणून एक पत्र नाना फडणीस यांना पाठविले. या पत्रात गोरे लिहितात, "वे. शा. सं. राजश्री बापूभट जांभेकर पुराणिक सावंताचे वाडीत आहेत. त्यास घोडे, माणूस व एक कामाठी ऐसे पाठवून घेऊन यावे, म्हणून गोपिकाबाईंची आज्ञा जाली. पुराणिक बाबास एक पत्र येथून (गंगापूरहून) पाठविले आहे. हे त्यास प्रविष्ट व्हावे व आपणही एक पत्र लिहून पाठवावे.''

गंगापूरास गोपिकाबाई विरक्त जीवन व्यतीत करीत होत्या, तरी त्यांची राजकारणाविषयीची आसक्ती कमी झाली होती असे नव्हे! त्यांचे मन पुण्यातील

व विशेषत: राजकारणातील घडामोडीत गुंतलेले असे. राज्यात एखादी अनुचित गोष्ट घडल्याचे वा गैरप्रकार आढळल्याचे, असे त्यांच्या कानावर आले, तर त्या गोष्टी त्या तत्काळ माधवरावांच्या कानी घालत. प्रसंगोपात त्यांची कानउघाडणी करीत. गोपिकाबाईंचे बंधू मल्हारराव रास्ते, गोपाळराव पटवर्धन, त्रिंबकराव पेठे वगैरे सरदार मंडळी माधवरावांनी घालून दिलेला शिरस्ता व नियम पाळीत नसत. मल्हारराव रास्त्यांनी तर राघोबादादांचा पक्ष घेऊन जानोजी भोसल्यास पेशव्यांविरुद्ध फितविले. तसेच रास्तेमामा हे सरंजामाप्रमाणे पदरी फौज ठेवीनात. तेव्हा माधवरावांनी त्यांचा सरंजाम जप्त केला व त्यास भर दरबारात शासन केले. सरदारांनी घातलेल्या शिस्तीनुसार वागावे, हा माधवरावांचा शिरस्ता होता. गोपिकाबाईंना जेव्हा ही गोष्ट कळली, तेव्हा त्यांनी माधवरावांना लिहिले, ''पाहिजे तर त्यांचा सरंजाम जप्त करावा, पण त्यांचा पाणउतारा करू नये. जाहीर शासन करू नये. आपली मांडी आपणच उघडी करून दाखवू नये.'' अर्थात याचा माधवरावांवर फारसा परिणाम आला नाही; कारण शिंदे-होळकरांदींना जरब बसविण्यासाठी अशी कृत्ये त्यांना करावीच लागली. नातेवाईकांची ही अवस्था, तर आपले काय, ही भावना जागृत करण्यासाठी माधवरावांनी आईच्या विरुद्ध हे पाऊल टाकले होते.

गोपिकाबाईंच्या कानावर मुली विकून लोक पैसे जमवितात, ही वार्ता आली. तेव्हा त्यांनी नाना फडणिसांना पत्र पाठवून कळविले, की ''समुद्रतीरी व देशामध्ये कितीका स्थळी कन्येचा विक्रये करून द्रव्य घेत आहेत. याप्रमाणे अनाचार प्रवृत्त झाला आहे. यास श्रीमंतांसारखे ब्राह्मण प्रभू असता व तुम्हासारखे ज्ञाते सन्मार्गवर्ती, विवेकी मंत्री असता, हा मार्ग अनुचित, योग्य नव्हे. त्यास ह्या अर्थी श्रीमंतास विनंती करून याचा बंदोबस्त करावा.'' असेच एक वर्षी नाशिकच्या भागात पाऊस कमी पडल्याने भयंकर दुष्काळ पडला. तेव्हा गोपिकाबाईंनी तेथील शेतकऱ्यांची जकात माफ करावी, म्हणून माधवरावांना पत्र पाठविले. त्याचे माधवरावांनी पाठविलेले उत्तर मार्मिक व कार्यक्षम शासनकर्त्याच्या गुणांचे दिग्दर्शन करणारे असेच आहे. ते लिहितात, ''पावसाच्या आपत्तीमुळे सर्व ठिकाणी महागाई झाली आहे. त्यास इतर प्रांतांतील जकातीचा वगैरे बंदोबस्त होईल. त्या अन्वये तिकडीलही बंदोबस्त होईल. त्याहीमध्ये तिकडील जकात तूर्तच माफ करावी, अशी तीर्थरूप मातोश्री बाईसाहेबांची मर्जी असल्यास विनंती करून लिहून पाठविणे; परंतु एके ठिकाणी माफ झाल्यास सर्वत्र माफ करावी लागेल. त्याप्रमाणे विनंती करून आज्ञा होईल. त्याप्रमाणे लिहून पाठविणे. मर्जी असल्यास लिहावे. बहुत काय लिहिणे.''

राजकीय धोरणांबाबत आई-मुलाचे पटत नव्हते, तरी माधवरावांच्या कर्तृत्वाने त्या दिपून गेल्या होत्या. त्यांना या गोष्टींचा अभिमान होता व कौतुकही वाटे. त्यांचे माधवरावांवर अपरंपार प्रेम होते आणि माधवरावांचेही आईवर तेवढेच प्रेम होते.

गोपिकाबाई गंगापुरास राहू लागल्यावर माधवराव त्यांना पत्रे लिहून सर्व हकिकत कळवित असत. त्यांचे उत्तर आले नाही तर 'बहुत दिवस आशीर्वाद पत्र येऊन वर्तमान कळत नाही' असे लिहून जिव्हाळा प्रकट करीत. त्यांचा सल्ला मात्र चुकूनही घेत नसत. पुण्यास येण्याविषयी कळवीत. नाना फडणीसही यावे म्हणून लिहीत. उंट ओझ्यासाठी रवाना करण्याचे आश्वासनही माधवराव देत. पत्रातील सुरुवातीचा मायना 'अपत्ये माधवरावाने चरणावरी मस्तक ठेवून' असा अत्यंत नम्रतेचा असे. कर्नाटकच्या स्वारीच्या वेळी माधवराव तिथून नित्यनियमाने पत्रे पाठवीत. त्याची उत्तरेही त्या देत. मध्ये काही काळ गोपिकाबाईंकडून पत्र आले नाही, तेव्हा माधवराव लिहितात, ''तुम्हाकडून बहुत दिवस पत्र येऊन वर्तमान कळत नाही, तरी सविस्तर वृत्त लिहिणे. तीर्थरूप मातोश्री बाईंची शरीर प्रकृती कशी आहे? हे लिहिणे. अलीकडे वडिलांचे पत्र विस्तारे येत नाही, तेणे करून चित्त उद्विग्न आहे. पूर्वी वडिलांचे पत्र येत असे. त्यात हमेशा वडीलपणाची आज्ञा होत असे. अलीकडे काहीच विचारयुक्त येत नाही. तेणे करून असे वाटते की मजपासून काही आज्ञेशिवाय वर्तणूक जाली असेल? म्हणून वडिलांचे पत्र येत नाही, असाही संदेह वाटतो. तर तुम्ही या गोष्टींचा शोध घेऊन लिहून पाठविणे. बहुत काय लिहिणे.'' यावरून माधवराव गोपिकाबाईंच्या आज्ञायुक्त पत्रांची निश्चितपणे अपेक्षा करीत असले पाहिजेत.

शनिवारवाड्याच्या राजवैभवात सुमारे चौतीस वर्षे जीवन सुखासीन अवस्थेत व्यतीत केलेल्या गोपिकाबाईंनी, सर्व वैभवाचा, आरामाचा त्याग करून उर्वरित आयुष्य गंगापूरसारख्या ठिकाणी स्वकीयांपासून अलिप्त-एकाकी असे पत्करले, ही गोष्ट त्यांच्या हट्टीपणाची व करारी मनाची द्योतक असली, तरी ऐश्वर्याचा मोह त्यांनी झुगारून दिला, ही गोष्ट दृष्टिआड करता येत नाही. रोजच्या जीवनातील गरज असणाऱ्या आवश्यक त्या जिनसा त्या पुण्याहून मागविताना दिसतात. श्रीवर्धनी व चिकणी सुपारी, पिस्ते, सोवळ्यातील शाल, पायात घालण्यास काळ्या रंगाचे चर्मी जोडे, ब्राह्मणांचे पाय धुण्यास चांदीचा गडवा वगैरे जिनसा त्या कारकुनातर्फे मागवितात. कंठ्या देऊन त्या ब्राह्मणांचा सतत परामर्श घेत असत. तसेच दासींची लग्ने त्या स्वखर्चाने लावून देत. दारूचे दुष्परिणाम पाहून किमान आपले वास्तव्य असलेल्या भागात तरी दारूबंदी करावी, असा त्यांचा मनोदय पत्रातून व्यक्त होताना दिसतो.

माधवरावांना इ. स. १७६९ च्या पावसाळ्यात बरे नसल्याचे गोपिकाबाईंना कळले. तेव्हा त्यांना बरे वाटावे म्हणून त्यांनी नाना फडणिसांना पुढील कळकळीचे पत्र लिहिले, ''ब्राह्मण लावले ते अनुष्ठान संपेपर्यंत वाड्यातच राहू द्यावेत. त्यांनी यजमानास आरोग्य होण्याविषयी प्रार्थना करीत जावी. आठ-पंधरा दिवस जास्त

लागले तरी हरकत नाही. कमी पडू न द्यावे. उत्तम परीक्षेने ब्राह्मण लावावे.''
गोपिकाबाई गंगापूरला स्थायिक झाल्यावर त्या फारशा पुण्याला आल्या नाहीत;
परंतु एक-दोन प्रसंगी त्यांचे मन राहवेना, म्हणून त्या पुण्यास आल्या. माधवराव
इ. स. १७६९ मध्ये खूप आजारी पडले. त्यावेळी त्यांनी ब्राह्मणाचे अनुष्ठान
लावावे, असे लिहिले होतेच; पण पुढे माधवरावांचा रोग अधिक बळावत चालला,
तेव्हा इ. स. १७७१ मध्ये त्या त्यांची प्रकृती पाहण्यासाठी पुण्यास आल्या. त्या
संबंधीचा उल्लेख ऐतिहासिक संग्रहात पाहावयास मिळतो. पुण्याहून विठ्ठलराव
गोरक्ष वालवलीकर यांनी २४ जून १७७१ रोजी पुढीलप्रमाणे पत्र लिहिले आहे.
''श्रीमंत पंतप्रधान १९ जून १७७१ रोजी नाशिकला गेले. त्यांच्याबरोबर गोविंद
शिवराम, हरिपंत फडके, गोपिकाबाई व रमाबाई ह्या गेल्या असून तीन हजार
घोडेस्वार, पंचवीस हत्ती, पंचाहत्तर उंट, शंभर बैल, एक तोफ व पंचवीस खाशा
स्वारींच्या पालख्या आहेत. सोबत पाद्री डॉक्टरही गेला आहे.'' या उल्लेखावरून
गोपिकाबाई मार्च ते जून १७७१ दरम्यान आजारी माधवरावांना भेटण्यासाठी
पुण्यात येऊन गेल्या होत्या, असे दिसते. दुसऱ्या एका तत्पूर्वीच्या पत्रात मातोश्री
गोपिकाबाई गंगापूरहून पुण्यास येणार आहेत, म्हणून चाळीस उंट, कामाठी वगैरे
पाठविले, असे दि. १७ मे १७६९ च्या पत्रात म्हटले आहे. आपल्या मुलांप्रमाणेच
गोपिकाबाईंनी आपल्या राधाबाई या सवतीचीही अखेरपर्यंत (९ नोव्हेंबर, १७७१)
काळजी घेतली. अखेरीस ती फार आजारी पडली, तेव्हा गोपिकाबाईने तिच्या
आजाराचे वृत्त ऐकून, रामचन्द्र गोरे यांनी एक वैद्य व दोन बायका वगैरे साहित्य
देऊन तिला वडुथास पाठवावे, असे सुचविले. या ठिकाणी जनार्दन पेशव्याची पत्नी
सगुणाबाई कायमची वास्तव्यास गेली होती. यामुळे या रम्यस्थळाची सूचना
गोपिकाबाईंनी तिच्या प्रकृतीत सुधारणा व्हावी म्हणून केली.

अतोनात श्रमांमुळे माधवराव आजारी पडले. पुढे क्षयरोग बळावत जाऊन ते
अधिक क्षीण झाले आणि १८ नोव्हेंबर १७७२ रोजी पुण्याजवळ थेऊर येथे मरण
पावले. ही बातमी गंगापूरला गोपिकाबाईंना कळली, तेव्हा त्या पुन्हा शोकमग्न
झाल्या. काय करावे त्यांना उमजेना! मरणापूर्वी माधवरावांनी नारायणरावांना काही
सूचना दिल्या होत्या आणि त्याप्रमाणे सखारामबापू व रघुनाथराव यांच्या सल्ल्याने
त्यांनी वागावे हे उचित ठरले असते; परंतु रघुनाथराव प्रथमपासूनच नारायणरावांचा
दु:स्वास करू लागले आणि वारंवार त्यांच्याकडे सरंजाम मागू लागले. नारायणरावास
राज्यकारभारात मदत करावी, पेशवाईचे सर्व अधिकार आपल्या पक्षाच्या लोकांच्या
हाती देऊन नारायणरावांचा मार्ग निर्वेध करावा, यासाठी गोपिकाबाई इ. स. १७७३
मध्ये पुण्यात आल्या होत्या. त्यांचा उद्देश राघोबादादा व त्यांच्या पक्षातील लोकांना
दूर करावे असाही होता; पण आनंदीबाईंनी आकाश पाताळ एक केले आणि

भाऊबंदकीचे तंटे पुन्हा उद्भवले. आनंदीबाईंनी मुख्य कारभारी सखारामबापूस आपल्या पक्षाकडे वळवून गोपिकाबाईंशी मोठा संघर्ष केला. तेव्हा आपल्याला म्हणावे तसे यश येत नाही, असे पाहून व उमजून त्या गंगापूरला वैतागून परत गेल्या. नारायणरावांनी आईच्या खासगत खर्चासाठी तीन गावे दिल्याची नोंद १० मार्च १७७३ रोजी पेशवे दप्तरात केलेली आढळते. पुढे भाऊबंदकीचा स्फोट होऊन रघुनाथराव-आनंदीबाई यांच्या कटातून नारायणरावांचा ३० ऑगस्ट १७७३ रोजी खून झाला. त्यावेळी त्यांची पत्नी गंगाबाई गरोदर होती. तिला मारण्याचा कट उघडकीस आला. तेव्हा गोपिकाबाईंनी तिची पार्वतीसह पुरंदरवर सुखरूप व्यवस्था करावी, म्हणून नाना फडणिसांना लिहिले आहे. रघुनाथराव पेशवे झाले; पण पेशवाईला वेगळे वळण लागून बारभाईंचे कारस्थान शिजू लागले. नारायणरावांची पत्नी गंगाबाई हिला कारभारी मंडळींनी पुरंदर किल्ल्यावर सुरक्षित ठिकाणी ठेवले. तिथे ती प्रसूत होऊन तिला मुलगा झाला. त्याचे नाव माधवराव ठेवून पहिल्या माधवरावांपेक्षा तो सवाई बनावा अशी आकांक्षा धरली. अशा प्रकारे सवाई माधवरावांची कारकीर्द सुरू झाली.

तत्पूर्वी नारायणरावाच्या वधाची बातमी ऐकून गोपिकाबाई उद्विग्न मनाने गंगापूरच्या वाड्यातून बाहेर पडल्या आणि दुःखावेगाने व्याकूळ झाल्या. स्वतःच्या वाड्यातील गणपती विसर्जनसुद्धा त्यांनी केले नाही. त्यांची अवस्था भ्रमिष्टासारखी झाली. संसाराच्या ऐन मध्यान्ही पतीचे निधन झाले आणि स्वतःच्या डोळ्यादेखत पोटचे पाच मुलगे मृत्यू पावल्याचे त्यांना पाहावे लागले. त्यामुळे त्या काही काळ गंगापूर सोडून पंचवटीतील एका मठात जाऊन राहिल्या आणि जोगिणीप्रमाणे जोगवा मागून मिळणाऱ्या भिक्षेवर त्यांनी सुमारे आठ महिने सर्वसुख परित्याग करून निर्वाह केला. या काळात त्या अतिशय आजारी पडल्या. पालखीत बसूनही त्यांना त्रास होत होता; पण कसल्या तरी आयुर्वेदिक मात्रेने त्यांना गुण आला. फक्त पाच घरेच त्या फिरून भिक्षा मागत; कारण खुनी पेशव्याच्या घरचे अन्न त्यांना नको होते. त्या एकभुक्त राहत असत. दुःखाचा कडेलोट झाला, तरी परमेश्वरावरील त्यांची श्रद्धा तिळमात्र ढळली नव्हती. नित्यनैमित्तिक, प्रातःस्नान कधी चुकले नाही. त्यानंतर देवपूजा, दानधर्म, नामस्मरण व पोथीवाचन. या गोष्टींत कधीच खंड पडला नाही. त्यांनी स्वतःला जणू ही शिक्षाच करून घेतली होती. एखाद्या संन्यासिनीप्रमाणे त्यांची एकूण दिनचर्या असे. नाना फडणीस व इतर कारभारी यांनी त्यांचे मन वळविण्याचा प्रयत्न केला, पण करारी व मनस्वी गोपिकाबाईंनी आपला निग्रह सोडला नाही.

पुढे सवाई माधवरावांच्या जन्मानंतर त्या आनंदाप्रीत्यर्थ पुन्हा वाड्यात राहण्यास गेल्या; परंतु त्यांनी पुन्हा घरगुती बाबींकडे असे फारसे लक्ष दिले नाही. त्यांनी

एकान्तवासात राहून ईश्वरी प्रवचन-भजनात व देवपूजेत उर्वरित जीवन घालविले. वाड्यातून बाहेर पडणेही बंद केले. आवश्यक वाटल्यास त्या पळसाच्या पानांनी झाकलेल्या पालखीतून जात असत. नातवावर त्यांची निःसीम माया होती; पण त्यांनी कोणत्याही आनंदोत्सवात भाग घेतला नाही किंवा त्याला पाहण्यासाठी पुरंदरला गेल्या नाहीत. बाराभाई कारभाऱ्यांनी राघोबांची व्यवस्था कोपरगावी केली (इ. स. १७८३), त्यावेळी कृतकर्माचा राघोबांना पश्चात्ताप झाला आणि थोरल्या मातोश्रीसम वहिनींना– गोपिकाबाईंना भेटावे असे त्यांना मनापासून वाटू लागले. आनंदीबाईंनीही थोरल्या जाऊबाईंस भेटावे, म्हणून सल्ला दिला होता; नव्हे, आग्रह केला. गोपिकाबाईंच्या मनात नारायणरावांचा वध राघोबांनी केला– करविला, हा दंश होताच. जेव्हा त्यांना राघोबांच्या भेटीची इच्छा समजली, तेव्हा या करारी स्त्रीने परखड शब्दांत मध्यस्थांस सुचविले, ''यास अनुताप झाला नाही. मी दर्शन घेत नाही. यास लोकलज्जा नाही. तेव्हा पश्चात्ताप काही नाही, लबाडी आहे. याची प्रकृती मला ठाऊक आहे. त्याप्रमाणे प्रायश्चित्त घेऊन एकटा येईल, तर दर्शन होईल.'' रघुनाथरावांना भेटीची तीव्र इच्छा होती आणि शरीर थकल्यामुळे आता आपले पुढे काही ठीक नाही, हे पाहून त्यांनी ४ ऑगस्ट १७८३ रोजी क्षौर करून ब्रह्मवृंदांच्या मेळाव्यात प्रायश्चित्त घेतले, तेव्हा मात्र गोपिकाबाईंनी त्यांची भेट घेतली.

जन्मल्यापासून सवाई माधवरावांचा गोपिकाबाईंशी फारसा संबंध आला नाही. माधवरावांस त्यांनी पाहिले नव्हते किंवा त्याच्या लग्नाला त्या पुण्यास गेल्या नाहीत. म्हणून ऑक्टोबर १७८४ मध्ये नाना फडणीस, हरिपंत फडके इत्यादी कारभारी माधवरावांस घेऊन गंगापूरला बाईच्या भेटीसाठी गेले आणि गोपिकाबाईंची भेट घेऊन परत पुण्यास आले. त्यावेळी आपला नातू शिक्षणात मागे असलेला पाहून त्यांना दुःख झाले आणि त्यांनी नाना फडणिसांची चांगलीच कानउघडणी केली. नंतर पुढे हरिपंत फडके पुन्हा एकदा माधवरावांस घेऊन गंगापुरास बाईच्या भेटीस गेले. त्यावेळी त्या माधवरावांना दोन-तीन महिने आपल्याजवळ ठेवून घेणार होत्या; पण अचानक प्रकृती बिघडल्याने इच्छा असूनही त्यास दीर्घकाळ ठेवून घेणे त्यांना जमले नाही. म्हणून पंधरा दिवस राहणे झाल्यावर त्यांनी त्यांस पुण्यास जाण्यासाठी निरोप दिला. त्या म्हणत, ''माधवास कोणी शहाणे करीत नाहीत, कामाची माहिती करून देत नाहीत. नाना किंवा तात्या यांपैकी कोणीतरी एकाने त्याजवळ कायम राहावे.''

बाई अत्यंत कर्तव्यदक्ष होत्या. सवाई माधवरावांचे त्यांना एकदा पत्र आले होते, की ''मी लहान, कसे वागावे ते लिहून पाठवावे.'' तेव्हा त्याला उत्तर म्हणून गोपिकाबाईंनी एक तेरा कलमी प्रदीर्घ पत्र धाडले. त्या पत्रात त्या लिहितात –

दिवसातील एकूण घटिका ४१ कलमे १३

उपदेश, दिनचर्या, अभ्यास व वर्तणूक.

''श्रीयासह चिरंजीव राजश्री सवाई माधवराव प्रधान यांसी प्रती गोपिकाबाई मुक्काम नाशिक आशिर्वाद उपरी. तुम्ही पत्र पाठविले. ते पावले. 'मी लहान वडिली सर्वत्याग करून श्रीक्षेत्री वास केला आहे. त्यास सर्व माहीत, यास्तव कोणे रितीने चालावे, हे सर्व ल्याहावयास आज्ञा व्हावी, म्हणोन लिहिले', त्यास सूर्यग्रहण, संधी अन्वये कृष्णपक्ष होऊन लोप जाहला होता, तो हल्ली पुण्योदये करून दुष्टांचा संहार व सुष्टांचे पालग्रहणार्थ तुम्ही या कुलात जन्म घेऊन पुरंदर येथे उदयास आला, त्या पक्षी इकडून लिहावयाचे कारण दिसत नाही. परंतु मानवी देह आणि तुम्ही लिहिले, त्यापेक्षा तूर्त चालावयाचे. जे सुचले ते लिहिले आहे. तपशील कलमबंदी–

''प्रात:काळचे घटका रात्रौ उठोन दिशेस जाऊन पादप्रक्षालन मुखप्रक्षालन करून दिवाणखान्यातील श्री मृत्तिका गणपतीचे दर्शन घेऊन प्रात:स्मरणाचे श्लोक म्हणावे. नंतर सूर्योदयाबरोबर वैद्यांनी येऊन हात पाहावा, प्रकृती अन्वये औषध घ्यावे. नंतर लिहावयास बसावे. कित्त्यात हात फिरवून मग ज्या कागदावर निशाणे व्हावयाची असतील ते लिखितान्वयेच वाचावे. ते समयी गुरुजी व आणखी एक दोघे संभावित योग्य असतील ते असावे, जास्त असू नये. येणेप्रमाणे घटीका तीन. एकूण घटिका इ. कलम १.

तालीमखान्यात जाऊन दंड काढावे. दिवसेंदिवस शक्तिअन्वये चढते दंड असावे. बरोबर समवयी मुले पाचचार संभावितांची असावी व जेठी एक दोघे व नेहमी विश्वासू गृहस्थ बरोबर असावयाचे ते असावे. खिसमतगार कार्याकारण असावे. जेठी यांनी कुस्तीचे डाव शिकवावे. नंतर समवयी मुलांसुद्धा प्रकृतीस जो खुराक मानेल तो नेमेकरून घेत जावा. येणेप्रमाणे घटिका दीड, एकूण घटी साडेचार कलम २.

स्नान करावयाचे समयी पंचांग जोशी वाचून संकल्प सांगावा. नंतर गंगाष्टक म्हणावे. संध्या थोडकी, परंतु न बोलता करावी. तर्पण करावे व उपाध्ये यांनी पूजा करावी. ते समयी पुराण देवघरात व बाहेर गायन होत असावे. आपण तुळशी, फुले, माळा वहावी, नित्य दान देऊन क्षणभर बसावे. ते समयी शास्त्री व वैदिक वगैरे महान शिष्ठ असल्यास नमस्कार करून योग्यतेनुरूप उत्थापन देऊन काही भाषण करावे. नंतर उपहार करावयास जावे. घटी साडेतीन एकूण घटी आठ कलम ३.

कचेरीस यावे ते समयी सर्वांस योग्यतेनुरूप नेत्रलाभ देऊन भाषण होत असावे. कचेरीत लघु शब्द बोलू नये व गैर तिही बोलू नये. मनुष्य परीक्षा असावी. गैरवारवा (गैरवर्तणूक) एखाद्याने समाजाविलेस पक्केपणा विचार करून अपराध

ठरल्यास दुसऱ्याकडून त्यास निषिद्ध करवावे. आपण नेत्र कटाक्ष करून पाहावे. अपराधानुरूप पारिपत्य करावावे. परंतु संभावित गृहस्थ बहुत दिवस पदरींचा प्रामाणिक अशाने रदबदली केली असता क्षमा करावी. दुसऱ्यांचे क्षुद्र काढू नये. येणे करून त्याचा अपमान होतो आणि तो त्यांच्या मनात दंश राहतो. साधल्यानुरूप नाश करील आणि आपणांस लघुपणा येईल. सन्निधानी लोकांत लघु मनुष्य राखल्यास जे केले त्यास ते रुकार देतात, परंतु जन लोक वाईट म्हणतात. थोरपणास हानी होती. येणेप्रमाणे घटी तीन, एकूण घटी अकरा, कलम ४.

भोजनाचे पूर्वी सोवळे जाहले नंतर थोरल्या देवघरात जाऊन, फुले घालून, नमस्कार करून, ब्राह्मणास उदक सोडून भोजनास बसावे. ते समयी भाषण करणे ते राजसुय यज्ञातील ब्राह्मण प्रकरणी वगैरे योग्य सर्वांस दिसेल ते बोलावे. पाक करणारा व शिष्य मंडळी सुशिक्षित विश्वासुक असतील ते बाळगावे. घटी दोन, येणेप्रमाणे एकूण घटी १३ कलम ५.

तांबूल घ्यावा. नंतर दोन घटिका राजविलास खेळ खेळावे. एखादे दिवशी निद्रा आल्यास घटी अर्धा घटिका निजावे. येणेप्रमाणे घटी दोन, एकूण घटी पंधरा, कलम ६.

शास्त्री यांजजवळ विराटपर्वापासून भारतातील चिंतनिका करीत असावी व वृद्ध मनुष्ये पदरची बहुत दिवशी अन्यत्र शहाणे असतील त्यांशी दिल्ली प्रकरणी व महाराज प्रकरणी गोष्टी कशा जाहल्या त्या ऐकण्यात असाव्यात. आपल्या वडिलांच्या गोष्टी कारभारी यांसी एकांत स्थळी विचारात असावे व तसबीर व नकाशे अनेक पहात असावे. ते समयी शहाणे व बुद्धिमान असतील ते जवळ असावे. येणेप्रमाणे घटिका चार, एकूण घटिका १९, कलम ७.

धडे लिहावयास बसावे. ते समयी एक-दोन मुले संभावित गृहस्थांची बुद्धिमान पाहावयास असावी. करदन, बस्तन, गुणाकार, भागाकार करावयाचा सराव बहुत असावा. गुरुजी यांनी विद्याभ्यासाकरिता बोलणे प्राप्त आहे. परंतु लिहावयाचे जागीच बोलावे. तेथे विशेष कोणी असू नये. घटी चार, एकूण घटिका २३, कलम ८.

लिहिणे जालेनंतर काही उपहार थोडासा मर्जी असल्यास मुलासमवेत घेऊन करावा. नंतर तांबूल घ्यावा. घटी एक, एकूण घटिका चोवीस, कलम ९.

घोडी फेरावयास चार रोजांनी जात जावे. ते समयी बरोबर पटवर्धन मंडळी व अन्यत्र सरदार असावे. त्यांशी भाषण करावे, ते संतोष वृत्तीने करावे, परंतु अत्यंत लोभही नसावा व विरुद्धही न दाखवावे. काही अंतर जाहल्यास क्षमा होणार नाही, असे भय असावे. योग्यता बघून त्यांशी भाषण संतोषे करून करावे. आठा दिवशी बाग पाहावयास गेल्यास जिन्नस तेथे फुलें, फळें, जी पुढे आणून ठेवतील ती

योग्यायोग्य बघून त्यास देववावी व आपण घावयाची असतील त्यास आपण देऊन मागे यावे. ज्या दिवशी स्वारी जावयाची नाही, त्या दिवशी कागदपत्र दवलत प्रकरणी ते कारभारी यांणी समजावीत असावे, ते समयी कोणी असू नये, व गंगा भागीरती ताईसाठी यांची भेटी चार रोजी एक वेळ घेत असावी. त्यांसच वाड्यांत यावयाचा बेत क्हावा. नंतर त्यास बहुत संतोष करून बोलावे, व मूलपणाने बोलण्याचा जैल दाखवावा. वाड्यांतच आज राहावे, असा आग्रह करून ठेवून घेत जावी. दिवाण यांणी राजकारणाचे वर्तमान व पुढील योजना करावयाचा विचार करून विनंती करीत असावी. एकूण घटी चार, एकूण घटिका २८, कलम १०.

तिरंदाजी करावयास जाणे, तेथे सरदार, पागे व मानकरी बरोबर असल्यास तीर कोण कसे मारताहेत ध्यानात असावे व एक एक खेळ पाहावयाचे, ते सर्वत्र समवेत पहावे. येणेप्रमाणे घटिका दोन, एकूण घटिका ३०, कलम ११.

दीप, दर्शन जाहल्यानंतर संध्येस वस्त्रांतर करून बसावे. संध्या जाहलेनंतर स्तोत्रपाठ म्हणावा. नंतर पुरुषसूक्त अथवा पवमानातील अध्याय म्हणावे. ते समयी आश्रितांनी जवळ असावे. नंतर भोजनास जावे. भोजन होऊन उठेपर्यंत घटी चार, एकूण घटिका ३४, कलम १२.

भोजनोत्तर तांबूल खावयास दिवाणखान्यात क्षणभर बसून तांबूल घ्यावा. नंतर कार्याकारण मंडळी जवळ असावी. ते समयी बातमीदार याणी वर्तमान गुप्त सांगून असावे व हर एक बाबतीत पत्रे आलेली पाहावयाजोगी असतील ती पाहावी. बाकीची विश्वासूक मनुष्याकडे योजावीत. बातमीची शहानिशा करावी. नंतर निद्रेस जावे. येणेप्रमाणे घटिका ३७, कलमे १३.

गोपिकाबाईंचे हे सविस्तर पत्र पेशवाईतील पेशव्याचे दैनंदिन जीवन कसे होते, याचा पत्ररूप दाखला आहे. पत्रलेखनाचा हा तत्कालीन एक उत्कृष्ट नमुनाही म्हणता येईल. या पत्रात आदर्श राजपुत्राचे जीवन कसे असावे, त्याने कसे आचरण ठेवावे, कसे बोलावे, कुणाशी बोलावे इत्यादींविषयींचा सुरेख उपदेश आहे. ते संपूर्ण पत्र म्हणजे एक आज्ञापत्रच होय. या पत्रावरून गोपिकाबाईंच्या बहुश्रुत राजकारणी मनाची साक्ष पटते. 'मुले संभावितांची असावीत' हा शेरा सुद्धा खोचदार आहे. आपला नातू कार्यक्षम राज्यकर्ता क्हावा आणि त्याने पूर्वजांचे पराक्रम ध्यानी घेऊन नाव काढावे, म्हणून त्या हे सर्व पोटतिडकीने सांगत आहेत. राज्यकर्ता कुलाभिमानी, कलाभिज्ञ, कार्यकुशल, धूर्त व व्यवहारचतुर असावा, हे तत्त्व त्या पूर्णत: जाणत होत्या. सुदैवाने त्यांनी पहिले बाजीराव, पती नानासाहेब आणि कर्तृत्ववान मुलगा पहिले माधवराव यांच्या देदीप्यमान कारकीर्दी पाहिल्या होत्या, राजवैभव उपभोगले होते. म्हणूनच त्या वारंवार नाना फडणिसांना त्यांच्या शिक्षणाच्या संदर्भात सूचना देत होत्या. शिक्षणाची काळजी घेणार होत्या; नारायणरावांना

त्यांनीच शिकविले होते; त्या स्वत: आपल्या नातवाच्या शिक्षणाची काळजी घेणार होत्या. परंतु प्रकृती अस्वास्थ्य आणि व्रतवैकल्ये यांमुळे ते शक्य झाले नाही.

सवाई माधवरावांची सुमारे चौदा वर्षांची कारकीर्द पाहून बाईंचे ३ ऑगस्ट १७८८ रोजी पंचवटी येथील मुरलीधर मंदिरात प्राणोत्क्रमण झाले. त्यांचे और्ध्वदेहिक संस्कार त्यांचे बंधू गंगाधर भिकाजी रास्ते यांनी केले. त्यासाठी ३३,५२९ रुपये खर्च झाल्याचे नोंद कागदोपत्री आढळते.

गोपिकाबाईंना आपल्याला काशीयात्रा घडावी, अशी फार इच्छा होती; पण तो योग काही येत नव्हता, म्हणून त्या मनातून फार हळहळत असत, असे त्यांच्या पत्रव्यवहारातून दिसते. यासंबंधी त्यांची धाकटी जाऊ आनंदीबाई म्हणते, ''पूर्वी माधवराव (पहिले) असता थोरल्या बाईंचे जाणे झाले नाही... बाई महायात्रेस किमर्थ जात नाही? गनिमाई म्हणावी तर पूर्वी ताईसाहेब (काशीबाई) गेली तेव्हा धनी होते. आता कोण आहे?'' आनंदीबाईलाही गोपिकाबाईंच्या काशी यात्रेविषयी ओढ वाटते. मग स्वत: बाई गंगापूरास किती अस्वस्थ असतील, त्याची कल्पना करवत नाही. त्या काळी वाहनांचे दुर्भिक्ष आणि काशीचा पल्ला तर फार दूर! त्यामुळे काशीयात्रेचे पुण्य महान! तशातही थोरल्या बाजीरावांची आई राधाबाई, (इ. स. १७३६), त्यांची पत्नी काशीबाई (इ. स. १७४६), आणि जनार्दनाची पत्नी सगुणाबाई (इ. स. १७५८) या पेशवे कुटुंबातील तीन स्त्रियांनी काशीयात्रेचे पुण्य पदरी पाडून घेतले होते. गोपिकाबाईंच्या वाट्यास नवऱ्याच्या मृत्यूनंतर दोन मुलगे व नातू हे पेशवे पदावर असूनही ते भाग्य लाभले नाही, म्हणून धार्मिक प्रवृत्तीची ही बाई मनातून फार कष्टी होती; तथापि हरिहरेश्वराची यात्रा त्यांना घडली. शिवाय त्या जलालपूरलाही देवदर्शनासाठी गेल्या होत्या.

गोपिकाबाईंनी वैधव्य प्राप्त झाल्यानंतर सुरुवातीस इ. स. १७६४ साली काही दिवस नाशिकजवळील जगदीशपूरला वास्तव्य केले. पुढे त्या कायमच्या निवासासाठी गंगापूरला गेल्या. गंगापूरचे सृष्टिसौंदर्य आल्हाददायक होते. तिथे पेशव्यांनी एक प्रशस्त दुमजली वाडा बांधून दिला होता. वाडा आजमितीस जमीनदोस्त झाला असून त्याचे अवशेष आहेत. गोपिकाबाईंनी नाशिकमधील आपल्या वास्तव्यात काही धार्मिक वास्तू बांधल्या. त्यांनी गोदावरी नदीला घाट बांधला आणि अनेक छोटी मंदिरे व कुंडे बांधली. गंगापूर येथे श्री बालकृष्णजीचे मंदिर स्थापन करून त्याच्या पूजेअर्चेसाठी व धार्मिक विधींकरिता सालिना एक लाख रुपयांची सनद सवाई माधवरावांकडून २४ नोव्हेंबर १७८४ रोजी करून घेतली. त्या सनदेत 'येथील व्यवस्था करणारा धर्मपुत्र होय. पुत्रवत आचरण असावे. त्याची देवब्राह्मणांचे ठायी निष्ठा असावी. तो आचार संपन्न असावा. श्रीमंतांचे वंशी विद्यमान काळी प्रभू जाला आहे. त्यांनी व त्यांचे पुत्रपौत्रांनी धर्मकार्यास प्रत्याख्यान किमपिन करता उभय

संस्थानांचे चालवावे. श्रीमूर्ती जे पूजन, ब्रह्मचारी, तेलंगी, द्रविड यांची पूजापूर्वक कन्यादाने, ब्राह्मणास अन्नदान सदावर्त, नृगाख्यानाचे स्मरण इत्यादी अनवरत प्रभूची आज्ञा वंद्य असावी.' असा मजकूर असून शेवटी 'माधवराव नारायण... स्वहस्तक्षर' असे म्हटले आहे.

गोपिकाबाईंचे व्यक्तिमत्त्व इतर पेशव्यांच्या स्त्रियांपेक्षा अधिक प्रभावी होते. महत्त्वाकांक्षा आणि जाज्वल्य स्वाभिमान यामुळे त्यांना वर्चस्व गाजविण्याची इच्छा होई. रघुनाथरावांसही त्यांनी प्रायश्चित्त घेतल्यानंतरच भेट दिली; प्रसंगोपात पहिल्या माधवरावांस सबुरीचा सल्ला दिला आणि सवाई माधवरावांस शहाणे करण्यासाठी कलमबंदी दिनचर्या लिहून पाठविली. राजकारण, धूर्तपणा, माणसांची पारख आणि निर्भीडपणा यांबाबतीत त्या तत्कालीन सरदार-कारभाऱ्यांपेक्षा काकणभर अधिक होत्या. करारीपणा, हट्टीपणा आणि अभिमान यांमुळे अनेक जवळची आप्तमंडळी त्यांना पारखी झाली. किंबहुना त्यांच्या फटकळ स्वभावामुळे तत्कालीन कारभारी मंडळी त्यांच्यापासून चार हात दूरच राहत. तरीसुद्धा आपल्या सेवक वर्गावर त्यांनी पुत्रवत प्रेम केले. गंगापूरचा त्यांचा सेवकांचा गोतावळा मोठा होता. देशी औषधांची, वनस्पतींची त्यांना चांगली जाण होती. बाई स्वत: झाडपाला, मुळ्या मागवून औषधे बनवून लोकांस देत असत. त्यासाठी लागणारे साहित्य त्या अनेकदा पुण्याहून मागवून घेत असत. तत्संबंधी पत्रांतून उल्लेख सापडतात. कित्येक लोक निरनिराळ्या आजारात त्यांना पत्रे पाठवून त्यांचा सल्ला घेत असत व औषधे पाठविण्याची विनंती करीत. कित्येक जणांना त्या औषधोपचारासाठी आपल्या वाड्यात ठेवून घेत. त्यांच्या या सामाजिक कार्याची नोंद तत्कालीन दप्तरात आढळते.

गोपिकाबाईंच्या एकूण जीवनचरित्राची वाटचाल पाहता, ऐन उमेदीत त्यांनी राजवैभव उपभोगले, पण नियतीने त्यांच्यावर अनेक आघात केले आणि पेशवे कुटुंबातील कर्ती-सवर्ती बहुतेक सर्व माणसे त्यांच्या डोळ्यादेखत कालवश झाली. त्यामुळे राजकारणाला त्या कंटाळल्या होत्या आणि उतारवयात त्यांची प्रकृती फार क्षीण झाली होती. त्यांच्या हातून धड धार्मिक कृत्येही होत नसत. अखेरीस त्या फक्त तोंडाने नारायणाचे नामस्मरण करीत असत. जी वीरपत्नी व वीरमाता होती, तिचे उर्वरित आयुष्य दुर्दैवाने एकाकी गेले. त्यामुळे या अभागी स्त्री-रत्नाचे चरित्र इतिहासाआड दडले गेले.

✵

।। आनंदीबाई ।।

मराठेशाहीत अनेक कर्तबगार व कर्तृत्ववान स्त्रिया प्रसिद्ध पावल्या. त्यांनी आपल्या कर्तृत्वाचा ठसा युद्धभूमी, तत्कालीन राजकारण आणि राजप्रासादातील अंतर्गृह यांत उमटविला. या स्त्री-रत्नांतील रघुनाथराव पेशव्यांच्या धर्मपत्नी आनंदीबाई मात्र हुशार, धूर्त, सुशिक्षित व कर्तृत्ववान असून त्यांच्या वाट्याला दुष्कीर्ती आली. कादंबरीकार, कथाकार, नाटककार आणि बखरकार या सर्वांनी त्यांची छबी एक कारस्थानी, धूर्त व कपटी स्त्री अशीच रंगविली. परिणामत: पुढे कुणाही जहांबाज स्त्रीला 'आनंदीबाई' म्हणण्याचा प्रघात पडला.

रघुनाथराव पेशव्यांच्या या दुसऱ्या पत्नी. रघुनाथरावांच्या प्रथम पत्नी जानकीबाई (पूर्वाश्रमीच्या बर्वे – मृत्यू २२ ऑगस्ट १७५५) निवर्तल्यानंतर राघोबांनी दुसरा विवाह आनंदीबाई यांच्याशी केला. नानासाहेब पेशव्यांनी रघुनाथरावांसाठी मुद्दाम ही चुणचुणीत मुलगी निवडली. आनंदीबाई गौरवर्णी, सुस्वरूप असून बालपणीच त्यांचे प्रसन्न व्यक्तिमत्त्व दृग्गोचर झाल्याचा कागदोपत्री उल्लेख मिळतो. रघुनाथरावांचे हे लग्न म्हैसूर राज्याच्या सीमेवरील गलगले या गावी लष्कराच्या छावणीत दि. १७ डिसेंबर, १७५५ रोजी अगदी साध्या पद्धतीने करण्यात आले. त्या वेळी आनंदीबाई आठ वर्षांच्या होत्या, तर राघोबा एकवीस वर्षांचे होते.

आनंदीबाईंचे मूळ गाव रत्नागिरी जिल्ह्यातील मळण (गुहागर तालुका) आणि आडनाव ओक. त्यांच्या वडिलांचे नाव रघुनाथ महादेव ओक. ते सावकारी करीत. पुढे पेशव्यांच्या दरबारात ते कारकून-शिलेदार होते. या ओक घराण्यात आनंदीबाईंचा जन्म सप्टेंबर १७४७ मध्ये झाला. बाईंना आपल्या ओक घराण्याचा फार अभिमान! तत्संबंधीची नोंद १६ जुलै, १७८३ च्या एका कागदात पुढीलप्रमाणे आढळते— ''ओकांची ल्येक मी. ओक प्रखर, म्लान वदनी नव्हते. माझा जन्म स्वभाव असा!'' आनंदीबाईंचा करारी, हुशार, महत्त्वाकांक्षी आणि कर्तबगार स्त्री म्हणून पेशवे घराण्यात लौकिक होता. पण त्या तेवढ्याच अहंकारी व एककल्ली होत्या. पेशव्यांच्या इभ्रतीची त्यांना फार काळजी वाटत असे. रघुनाथराव हे शूर व धडाडीचे योद्धे होते; पण धरसोड वृत्ती, मुत्सद्दीपणाचा अभाव आणि चंचल, स्वार्थी, संशयी

स्वभाव यांमुळे इंग्रजांना मराठेशाहीत शिरकाव करण्याची संधी लाभली. साहजिकच पतीच्या दुर्गणांमुळे आनंदीबाईंच्या गुणांची माती झाली, असेच बहुतेक इतिहासकारांचे प्रांजल मत आहे.

लग्नानंतर आनंदीबाई पुण्याला शनिवारवाड्यात राहू लागल्या. शनिवारवाड्यात थोरल्या जाऊबाई गोपिकाबाई या ज्येष्ठ व पेशव्यांच्या पत्नी म्हणून मानानेही श्रेष्ठ होत्या. रघुनाथराव मुलुखगिरीच्या निमित्ताने लग्नानंतर पुढील तीन-चार वर्षे उत्तर हिंदुस्थानातील स्वारीत व्यग्र होते. उत्तरेकडील दुसऱ्या स्वारीत त्यांनी गाजविलेले शौर्य कौतुकास्पद ठरले. या स्वारीवर रघुनाथराव नोव्हेंबर, १७५६ ते ऑक्टोबर, १७५८ दरम्यान गुंतले होते. याच स्वारीत जानेवारी १७५८ मध्ये त्यांनी कुंजपुरा काबीज केले. पुढे लाहोर, अटक पादाक्रांत करून हिंदुस्थानची पश्चिम सरहद्द त्यांनी निर्वेध केली. अहमदशाह अब्दालीने सरहद्द धोक्यात आणून उत्तरेकडे अत्याचार सुरू केले होते. तेव्हा रघुनाथरावांनी अब्दालीच्या फौजांना हिंदुस्थानबाहेर पिटाळून लावून पाठोपाठ दिल्ली काबीज केली आणि मथुरा, वृंदावन, गया, कुरुक्षेत्र आदी काही धार्मिक स्थाने मुक्त केली. त्यांनी मोगल बादशाह अहमदशाहला कैदेत टाकून अझिझुद्दीनला (दुसरा आलमगीर) तख्तावर बसविले. मे, १७५८ अखेर मराठी साम्राज्याची उत्तर-पश्चिम सरहद्द अटकेपर्यंत भिडविण्याचे महत्कार्य राघोबांनी केले होते. त्यानंतरही त्यांनी निजामाविरुद्धच्या उदगीरच्या मोहिमेत विश्वासरावांबरोबर मोठा पराक्रम केला होता. साहजिकच पुणे दरबारात त्यावेळी 'राघो भरारी' हा शब्द रूढ होऊन त्यांचे वजन चांगलेच वाढले होते. त्यामुळे आनंदीबाई या शुभ पायगुणाच्या ठरल्या. लग्नानंतर एकापाठोपाठ एक लष्करी मोहिमा यशस्वी झाल्यामुळे ज्येष्ठ बंधू व श्रीमंत पेशवे नानासाहेबही सुखावले होते.

या स्वाऱ्यांनंतर रघुनाथराव-आनंदीबाई यांचा मुक्काम पुण्यातच होता. आनंदीबाई देखण्या असल्यामुळे राघोबा त्यांच्या अर्ध्या वचनात असावेत, असा एक गैरसमज आहे; तथापि राघोबा मूलत: पक्के स्त्रैण होते. त्यांचे नाद ऐतिहासिक कागदपत्रात ठिकठिकाणी लिहिलेले आढळतात. यांच्या दासी व नाटकशाळा यांचा पसारा मोठा होता. मैना, उमेदा, यमुनी, लाडू, केसरी, रत्ना, स्वरूपा इत्यादी त्यांच्या नाटकशाळांची नावे आढळतात. रोजनिशीत चंद्रसेना, हमेत, चपला अशी आणखीही नावे असून या पोरींपैकी कोणाला तीन, कोणाला दोन रुपये वेतन बांधलेले होते. रघुनाथरावांच्या मृत्यूनंतर आनंदीबाईंनी नाटकशाळांची व त्यांच्या मुलाबाळांची स्वत:च्या मृत्यूपर्यंत आबाळ होऊ दिली नाही. नाटकशाळांबद्दलचे रघुनाथरावांचे वेड सुरुवातीस मर्यादित प्रमाणात होते; परंतु गोहदच्या स्वारीपासून ते अनावर झाले, असे खुद्द आनंदीबाईंचे उद्गार पेशवे दप्तराच्या चौथ्या खंडात नोंदविले गेले आहेत. त्यामुळे सुरुवातीपासून आनंदीबाईंनाच त्यांच्या तंत्राने अनेक वेळा नाचावे लागले, यात शंका नाही. या

उभयतांच्या लग्नानंतर सुमारे सहा वर्षांनी पानिपतचे युद्ध झाले (इ. स. १७६१) आणि त्यात मराठ्यांचा दारुण पराभव झाला. सदाशिवराव आणि विश्वासराव ही दोन 'मोत्ये' तिथे गळल्यावर त्या धक्क्याने नानासाहेब पेशव्यांनी 'भाऊवाचून दुनिया दौलत व्यर्थ आहे' असे म्हणत पर्वतीवर प्राण सोडला (२३ जून, १७६१). नंतर थोरल्या माधवरावांना पेशवेपद वयाच्या अवघ्या सतराव्या वर्षी प्राप्त झाले. राघोबांना त्या पदाचा मोह असल्याने चुलते-पुतण्यात भाऊबंदकीचा तंटा सुरू झाला आणि पेशवाईला अपरिहार्यपणे विघातक वळण लागले. थोरल्या माधवरावांनी रघुनाथरावांना फक्त जहागीर तोडून घेण्याबाबत मोठ्या प्रयत्नांनी राजी केले आणि नाशिक परगण्यातील पाच लाख रुपये उत्पन्नाचा मुलूख त्यांस तोडून दिला. रघुनाथराव त्यानंतर आनंदीबाईंसह तिकडे जाऊन राहिले. नाशिकच्या पश्चिमेला पाच किलोमीटरवर चावडस नावाचे एक खेडे होते. ते आनंदीबाईंना वास्तव्याच्या दृष्टीने फार आवडले. त्या जवळूनच गोदावरी नदी वाहत होती. आसपास बेलाची भरपूर झाडे होती. शिवाय तीर्थक्षेत्र त्रिंबकेश्वर अगदी जवळ. इ. स. १७६४ च्या सुरुवातीस रघुनाथराव, आनंदीबाई आणि माधवरावांची आई गोपिकाबाई नाशिकला आले. पुढे गोपिकाबाई गंगापूरला राहू लागल्या आणि आनंदीबाई-राघोबा चावडसला राहू लागले. आनंदीबाई चावडसला आल्यानंतर त्यांना दुसरा मुलगा झाला. ह्या आनंदाप्रीत्यर्थ आनंदीबाईंनी चावडसचे नामकरण आनंदवल्ली असे केले; तथापि पहिल्या मुलाप्रमाणेच तोही अल्पकाळातच अपघातात मरण पावला. त्यावेळी आनंदीबाईंच्या सुखासमाधानासाठी राघोबांनी तेथे शनिवारवाड्याप्रमाणे भक्कम तटबंदीचा प्रशस्त वाडा बांधला. शिवाय त्रिंबकेश्वर येथेही एक भव्य वाडा बांधला. आनंदवल्लीस आनंदीबाईंच्या आग्रहास्तव पोथ्या, पुराणे यांचा ग्रंथसंग्रह केला. आनंदीबाईंना लेखन-वाचनाबरोबरच ग्रंथांचे वेड होते. राघोबांनी पेशव्यांची ही दुसरी राजधानीच असे त्या गावाचे महत्त्व वाढविले. तिथे त्यांनी अनेक शास्त्री, पंडित, पुराणिक, उपाध्ये, जोशी, वैद्य, गुरव, शागीर्द इत्यादींचा मोठा भरणा केला. त्याबरोबरच करमणुकीसाठी गवई, वादक, नटवे आणि नाटकशाळा व दासी यांचाही पद्धतशीर भरणा केला. आनंदीबाई आणि रघुनाथराव ही दोघे आपल्या परिवारासह आनंदवल्लीस ऐशारामी-खुशालीचे जीवन व्यतीत करीत होते.

या काळात रघुनाथरावांनी इ. स. १७६५-६६ च्या दरम्यान उत्तरेकडे मोहीम काढली. तीत त्यांना अपयश तर आलेच, पण पंचवीस लाखांचे कर्ज झाले. शिवाय त्यांनी साध्वी अहिल्याबाई होळकर यांची अडवणूक केल्याची अपकीर्ती कायमची चिकटवून घेतली. त्यानंतर आनंदवल्लीस माधवराव व रघुनाथराव यांत इ. स. १७६७ साली झालेल्या पहिल्या तहानुसार माधवरावांनी पंचवीस लाख कर्जाचा हवाला घेतला. शिवाय त्यांना खर्चाकरिता स्वतंत्र जहागीर देण्याचे मान्य

केले; तथापि राघोबांची पेशवेपदाची तृष्णा काही शमली नव्हती. म्हणून त्यांनी पहिल्या माधवरावांविरुद्ध पुन्हा जुळवाजुळव करण्यास सुरुवात केली. घोडपेच्या युद्धात माधवरावांनी रघुनाथरावांच्या फौजेचा धुव्वा उडविला आणि घोडपेच्या किल्ल्यात नाकेबंदी करून त्यांना कैदेत टाकले (इ. स. १७६८). पुढे त्यांना घोडपेच्या किल्ल्यातून शनिवारवाड्यात आणले आणि त्यांना व आनंदीबाईना काही दिवस नजरकैदेत ठेवले. माधवरावांनी त्यांचे सर्व महाल परत घेतले, पण आनंदवल्ली त्यांच्या कुटुंबासाठी कायम ठेवली; तथापि इ. स. १७६८ नंतर रघुनाथरावांचे तिथे फारसे वास्तव्य झाले नाही. तत्पूर्वी, रघुनाथराव व आनंदीबाई यांस दोन अल्पवयीन मुलांच्या मृत्यूनंतर काहीच अपत्य झाले नाही. तेव्हा रघुनाथरावांनी आनंदीबाईंच्या मूक संमतीने भुस्कोटे या सगोत्री घराण्यातील एक साडेतीन वर्षांचा मुलगा दि. १९ एप्रिल १७६८ रोजी विधिपूर्वक दत्तक घेतला आणि त्याचे नाव अमृतराव ठेवले. यास आनंदीबाईंनी नंतरही फारसा विरोध दर्शविला नाही. कालांतराने त्या दोघांना पुढे बाजीराव व चिमणाजी ऊर्फ चिमाजी हे दोन मुलगे झाले. त्यामुळे लौकिकदृष्ट्या पुढे पेशवाईवर अमृतरावाचा हक्क राहिला नाही; तथापि दत्तक घेतलेल्या अमृतराव या मुलास पुण्यास आणावे किंवा त्याचे नावे दोन लाखांची जहागीर तोडून द्यावी, शिवाय एक किल्ला त्यास पेशव्यांनी द्यावा, असा आग्रह रघुनाथरावांनी धरला, पण माधवरावांनी या मागण्या धुडकावून लावल्या.

माधवरावांच्या अकाली मृत्यूनंतर (१८ नोव्हेंबर, १७७२) नारायणराव हे पेशवेपदावर आले. मृत्यूसमयी माधवरावांनी रघुनाथरावांस (चुलत्यास) नारायणरावांची सर्वतोपरी काळजी घेण्याचे कळकळीचे आवाहन केले होते. निधनापूर्वी त्यांनी राघोबांना बोलावून घेऊन नारायणरावांचा हात त्यांच्या हातात देऊन म्हटले होते, की 'आपण हा नारायण आणि राज्य आता सांभाळावे. मागचे सर्व विसरून जाऊन सर्व मंडळींनी एकमताने चालावे.' राघोबांशी नारायणरावांचे संबंध सुरुवातीस सौहार्दपूर्ण होते. उभयता स्नानसंध्या, पूजाअर्चा व धार्मिक विधी एकत्र करीत असत आणि धार्मिक सणासुदीला बऱ्याच वेळा एकत्र जमत. आनंदीबाईंचीही नारायणराव– आणि पुतण्यावर मर्जी व ममता होती. मात्र माधवराव त्यांना तितकासा प्रिय नव्हता, राघोबांशी तर माधवरावांचे अनेक तंटे झाले, त्यावेळी आनंदीबाई कोणत्याही तंट्यात वा कारस्थानात गुंतलेल्या असल्याचे कागदोपत्री वा बखरीत आढळत नाही. त्यामुळे या चुलतीविषयी माधवरावांच्या मनात प्रेम नसले तरी एक प्रकारचा आदरच वसत होता, असे वाटते. याविषयी रिसायतकार गो. स. सरदेसाई एके ठिकाणी म्हणतात, 'आनंदीबाई नवऱ्याप्रमाणे उच्छृंखल असती, तर तिच्या हालचालींवर नजर ठेवण्याची ताकीद माधवरावाने दिली असती; परंतु दादांवर सक्त नजर असता

आनंदीबाईबद्दल यत्किंचितही तपास ठेवलेला उल्लेख आढळत नाही. यावरून माधवरावांचे तिच्याबद्दल विशिष्ट प्रकारचे वाईट मत नव्हते आणि माधवरावांच्या हयातीत ती कारस्थाने करीत नसावी, असे म्हणावयास प्रत्यवाय नाही.' एकूण काय, तर माधवरावांच्या मृत्यूपर्यंत, आनंदीबाईंच्या वयाच्या पंचविसाव्या वर्षापर्यंत त्यांच्याबद्दल कसलाही, कोणताही प्रवाद नव्हता. नारायणरावांच्या खुनानंतर सर्व मामला पालटला आणि मग आनंदीबाईंच्या दुर्लौकिकास न भूतो न भविष्यती असा प्रारंभ झाला.

नारायणरावांस पेशवाईची वस्त्रे छत्रपतींकडून आणण्यास रघुनाथराव राजी नव्हते. त्यांनी नारायणरावांकडे 'पंचवीस लाखांचा सरंजाम द्यावा, आम्ही चाकरी करू,' असा निरोप धाडला. तेव्हा नारायणरावांनी 'सर्व तुमचेच आहे. तुम्हीच सर्व कारभार करावा, सरंजाम मिळत नाही' असे कळविले. तेव्हा आनंदीबाईंनी 'सरंजामाऐवजी नारायण म्हणतो, त्याप्रमाणे स्वतःच वडिलकीच्या नात्याने कारभार करावा' असा राघोबास सल्ला दिला. त्यावेळी राघोबांनी सरंजामाचा हट्ट सोडला; कारण अप्रत्यक्ष दादाच सर्वेसर्वा होणार होते. आनंदीबाईंनी अशा प्रकारे दादांची समजूत घालून रघुनाथरावांना नारायणरावांबरोबर साताऱ्यास जाण्यास तयार केले. या सुमारास गोपिकाबाई सर्व राज्यकारभार आपल्या हाती घेण्याच्या उद्देशाने पुण्यात आल्या होत्या; पण आनंदीबाईंनी मुख्य कारभारी सखारामबापू यांस बोलवून व आमिषे दाखवून त्यास आपल्या पक्षाकडे वळविले. तेव्हा आपली डाळ शिजत नाही, हे लक्षात येताच गोपिकाबाई निमूटपणे गंगापूरला निघून गेल्या.

नारायणरावांनी राघोबांसह दि. ३ जानेवारी १७७३ रोजी छत्रपतींची भेट घेऊन पेशवाईची वस्त्रे स्वीकारली. सातारला जाताना त्यांच्याबरोबर पत्नी गंगाबाई व चुलती आनंदीबाई या दोन पेशवे घराण्यातील स्त्रिया होत्या. सुरुवातीला नारायणराव रघुनाथराव व आनंदीबाई यांच्याकडे सल्लामसलीसाठी वारंवार जात-येत असत. पण ती दोघे पुढेपुढे नारायणरावांकडे मुद्दाम दुर्लक्ष करू लागली. नारायणराव कारभाऱ्यांस ते दादांच्या तंत्राने वागतात म्हणून टाकून बोलत आणि वडिलधाऱ्यांचा घडोघडी उपमर्द करीत. तत्कालीन कागदपत्रातून त्यांच्या तापट, चंचल व उतावीळ स्वभावाचे आणि अविचारी निर्णयांचे अनेक उल्लेख आढळतात. त्यामुळे नाना फडणीस व हरिपंत फडके ही कारभारी मंडळी उदासीन होती. त्यांच्याशी त्यांचे अजिबात जमत नसे. साहजिकच रघुनाथराव आणि तद्पक्षीय मंडळी यांनी त्याचा फायदा उठविला. रघुनाथराव व आनंदीबाई यांची मुलगी दुर्गाबाई हिचे लग्न दि. ७ फेब्रुवारी १७७३ रोजी पुण्यात झाले, त्यावेळी नारायणरावांनी स्वतः हिंडून मान्यवरांना निमंत्रणे केली. नंतर ते आईस– गोपिकाबाईस भेटण्यासाठी गंगापूरला (नाशिक) गेले. ही संधी साधून राघोबांनी हैदरअलीशी संधान बांधले आणि कारस्थान आरंभले.

नारायणराव परत आल्यावर त्यांना हे वर्तमान कळले. तत्काळ नारायणरावांनी दि. ११ मार्च १७७३ रोजी दादांना शनिवारवाड्यात बंदिस्त ठेवले. दादांवर कडक निर्बंध लादले. यावेळी आनंदीबाई कारस्थानी असल्याचा ग्रह नारायणरावांचा झाला होता. नागपूरकर भोसले यांच्या बखरीत म्हटले आहे, की 'नारायणरावाने तिची लुगड्यात फंदाचे कागद लपविले म्हणून लुगडे फेडून छळणा करावी, अशी आज्ञा दिली.' तेव्हा दादांनी उपोषणाला सुरुवात केली. आनंदीबाईसुद्धा दादांच्या उपोषणात सहभागी झाल्या. त्यावेळी सखारामबापू-मोरोबादी कारभाऱ्यांनी नारायणरावांस सौम्य धोरण अंगीकारण्याची विनंती केली, पण काही उपयोग झाला नाही; तेव्हा आनंदीबाईंच्या आग्रहास्तव कारभाऱ्यांस काहीतरी तोड काढणे क्रमप्राप्तच झाले. हे प्रकार चालू असता नारायणराव दादांकडे खर्चाची तंगचाई करू लागले. तेव्हा आनंदीबाईंनी सखारामबापू व मोरोबादादा यांना बोलावून घेऊन सांगितले, की 'आमचे हाल होतात. विपत्ती सोसवत नाही. आम्ही तिघे (अमृतरावांसह), प्राण देतो.' यावर नाना फडणीसांव्यतिरिक्त इतर सर्व मुत्सद्द्यांनी असा विचार केला, की 'नारायणराव ऐकत नाहीत, त्यांस धरावे.' त्यात प्रभूज्ञातीच्या ग्रामण्याची भर पडली आणि त्यांचे नेते नारायणरावविरुद्धच्या पक्षात सामील झाले. तसेच सखाराम हरी, सदाशिव रामचंद्र, आपाजीराम ही सर्व दुखावलेली मातब्बर मंडळी दादांच्या पक्षात सामील झाली. सर्वांच्या मते नारायणरावांस अटक करून कारभार दादांकडे सुपूर्द करावा, असा कट शिजला. तसा लेखी हुकूम दादांनी दिला होता. या संदर्भात रघुनाथरावांची जबानी दि. १३ जुलै १७८३ च्या पेशवे दप्तरातील त्यावेळच्या कागदपत्रात नोंदविलेली उपलब्ध आहे. त्यात राघोबांनी म्हटले आहे, की 'मी निखालस झालो. ह्यापक्षी लपवीत नाही. रायास धरावे असा निश्चय राजकारण करणाऱ्यांशी केला. ते समयी त्यांनी विचारले; न जाणो धरू जाता कलकत पडली आणि त्यात ते मारले गेले, तर दोष ठेवू नये.' दादांचे बोलणे लिहून पाठविणारा कारकून लिहितो, 'आपले दोष झाकून गुण दाखवावे असा श्रीमंतांचा भाव नाही.' अखेर 'धरावे', या धोरणातून 'मारावे' असा शब्दबदल होऊन नारायणरावांचा शनिवारवाड्यात दि. ३० ऑगस्ट १७७३ रोजी खून झाला.

शब्दांची ही फिरवाफिरव आनंदीबाईंनी केली, असा समज सर्वत्र दृढतर झाला. त्यामुळे आनंदीबाई दुष्कृत्या ठरली. या बाबतीत पटवर्धनलिखित हरिवंशाच्या बखरीत 'ध' चा 'मा' आनंदीबाईंनी केला, असा स्पष्ट उल्लेख आहे. पांडुरंगनामक कवीचे नारायणरावांच्या वधावरील काव्य इतिहाससंग्रहात (मार्च, १९१०) प्रसिद्ध झाले होते, त्यातही आनंदीबाईंनीच 'ध' चा 'मा' केला, असा उल्लेख आहे. आपल्यावरील हा आरोप स्वतः आनंदीबाईही जाणून होत्या, असे इतिहाससंग्रहात छापलेल्या मेणवली दप्तरातील एका पत्रावरून ज्ञात होते. साहजिकच हा आधार

घेऊन पुढील बखरकारांची, विशेषत: पेशव्यांची बखर, मराठी साम्राज्याची छोटी बखर, शेडगांवकर बखर इत्यादींची रचना करण्यात आली. ह्याच बखरींचा आधार घेऊन पुढे ग्रॅंट डफ, किंकेड-द. ब. पारसनीस इत्यादी इतिहासकारांनी नारायणरावांच्या खुनाचे सर्व खापर आनंदीबाईंच्या माथी मारले. सोहनीकृत पेशवे बखरीत याविषयी आणखी तपशील देताना म्हटले आहे, की 'नंतर दादासाहेब यांणी गारदी यांजकडे फितूर मांडला. नऊ लाख रुपये गाडद्यास देऊ म्हणून कागद लिहून दिला आणि नारायणराव यांस कैद करावे... आणखी एक दोन असामी यांचा सल्ला त्यात होता. हा मजकूर सारा आनंदीबाई यांनी पाहून 'धरावे' असे जे होते, त्या 'ध' चा 'मा' केला.'' या बखरकारांनी आनंदीबाईंची ही कथा तिखटमीठ लावून वर्णिली असल्यास नवल नाही; परंतु या सर्व कथांना अस्सल आधार नसल्यामुळे आनंदीबाईसंबंधीची विधाने ग्राह्य मानणे अडचणीचे जाते. गारद्यांच्या वा कटवाल्यांच्या मदतीने राघोबांनी नारायणरावांस धरण्याचा प्रयत्न केला असेल व धरण्याच्या त्या भाऊगर्दीत माथेफिरू गारद्यांच्या तरवारीला नारायणराव बळी पडले असतील, असे फार तर म्हणता येईल! 'ध' चा 'मा' अन्य व्यक्तीने केल्याचाही संभव असल्याची शक्यता डावलता येत नाही; मात्र लोकापवाद आनंदीबाईंना चिकटला आणि उर्वरित जीवनात त्यांची अवहेलना व दुष्कीर्ती झाली, ही वस्तुस्थिती नाकारता येत नाही.

बखर वाङ्मयात स्थलकालविपर्यास, नावांचे घोटाळे, ऐकीव कथा, आख्यायिका व दंतकथा यांसारखे दोष डोकावतात. म्हणून इतिहासाचार्य वि. का. राजवाडे म्हणतात, ''समकालीन विश्वासार्ह लोकांनी लिहिलेली व सरकारी मूळ कागदपत्रे हीच काय ती अस्सल, विश्वासार्ह व पहिल्या दर्जाची सामग्री होय. एक अस्सल चिटोरे सर्व बखरींच्या पुराव्यास हाणून पाडण्यास पुरेसे आहे.'' या संदर्भात पेशवे दप्तरातील काही नोंदी आणि तत्कालीन पत्रव्यवहारातील मजकूर प्रकाश टाकतो. या बाबतीत आनंदीबाईंची जबानी फार महत्त्वाची आहे, ती अशी –

''नारायणराव यास दगा झाला हेही आम्हास ठाऊक नाही. याविषयी आमचे अंगी लावणाऱ्याने लावावे. आमचा विश्वास काय गेला असे किमर्थ बोलत नाही. उगीच हाल करावे हे काय? ....माझी ममता विशेष म्हणोन नारायणरावाचा गर्दीचा मार मला सांगत नव्हते. यांणी चौकशी किमर्थ केली नाही? यादीची अक्षरे 'ध' चा 'मा' कोणी केला याची चौकशी किमर्थ न केली? माझा दस्तऐवज किंवा निरोप काहीतरी निवडावयाचे होते. काहीच न करता उगेच पेचात ठेवले. दैवास उपाय नाही.''

या जबानीवरून नाना फडणीसांसारख्या अत्यंत चाणाक्ष-संशयी माणसाने आनंदीबाईंची कसून चौकशी केली नसेल, हे संभवत नाही. नाना फडणीसांनी तुळ्या पवारची जबानी घेतली, तीतही आनंदीबाईंचे नाव पुढे आले नव्हते. अखेर या सर्व खटाटोपातून काहीच धागेदोरे मिळत नाहीत, हे नाना फडणीसादी कारभाऱ्यांच्या लक्षात

आल्यानंतर आनंदीबाई-रघुनाथरावांना नजरकैदेत ठेवले असावे; मात्र रामशास्त्री प्रभुणे यांनी जेव्हा नारायणरावांच्या खुनाच्या संदर्भात चौकशीसत्र सुरू केले, तेव्हा राघोबादादांचे अस्सल पत्र त्यांच्या हाती पडले. त्यावरून 'ध'चा 'मा' झाला होता, हे जरी सिद्ध झाले असले, तरी तो कोणी केला हे गूढ त्यांस उकलण्यात यश आले नाही. म्हणून या बाबतीत रियासतकार गो. स. सरदेसाई पुढील भाष्य करतात–

"आनंदीबाईंच्या कृष्णकारस्थानांचा किंवा दुष्ट स्वभावाचा प्रत्यक्ष पुरावा मला यत्किंचित आढळत नाही. ती सुस्वरूप असून नवऱ्यास भुरळ पाडून त्याजकडून वाटेल ते कृत्य करवी, असा सामान्य समज त्यावेळी होता. त्याचाच अनुवाद पूर्वी ग्रँट डफने व नंतर द. ब. पारसनीस व सी. ए. किंकेड प्रभृतींनी ठिकठिकाणी केलेला आढळतो; पण त्यासाठी पुरावा मात्र कोणत्याही प्रकारच्या एवढ्या मोठ्या वाङ्मयात ते देत नाहीत. सारांश 'ध' चा 'मा' आनंदीबाईने केला, याला काडीमात्रही पुरावा सापडत नाही; पण या प्रवादामुळे तिचे जीवन मात्र होरपळून निघाले."

नारायणरावांच्या खुनानंतर राघोबा व आनंदीबाई यांनी नारायणरावांच्या पत्नी गंगाबाईस खोलीत कोंडून ठेवले; कारण तिने सती जाण्याचा अट्टाहास धरला होता. तेव्हा आनंदीबाई असे म्हणाल्या, "जातीस कुठे तुझी पाळी चुकली आहे" असा मजकूर हरिवंशाच्या बखरीत दिला आहे. नारायणरावांस माधवरावांनी आपल्या हाती सोपविले असता त्याचा बचाव आपण करू शकलो नाही, याची खंत सखारामबापूस होती आणि त्यामुळे ते फार उद्विग्न झाले होते. त्यातच ज्या आनंदीबाईंनी गंगाबाई गरोदर आहे असे जाणून तिच्या सहगमनास हरकत केली, त्या पुढे गंगाबाईचा गर्भपात करण्याचा प्रयत्न करीत आहेत, अशी नाना फडणीसांच्या पक्षाच्या मंडळीस शंका येऊ लागली. दादांच्या पक्षाचे गंगाबाईस मारून टाकण्याचे प्रयत्न सारखे चालू झाले. त्या वेळच्या परशुरामभाऊंच्या पत्रातील उल्लेख स्पष्ट दिसतो. त्यात म्हटले आहे, "गंगाबाईस गर्भपात व्हायची साधने फारच करतात, ती पत्री लिहिता पुरवत नाहीत. गर्भपात न झाल्यास मारावी, तसे न घडून पुत्र झाल्यास त्यास उपाय करावा; या साधनांत आहेत. त्याचा बचाव कोणाच्याने होईना. आम्ही असून व्यर्थ." या पत्रातील उल्लेखावरून असे वाटते, की या बाबतीतही राघोबांची टोचणी आनंदीबाईंच्या मागे असावी. पुढे सवाई माधवराव पेशवेपदी बालपणीच विराजमान झाल्याची ग्वाही फिरवल्यानंतरही त्यांना मारण्याकरता आनंदीबाईंनी अनेक खटपटी-लटपटी केल्या; परंतु नाना फडणीसांनी डोळ्यात तेल घालून माधवरावांचे रक्षण केले. तेव्हा आनंदीबाईचे सर्व प्रयत्न विफल झाले.

नारायणरावांच्या वधानंतर आनंदीबाईंचा मुक्काम शनिवारवाड्यात पुढे तीन महिने होता. राघोबांनी पेशवाई हस्तगत केली आणि पेशवाईची वस्त्रे साताऱ्हून छत्रपतीकडून आणली. त्यामुळे आनंदीबाईंच्या डोळ्याचे पारणे फिटले. त्यांना

अत्यानंद झाला. पेशवेपदावर रघुनाथराव विराजमान झाल्यामुळे त्या खूप सुखावल्या होत्या. गारद्यांनी ठरलेली रक्कम आणि प्रदेश मिळण्याविषयी दादांकडे तगादा लावला. आनंदीबाईंनी अत्यंत कौशल्याने हाही प्रश्न हाताळला. बारभाई मंडळींनी कारस्थान करून राघोबांविरुद्ध कट रचला. त्यामुळे राघोबांचे पेशवेपद औटघटकेचे (१० ऑक्टोबर १७७३ ते डिसेंबर १७७३) ठरले. बारभाई कारभारास रंग चढला आणि त्यामुळे राघोबास रानोमाळ भटकंती करण्याची पाळी आली; तरीसुद्धा आनंदीबाई नाना फडणीस व सखारामबापू यांना साळसूदपणे पत्रे पाठवीत होत्या.

नारायणरावांच्या खुनानंतर आनंदीबाई पुढे एकवीस वर्षे हयात होत्या. गंगाबाईस पुरंदरवर १८ एप्रिल १७७४ रोजी मुलगा झाला. त्याचे नाव सवाई माधवराव ठेवण्यात आले. त्यांच्या नावे २९ मे १७७४ रोजी छत्रपतींकडून बारभाई कारभाऱ्यांनी पेशवाईची वस्त्रे आणली. त्यामुळे राघोबांचे पेशवाई उपटण्याचे सर्व प्रयत्न निष्फळ ठरले. सवाई माधवरावांच्या जन्माची बातमी आनंदीबाईना कळली, तेव्हा त्यांनी बुऱ्हाणपुरहून सखारामबापूंना पुढीलप्रमाणे पत्र धाडले–

"चिरंजीव नारायणरावास पुत्र झाला म्हणून तिकडे हुजूर पत्र लिहावे आणि आम्हास न लिहावे ऐसा तुमचा आमचा ऋणानुबंध चालत आला की काय! आता या प्रश्नाचे उत्तर जलद पाठवावे, आम्हास नातू झाला म्हणून पत्र घेऊन खिजमतगार आले. त्यांस देण्यास सोन्याची कडी तयार नाहीत. तर तुम्ही तेथे दोघांस दोन कडी सोन्याची आमचेकरवी घ्यावी. बाळाचा समाचार नित्य पाठवीत जावा. तुमच्या नावास व वयास योग्य दिसेल ते याउपरी तरी करावे. तुम्ही आमचे थोडेबहुत ऐकत असता म्हणून लिहिले आहे. तुम्हाकडेच वडीलपण आहे. दुर्लौकिक न होता काय करणे ते समजून करावे.''

त्याच दिवशी (२९ एप्रिल १७७४) आनंदीबाई यांनी नाना फडणीसांससुद्धा दुसरे एक पत्र पुढीलप्रमाणे लिहिले,

"किल्ल्याची (पुरंदर) हवा बहुत सर्द आहे. लेकरूं लहान. यास्तव ज्या जाग्यास लेकरास सुख पडे, तेथे न्यावे. थोरपणाची रीत हीच की, कोणी कोणास बहुत छेडू नये, चुणूक दाखविण्यात मौज आहे. परंपरा पाहोन योग्य असेल तो अर्थ समजून घ्यावा.''

या दोन पत्रांवरून त्यांच्या स्त्री मनातील पेशव्यांच्या वारसाबद्दलची ममता जशी दिसून येते, तद्वतच त्यांचा शहाणपणा, मुत्सद्दीपणा आणि धूर्तपणाही दृग्गोचर होतो. कारण अखेर ते सत्ताधीश होते. ते काहीही करू शकत होते.

सवाई माधवरावांचा कारभार सुरू होताच राघोबांनी इंग्रजांशी सूत जमविले व त्यांच्याकडून फौज मागवली; पण पेशव्यांचे सरदार हरिपंत फडके त्यांच्या मागे हात धुऊन लागले होते. त्यांना चुकवत रघुनाथराव एकसारखे पळत सुटले.

त्यावेळी आनंदीबाई आसन्नप्रसवा होत्या. राघोबादादांनी त्यांना धार येथे खंडेराव पवारांच्या संरक्षणाखाली किल्ल्यात सुरक्षिततेसाठी ठेवले होते. तिथे त्या यथाकाल १० जानेवारी १७७५ रोजी प्रसूत होऊन मुलगा झाला. ते प्रख्यात दुसरे पळपुटे बाजीराव होत. पुढे बारभाईंच्या सैन्याने आनंदीबाईंचे वास्तव्य असलेल्या धार किल्ल्याला वेढा दिला. खंडेराव पवारांचा दिवाण शिवराम ओढेकर हा बारभाईंच्या पक्षाचा, नाना फडणीसांचा माणूस होता. त्याने बारभाईंना सर्वतोपरी मदत केली. तेव्हा आनंदीबाईंने धारच्या किल्ल्यातून भिलसाच्या स्थानिक लोकांना बारभाईंविरुद्ध भडकविले आणि बारभाईंच्या सैन्यास उपद्रव दिला. या संदर्भातील तिने अनुपगीर गोसावी यास लिहिलेले पत्र हिंगणे दप्तरात (हिंगणे दप्तर खंड ४) आढळते. धारच्या किल्ल्यात आनंदीबाईंचे सुमारे अडीच-तीन वर्षे वास्तव्य होते. या काळात तिचे राघोबादादांच्या राजकारणातही लक्ष होतेच! फेब्रुवारी १७७५ च्या एका पत्रात ती फितुरी करणाऱ्या लोकांविषयी काळजी घेण्यासाठी सखाराम हरी वगैरे सरदारांना बजावीत असल्याचे दिसते. त्याप्रगाणे पुढे चार महिन्यांनी सखाराम हरी राघोबांसाठी लढताना जखमी झाले, तेव्हा आनंदीबाईंने त्यांना उत्तेजनपर लिहिलेले एक पत्र उपलब्ध आहे. रघुनाथराव सुरतेला इंग्रजांच्या पूर्ण आधीन झाले होते आणि बारभाईंच्या विरुद्ध कारस्थानात मग्न होते; मात्र त्यांचा छानछोकीपणा यत्किंचितही कमी झाला नव्हता. त्यावेळी त्यांच्या सोबत आठ नाटकशाळा व पंचेचाळीस खिदमतगार होते. बारभाईंच्या सैन्यासमोर आपला निभाव लागणार नाही असे आनंदीबाईंना वाटू लागले. तसेच नजरकैदेत सैन्याने वेढलेल्या किल्ल्यात आनंदीबाईंची कुचंबणा होऊ लागली. तेव्हा इ. स. १७७७ च्या सुरुवातीस तिने शिवराम ओढेकर याच्या ताब्यात किल्ला दिला. पुढे आनंदीबाईला आपल्या मुलांसह माहेश्वरजवळच्या मंडलेश्वर किल्ल्यात खंडेराव ओढेकरच्या आश्रयाखाली नजरकैदेत राहण्याची वेळ आली. येथून आनंदीबाईंने बारभाई मंडळातील प्रभावशाली व मातब्बर मुत्सद्दी नाना फडणीस याला रघुनाथरावच्या पक्षात सामील करून घेण्याचे आटोकाट प्रयत्न केले. मूलत: आनंदीबाई व्यवहारचतुर, धूर्त आणि धोरणी स्त्री होती. आपल्या पतीला पेशवेपद मिळावे, ही तिला जबरदस्त महत्त्वाकांक्षा होती. म्हणून तिथे नाना फडणीसांसारख्या हुशार, मुरब्बी व सूझ मुत्सद्याबरोबर अत्यंत सावधगिरीने गुप्तरीत्या पत्रव्यवहार करून राघोबाच्या पक्षात त्यास सामील करून घेण्याचा घाट घातला. आनंदीबाईंच्या लाघवी व साखर पेरणाऱ्या शब्दजंजाळात नाना फडणीस अपसूक अडकले. नाना फडणीस व आनंदीबाई या दोघांत इ. स. १७७७ ऑगस्ट ते १८ नोव्हेंबर १७७७ दरम्यान जो गोपनीय पत्रव्यवहार झाला, त्यातील उपलब्ध अकरा महत्त्वाची पत्रे मध्यप्रदेशातील सीतामाऊ येथील श्री नटनागर शोध संस्थान ग्रंथालयातील अप्रकाशित हिंगणे दप्तरात (खंड ४ था)

पाहावयास मिळतात. हा पत्रव्यवहार गोविंदभट्ट नित्सुरे (पुणे) आणि देवराव महादेव हिंगणे (मंडलेश्वर) या नानांच्या अत्यंत विश्वासू कारकुनांमार्फत झाला होता. यातील दि. २९ सप्टेंबर, १७७७ रोजी आनंदीबाईने नाना फडणीसांना बालबोधीमध्ये पत्र लिहून असे सुचविले होते की, रघुनाथराव पेशवे पदावर विराजमान झाल्यावर आपल्याशी स्नेहयुक्त वर्तन ठेवतील. त्याचे उत्तर गोविंदभट्ट नित्सुरेने देवराव महादेव हिंगणे (मंडलेश्वर) याच्याकडे आनंदीबाईसाठी पाठविले होते. या पत्रातील महत्त्वाचा मजकूर असा होता,

"आपण पाठविलेले पत्र प्रविष्ट झाले. श्रीमंत मातुश्रीबाईंचा (आनंदीबाई) इरादा कळला. स्वामी (नाना फडणीस) यांचा जर व्यवहार साफ असेल, तर बाईंचाही व्यवहार साफ राहील. त्यासाठी स्वामीला राजी केले आहे. त्यांनी स्वहस्ते बालबोधीत लिहिलेली चिठ्ठी, तुळशीची पाने सोबत पाठविली आहेत. समझोत्याविषयीचा मसुदा यापूर्वीच पाठविला आहे. त्याकरिता प्रथम मसुद्यानुसार आपल्या समक्ष बाईकडून स्वदस्तुर पत्र लिहून घ्यावे. नंतर मातोश्रीकडून शंकराच्या पिंडीवरील बिल्वदल उचलून शपथ घ्यावयास लावावी. अशा प्रकारे सोपस्कर झाल्यावर बाईकडून बिल्वदल व स्वहस्ते लिहिलेले पत्र घेववून मगच स्वामीने पाठविलेली चिठ्ठी व तुलसीपत्रे मातोश्रीस मुक्रर करावीत. या पत्राबरोबर एक सांकेतिक चिठ्ठी स्वामीने लिहिलेली पाठविली आहे. त्यामध्ये आपल्या बाजूने असलेल्या संघर्षाची चर्चा केली आहे. त्याविषयीचा उचित जबाब तत्काळ पाठविण्याचा निर्देश दिला आहे.''

या पत्राबरोबरच्या सांकेतिक चिठ्ठीमध्ये नानांनी लिहिले होते,

"आपले पत्र प्रविष्ट झाले. आपल्या बरोबर जो संघर्ष चालू आहे, त्याविषयीचा मजकूर गोविंदभट्टाने लिहिला आहे. त्याचे उत्तर तत्काळ धाडावे.'' नाना फडणीसांनी जी चिठ्ठी बालबोधीमध्ये लिहिली होती, ती सुरक्षित संग्रहात आहे. त्यात नानांनी लिहिले होते, "सेवेसी विज्ञापना. आपले पत्र प्रविष्ट झाले. माझे आचरण जर शुद्ध असेल, तर आपलाही व्यवहार माझ्या बाबतीत शुद्ध असावा; हा आपला मजकूर समजला. म्हणून मीसुद्धा खुल्या मनाने हे पत्र लिहित आहे. आपणसुद्धा मेहेरबानी करून मला मोकळ्या मनाने (विशुद्ध अंतःकरणाने) शंकराच्या पिंडीवरील बिल्वदल आणि स्वहस्ते पत्र पाठवावे. काकी मी स्वामी (राघोबा)ची सेवा मैत्रभावाने आणि निष्ठापूर्वक करेन. याचे विश्वासदर्शक प्रतीक म्हणून तुळशीची पाने पाठविली आहेत. यापुढे माझे आचरण निश्चितच शुद्ध राहील, यात संदेह व कोणताही कसूर राहणार नाही.''

नाना फडणीसांनी वरील पत्राच्या संदर्भात पुढे इ. स. १७७७ च्या ऑक्टोबर महिन्यात पाठविलेल्या उत्तरात राघोबाशी एकनिष्ठ राहण्याचे आश्वासन आनंदीबाईस

दिले होते. त्या बदल्यात आनंदीबाईने नाना फडणीसांना रघुनाथराव पेशवे पदावर आल्यानंतर त्यांचे पद, वेतन, मानमरातब इत्यादी गोष्टी पूर्ववत चालविण्यात येतील, असे वचन दिले होते. याबाबतीत नाना फडणीसांकडून होकारार्थी पत्रोत्तर आल्यानंतर पुन्हा आनंदीबाईंनी नाना फडणीसांना दि. १८ नोव्हेंबर १७७७ रोजी एक पत्र धाडले. त्यात त्या लिहितात,

‘‘आजपर्यंत आपल्याविषयी आमच्या मनात क्रोध होता. तो बिलकूल नाहीसा झाला आहे. आपण भविष्यात आपला व्यवहार साफ ठेवावा. कारण की आम्हीही तुमचे कधीही केव्हाही वाईट चिंतीत नाही व करणार नाही. पुढेमागे ईश्वरकृपेने आमचे सर्व भले झाले, तर आपले पद, वेतन, मानसन्मान पूर्ववत चालविण्याविषयी मी अभिमानपूर्वक स्वामींना (राघोबा) अनुरोध करीन. इतके दिवस राज्यामध्ये दंगाधोपा चालू आहे, त्याची कोणतीच जबाबदारी तुमच्यावर नाही. आपले आचरण विशुद्ध राहिले असता कुणी काही लिहिले अथवा सांगितले तरीसुद्धा मी त्यावर विश्वास ठेवणार नाही. प्रस्तुत पत्रात मी मनात कोणतेही छलकपट धरून किंवा कोणताही वरकरणी देखावा करून अवाक्षरही लिहिलेले नाही. आता तुमचा आमचा झगडा रतिभरसुद्धा राहिलेला नाही. यापुढे दिवसेंदिवस माझ्याकडून आपणास ममताच मिळेल. बालबोधीत लिहिलेले आपले पत्र मिळाले, परंतु आपले मोडी अक्षर मजजवळ आहे. तेव्हा आपण मोडीत एक पत्र अवश्य पाठवावे.’’

वरील आनंदीबाईंच्या पत्रानंतर पुढे त्या दोघांतील पत्रव्यवहार अचानक एकदम थांबलेला दिसतो आणि नानांचा पुढे राघोबांच्या पक्षाकडे जाण्याचा बेतही बारगळलेला आढळतो. याला नेमके काय निमित्त झाले, ते ज्ञात नाही; परंतु मोरोबादादा फडणीस हे फडणीसीच्या पदावर डोळा ठेवून होते व ते नानांचे कट्टर विरोधक होते. त्यामुळे आनंदीबाईने नानांस लिखित वचन देऊनसुद्धा त्यांनी बाल सवाई माधवरावावर स्वामीनिष्ठा दाखविली. मात्र हा सर्व पत्रव्यवहार नानांनी अत्यंत सावधगिरीने व सखारामबापू यास अंधारात ठेवून केलेला होता. कारण मंडलेश्वर येथे वास्तव्य करणाऱ्या खंडेराव ओढेकर याला नाना लिहितात– ‘‘तिथे जो सरदार आहे, तो बापूंचा समर्थक असून अत्यंत सावधगिरीने काम निभवावे.’’ दुसऱ्या एका पत्रात नाना कळवितात, ‘‘संबंधित कागदपत्र काम झाल्यावर फाडून टाकावे. आम्ही इथे असेच करतो.’’ यावरून देवराव महादेव हिंगणेने या विषयीची काही महत्त्वाची गुप्त पत्रे नानांच्या सूचनेवरून नक्कीच नष्ट केली असावीत.

आनंदीबाई मंडलेश्वर येथे (मध्यप्रदेश) नजरकैदेत होत्या. तरीसुद्धा त्यांचे लक्ष महाराष्ट्रातील राजकीय घडामोडींवर होते आणि त्यांना इकडच्या बातम्या कळत असत. नाना फडणीसांनी त्यांच्या आवाहनाला सुरुवातीस चांगला प्रतिसाद दिला, पण हे गुप्त कारस्थान फसल्याचे लक्षात येताच, त्यांनी पुन्हा संधी मिळताच, नाना

फडणीसांना उपहासात्मक पत्रलेखन चालू ठेवल्याचे त्यांच्या पुढील पत्रव्यवहारावरून आढळते. मंडलेश्वर येथून इ.स. १७७८ च्या सप्टेंबर महिन्यात त्यांनी नाना फडणीसांना लिहिलेले पत्र या दृष्टीने बोलके आहे.

या पत्रातील मजकुरावरून त्यांच्या मनातील द्वेष जाणवतो. त्या लिहितात, ''हल्ली यवनाक्रांत ब्राह्मणी दौलत फितुरांनी होऊं पाहते. तुमच्या चित्तातील उगीच आढी जात नाही.... आम्ही येथे तुमच्या स्वाधीन. पावणेदोन वर्षे जाहाली. कार्यसिद्धी तुमची काहीच न जाली. नुकसान पाच हजार फौजेचे, सरंजामी गुंतले, ही जाली. विशेष काहीच न जाले. तुमची फौज गुंतून आमचा धन्याचे पायासी वियोग.'' या शेवटच्या वाक्यांवरून त्यांचा मुत्सद्दीपणा चांगला ध्यानात येतो.

आनंदीबाईच्या पत्रात खोचदारपणाही बराच आढळतो. त्याच सुमारास सखाराम भगवंताच्या पत्रात त्या नाना फडणीसाच्या नवीन लग्नास उद्देशून लिहितात, ''नवी भावजय लाडकी केली. तिचे नाव काय ठेवले व दुसरी करावयाची कधी?'' तथापि वरील उपरोधिक वाक्ये लिहिणाऱ्या स्वत: आनंदीबाईच्याच यजमानांनी सुरतेस येऊन राहिल्यानंतर आनंदीबाई जिवंत असतानाच भिकाजीपंत पेंडशांच्या मथुराबाई नावाच्या कन्येशी इ. स. १७७९ साली लग्न केले आणि आनंदीबाईंना सवत आणली. हा धक्का त्यांना मोठा होता. रघुनाथरावांनी आनंदीबाईंचे सहा लाख रुपये किंमतीचे दागिने इंग्रजांकडे गहाण टाकले. त्यांची भ्रमंती खंबायत, बऱ्हाणपूर, दमण, मुंबई व अखेर सुरत अशी विविध ठिकाणी इ. स. १७८२ पर्यंत चालू होती. आनंदीबाई धारहून मंडलेश्वर येथे मार्च १७७७ ते १७७९ दरम्यान बारभाईच्या नजकैदेत होत्या. १७७९ च्या उन्हाळ्यात रघुनाथरावांकडे बऱ्हाणपूरला त्यांना पोचविले. तेथून त्या रघुनाथरावांसह सुरतला गेल्या. सुरत येथे रघुनाथरावांची तिसरी पत्नी मथुराबाई हिचे ५ जून १७८० रोजी निधन झाले. राघोबांचा बारभाई फौजांनी सर्व आघाड्यांवर पराभव केला आणि इंग्रजांशी तह केला. त्यामुळे राघोबांना फजितीचे मानकरी बनावे लागले आणि आता त्यांच्या खऱ्या विजनवासास सुरुवात झाली. मंडलेश्वरला नजरकैदेत असताना आनंदीबाईंनी आपल्या मुलाच्या (बाजीरावाच्या) चौथ्या वर्षी तिळगूळ धाडताना रघुनाथरावांना लिहिलेले पत्र मार्मिक पण तेवढेच बोचरे व चिमटे घेणारे आहे. त्या लिहितात, ''तुम्हांस रविशंकरमणाचे तीळ शर्करा पाठविले आहेत. हे घेणे... उगेच इंग्रजांचे घरी पोटास मात्र खाऊन कितीक दिवस पडोन राहावे! यात पूर्वीपासून तेज मिळविले आहे. या प्रांतात पराक्रमाच्या गोष्टी तीर्थरूपांच्या फार ऐकतो, त्या अशा की ज्या तऱ्हेने पुराणातील गोष्टी ऐकाव्या. त्या तऱ्हेच्या असे असोन हे येथे राहणे आणि उद्योग न करणे, हे काय समजून वडिलांचे मर्जीस येत असेल? वरकड जातीने तो बहुत मानी आहेत, परंतु कालापुढे इलाज नाही. आम्ही लेकरे, विशेष लिहिले तर तीर्थरूप म्हणतील

की, 'बायको सारा वेळ आम्हांस गांजीत असते. तिला लेक जाला तोही तसाच खोटा निघाला!' यास्तव तुम्ही मर्जी पाहून पत्र वाचून दाखविणे आणि आज्ञा जे होईल ते लिहिणे. आम्ही वडिलांस तीळ शर्करा पाठविले आहेत ते प्रविष्ट करून उत्तर पाठवायची विनंती करणे.'' या पत्रात आनंदीबाईचा जसा स्वाभिमान दिसतो, तद्वतच राघोबांसारख्या पराक्रमी पुरुषाने इंग्रजांच्या ओंजळीने पाणी पिऊ नये, असे त्यांना सूचित करावयाचे होते. नवऱ्याला शालजोडीतून हाणलेले हे टोमणेच होत!

नाना फडणीसांनी फ्रेंच व हैदर अली यांच्या मदतीने इंग्रजांस जेरीस आणले. तेव्हा त्यांनी माघार घेऊन सालबाईचा तह केला (१७ मे, १७८२). या तहातील प्रमुख अटींत इंग्रजांनी रघुनाथरावांचा पक्ष सोडावा, त्यांना बारभाईंच्या ताब्यात द्यावे आणि त्यानंतर रघुनाथरावांनी तीन लाख रुपये वार्षिक तैनातीसह कोपरगावला राहावे, या मुख्य अटी होत्या. त्यामुळे आठ-नऊ वर्षे इंग्रजांनी रघुनाथरावांस दिलेला आश्रय संपुष्टात येऊन ते पूर्णपणे एकाकी पडले; तरीसुद्धा ते सुरत सोडण्यास राजी नव्हते; तेव्हा नाना फडणीस व हरिपंत फडके यांनी रघुनाथरावांना पेशव्यांच्या स्वाधीन करण्याविषयी इंग्रजांबरोबर २१ मे १७८३ रोजी करारनामा केला. त्यातील तरतुदीनुसार रघुनाथरावांना परिवारासह नानांच्या स्वाधीन व्हावेच लागले. नंतर गोदावरी तीरावरील कोपरगाव (बेट) हे ठिकाण पसंत करून रघुनाथराव ८ जुलै, १८८३ मध्ये तिथे आपल्या नाटकशाळा व अन्य परिवारासह अगदी सामान्य कैद्याप्रमाणे बंदिवासात राहू लागले. या सुमारास नारायणरावांच्या हत्येसंबंधी त्यांनी स्पष्ट कबुली देऊन प्रायश्चित्त घेण्याचे मान्य केले. याला दोन कारणे घडली. एक, कोपगरावी त्यांना नारायणरावांच्या हत्येबद्दल मानसिक टोचणी लागली आणि प्रकृती क्षीण झाली. आपण फार दिवस जगत नाही, हे त्यांना उमगले आणि दोन, आपण पूर्वी मातृतुल्य मानलेल्या थोरल्या वहिनीगोपिकाबाईंची एकदा तरी भेट घ्यावी, असे त्यांना वाटू लागले. गोपिकाबाईंचे मन राघोबांविषयी अत्यंत कलुषित झाले होते. म्हणून गोपिकाबाईंनी 'यास अनुताप जाहला नाही, मी दर्शन घेत नाही, यास लोकलज्जा तेव्हा पश्चाताप काही नाही. लबाडी आहे, याची प्रकृती मजला ठाऊक आहे! मी दर्शन घेत नाही..... प्रायश्चित्त घेऊन एकटा येईल तर दर्शन होईल.' असे म्हटले. यावर आनंदीबाईंनीही प्रायश्चित्त घेऊन जाऊबाईंची खातरजमा करण्यास रघुनाथरावांना विनंती केली. तेव्हा राघोबांनी १३ जुलै, १७८३ रोजी पुढील उद्गार काढले, ''मातोश्री वडील आणि खावंद. त्यांची आज्ञा दुर्लंघ्य. त्यापक्षी, प्रायश्चित्त करतो आणि तसा थोडकासा प्रमादही घडला आहे. मी निखालस झालो. त्यापक्षी लपवीत नाही. रायास धरावे असा निश्चय राजकारण करणारांशी केला, ते समयी त्यांनी विचारले न जाणो धरू जाता कलागत पडली आणि त्यात मारले गेले तर दोष ठेवू नये' असे सोडवून घेऊन ते कर्मास प्रवर्तले आणि त्यांनी

४ ऑगस्ट १७८३ रोजी क्षौर करून होम केला गोपिकाबाईंची भेट घेतली. नंतर ते सहपरिवार कोपरगावच्या समोर गोदावरीकाठी कचेश्वर येथे स्थायिक झाले. कचेश्वरला गोदावरीच्या पलीकडे शुक्लेश्वर व विष्णू अशी दोन प्राचीन मंदिरे होती. त्याजवळच रघुनाथरावांनी भव्य वाडा बांधला होता. अनेक व्याधींनी रघुनाथरावांचे शरीर पोखरले होते, तरीसुद्धा नाटकशाळांचा त्यांचा नाद सुटला नव्हता. तिसरी पत्नी मथुराबाई निवर्तल्यामुळे आनंदीबाईंशी त्यांचे सारखे खटके उडू लागले. रिकामपणात भांडणाशिवाय त्यांनी तरी काय करावे! मग आठ-दहा दिवस ते आनंदीबाईंचे तोंडसुद्धा पाहत नसत. पुढे लवकरच कचेश्वर येथे ११ डिसेंबर १७८३ रोजी त्यांचे निधन झाले. ऐतिहासिक लेखसंग्रहात त्यांच्या वृत्तीविषयी 'अवशीस बोलणे एक आणि पहाटेस बोलणे एक' अशी नोंद केलेली आढळते. त्यामुळे त्यांच्यावर आनंदीबाईंसह कुणाचाच फार विश्वास नव्हता. तरीसुद्धा बाईंनी त्यांचे सर्व दोष पोटात घालून अशा या क्रूर, चंचल व लहरी पतिराजास अखेरपर्यंत साथ दिली.

रघुनाथरावांच्या मृत्यूनंतरही नाना फडणीसांनी आनंदीबाईंना कोपरगावास सक्त नजरकैदेत ठेवले होते; कारण न जाणो आनंदीबाई आणखी काही तरी खटपटी-लटपटी करतील! एवढेच नव्हे, तर आनंदीबाईंची लोकांना वश करून घेण्याची विद्या आणि साखरपेरणी करणारा स्वभाव कारभारी नाना फडणीस यांना पूर्ण ज्ञात होता. म्हणून येथील नजरकैदेत त्यांना जवळपासच्या मंदिरातील देवदर्शनाव्यतिरिक्त अन्यत्र विना परवाना फिरण्यास सक्त मनाई होती. तसेच कोणा अनोळखी व्यक्तीस भेटण्यासही परवानगी नव्हती. जीवनावश्यक वस्तूंखेरीज इतर कोणतीच देवाणघेवाण तिथे नव्हती. त्यांच्यावर देखरेख ठेवण्यासाठी नानांनी कृष्णाजी जनार्दन गोडबोले या खास कारभाऱ्यांची नियुक्ती केली होती. तो दैनंदिन वृत्तांत स्वत: व आपल्या सहकाऱ्यांकरवी पुणे दरबारला इमानेइतबारे कळवीत असे. हा सर्व पत्रव्यवहार तत्कालीन पेशवे दप्तरात शासनातर्फे संग्रहित करण्यात आलेला होता.

रघुनाथराव वारले, त्यावेळी दुर्दैवाने आनंदीबाई गरोदर होत्या. राघोबा निवर्तल्याचे समजल्यावर त्यांच्या अंगावरील दागदागिने आणि जडजवाहीर घेऊन येण्याचा हुकूम नाना फडणीसांनी सोडला. त्यावेळी आनंदीबाई हृदय पिळवटून म्हणाल्या, 'अंगावर आहेत ते काढोन घेणे' तेव्हा नानांच्या कारभाऱ्याचा नाइलाज झाला. यानंतरचा वैधव्यातील सुमारे दहा वर्षांचा सुरुवातीचा काळ त्यांनी कचेश्वर (कोपरगाव) येथे रघुनाथरावांच्या नाटकशाळा व अन्य परिवारासह नजरकैदेत व्यतीत केला. त्या काळातील त्यांची दिनचर्या, मुलांचे संगोपन-शिक्षण, ग्रंथवाचन, व्रतवैकल्ये, उपास-तपास, पत्रलेखन इत्यादीविषयीची तपशीलवार माहिती पेशवे दप्तरात नोंदविली असून विशेषत: सप्टेंबर १७८६ ते ऑक्टोबर १७८८ या पंचवीस महिन्यातील दैनंदिन घडामोडींचा पेशवे दप्तरातील निवडक चौऱ्याहत्तर पत्रांचा

संग्रह 'आनंदीबाईंची दिनचर्या' (इ. स. १९३०) या नावाने प्रसिद्ध झाला आहे. पेशवे दप्तरातील या अधिकृत नोंदींवरून, तसेच बाईंनी लिहिलेल्या व बाईंना लिहिलेल्या पत्रांवरून अनेक गोष्टी प्रकाशात येतात. या सर्व नोंदी पाहता आनंदीबाईंचे प्रगल्भ व्यक्तिमत्त्व आणि धूर्तपणा जाणवतो. तद्वतच या पत्रातून त्या प्रच्छन्नपणे आपल्या नवऱ्यासह अन्य पेशव्यांवर स्वैर टीका करताना आढळतात. या पत्रात तेथील दैनंदिन व्यवहारांचे बारीकसारीक तपशील तर आहेतच, शिवाय आनंदीबाई कुणाशी काय बोलल्या, कोणकोण व्यक्ती वाड्यात आल्या, याचे चक्षुर्वैसत्यम असे निवेदन यांतून आढळते. हे निवेदन करताना पत्रलेखक आनंदीबाई मनस्ताप झाल्यानंतर पूर्वस्मृतींना उजाळा कसा देतात, त्यासुद्धा शब्दश: नानांना कळवतो. त्यामुळे आनंदीबाईंच्या अंतर्मनातील भावभावना, मुलांबद्दलचा त्रागा, पेशवे घराण्यातील आप्तस्वकीयांविषयीची, विशेषत: सासूसासरे, दीर-जावा, पुतणे, नवरा आणि नाना-सखारामबापू आदी कारभारी मंडळी यांविषयीची मते या आठवणींतून व्यक्त होताना दिसतात.

राघोबांच्या मृत्यूनंतर तीन महिन्यांनी आनंदीबाई प्रसूत होऊन, चौथा मुलगा झाला (३० मार्च, १७८४). तोच धाकटा चिमाजी उर्फ चिमणाजी होय. यावेळी आनंदीबाई, अमृतराव व बाजीराव हे कुटुंब कोपरगावास स्वतंत्र परंतु नजरकैदेत होते. आनंदीबाईंना एकूण सहा मुले झाली. त्यांपैकी भास्कर आणि विनायक हे दोन मुलगे अल्पवयीन वारले आणि मुलगी दुर्गाबाई या इ. स. १७८३ मध्ये वडिलांनंतर त्याच महिन्यात पुण्यात वारल्या. या बारभाईंच्या पक्षाच्या होत्या. त्यामुळे नाना फडणीसांनी त्यांना गंगाबाईंजवळ पुरंदरास ठेवले होते. अखेरपर्यंत या आई-वडिलांकडे गेल्या नाहीत. अन्य एक मुलगी जन्मत:च १७६९ मध्ये वारली. हिच्या वेळच्या गरोदरपणी नागपूरकर भोसले पुण्यावर स्वारी करणार, अशी आवई उठली. त्यावेळी आनंदीबाईंना सुरक्षिततेसाठी पुरंदर किल्ल्यावर जाण्यास सांगितले असता त्या अन्य कुटुंबीयांबरोबर तिकडे गेल्या नाहीत. परिणामत: मानसिक ताणाने त्या प्रसूत झाल्या आणि त्यामुळे जन्मलेल्या मुलीचा मृत्यू ओढवला, असे म्हणतात. अमृतराव व बाजीराव यांच्या लहानपणातील आजारांविषयी व वृत्तीबद्दल काही उल्लेख पेशवे दप्तरातील चौथ्या भागात 'आनंदीबाईंच्या दिनचर्या' या मथळ्याखाली आढळतात. त्यावरून राघोबांनी आपल्या विषयी वर्तनाने जे अनेक रोग स्वत:स जडवून घेतले होते, त्यांचे अवशेष त्यांच्या दोन्ही मुलांस भोवल्याचे दिसते. फिरंगरोग बाजीरावास प्रथमपासून उपद्रव करीत होता, तर बापाचे कान फुटण्याचे दुखणे चिमाजीच्या पाठीमागे लागले होते. रघुनाथराव इंग्रजांच्या आश्रयास असताना त्यांच्या कुटुंबाला खूप धावपळ करावी लागली. बारभाईंचा ससेमिरा मागे असल्यामुळे आनंदीबाईंसह कुणालाच स्वास्थ्य नव्हते. अशा परिस्थितीत बाजीराव याचे बालपण

हुडपणात गेले. लहानपणापासून ते उनाडक्या करीत. शिक्षणाची त्यांना अजिबात आवड नव्हती. त्यामुळे त्यांच्या द्वाडपणाचा घोर आनंदीबाईंना सतत लागलेला दिसून येतो. बाजीराव चार वर्षांचे असताना राघोबांच्या कारभाऱ्यास आनंदीबाईंनी पत्र लिहिले. त्यात त्यांचे 'लेक झाला तोही असाच खोटा निघाला' असे निराशेचे उद्गार आढळतात. बाजीराव यांचे विद्याभ्यासात मुळीच लक्ष नव्हते. स्नानास नदीस गेले, की तास अन् तास पोहतच बसत. फक्त राघोपंत ठोसर या शिक्षकांचे ते ऐकत असत व त्यांच्या हाताखाली काही शिकत. ह्याविषयी ३१ मे १७८७ च्या पत्रात लिहिले आहे– ''राजश्री राघोपंत ठोसर येथून पुणियास गेल्यापासून श्रीमंत बाबासाहेब (बाजीराव) यांचे लिहिणे पढणे होत नाही. मनश्शील वर्तणुकी करतात. काल श्रीमंत मातुश्रीबाईसाहेब यांची व बाबासाहेबांची कटकट जाहली. येथे कोणास भीत नाहीत. बाईस टाकून बोलतात. त्याजवरून मातोश्रींनी सांगितले की, आपणास (नाना फडणीस) लिहून राघोपंत यांस आणवावे. ते आल्याविना कोणाचे आईकत नाहीत.'' हे ठोसर चिमाजीच्या कानदुखण्यावर जो औषधोपचार करीत, त्यामुळे त्यांना बरे वाटे. अन्य एका पत्रात गोडबोले लिहितात, ''...बाजीराव खेळत होते. इतक्यात उंदीर मेलेला सापडला. त्यास धालप्या मेलऊन अग्न लावली असे मनस्वी खेळणे खेळतात.'' प्रस्तुत पत्रात पुढे म्हटले आहे, ''...राजश्री बाजीराव विद्याभ्यास लिहिणे-पढणे यावीसी अनमान करतात. गंगेस स्नान समई पोहणे व बाईंनी रागे भरले असता मानू नये अशा तऱ्हा आहेत. पूर्वी राघो केशव ठोसर यांचा धाक चांगला होता, तेव्हा असे नव्हते. अलीकडे विशेष खेळतात. म्हणूनही राघोपंत ठोसरांची उपस्थिती कोपरगावास आवश्यक होती.'' अशा प्रकारची आणखी काही पत्रे असून आनंदीबाई बाजीरावांच्या खोडकरपणाला पायबंद घालण्यासाठी फार कष्ट घेताना दिसतात, हे त्यांनी राघोपंत ठोसर यांना परत पाठविण्याविषयी वारंवार केलेल्या विनंतीवरून लक्षात येते. या संदर्भात पेशवे दप्तरातील चौथ्या खंडात काही लक्षणीय नोंदी आढळतात. 'बाजीराव आरवाचगिरी फार करतात. ऐकत नाही, हे काय जाले' व 'बाजीराव थोर जाले असता अद्यापि मर्यादेची तऱ्हा नाही. कालचर्येस काय म्हणावे' असे उद्गार आनंदीबाई काढतात. बाजीरावांचे सदा लक्ष खेळण्यात. एकदा चातुर्मासात त्यांनी मौन धारण केले. तेव्हा अर्थात आई फार रागावली; पण त्यांनी तिला मुळीच दाद दिली नाही. आनंदीबाई लेकाचे असले आचरट उद्योग पाहून नेहमी तळमळत असत आणि मग उद्वेगाने म्हणत, ''बाजीराव फार खेळतात. यास कोणी जपत नाही. येथे कारभारी आहेत, यातून कोणी जवळ असावे, ते नाही... मूल शहाणे होऊ नये, असे साऱ्यास वाटते.'' याच चौथ्या खंडात बाजीरावांच्या जन्मपत्रिकेची चर्चा आढळते. ''बाजीराव यांच्या पत्रिकेत आहे की, याजवळ वडिलांचे वेळेचे काही राहू नये.'' दुर्दैवाने या पत्रिकेतील भावार्थ

बाजीरावांनी पुढे आपल्या कृत्यांनी सार्थ केला. त्यांची पत्रिका बनविणाऱ्या व भविष्यकथन करणाऱ्या ज्योतिषाचे खरोखरीच कौतुक केले पाहिजे.

बाजीरावांच्या वैवाहिक जीवनातील आनंदीबाईंची भूमिका विचारात घेतली, तर त्या सुनांना अत्यंत प्रेमाने वागवीत होत्या. बाजीरावांचे पहिले लग्न भागिरथीबाईंशी (भागवतकन्या) दि. १६ जुलै १७८६ रोजी झाले. बाजीराव अत्यंत लंपट होते. लहान वयातल्या बायकोशी समागम करण्याचा त्यांचा हिय्या असे. स्त्रैणपणात मुरलेला हा मुलगा, बापसे बेटा सवाई! तेराव्या वर्षीच आपली बायको भागिरथीबाई हिला याने एकांतात बोलाविले. त्यावेळी ती अवघी नऊ वर्षांची अल्लड पोर! पण या लंपटाला त्याचे काय! असा प्रकार दोनतीनदा झाल्यावर ही गोष्ट आनंदीबाईंच्या कानावर गेली. तेव्हा त्यांनी त्यांची खरडपट्टी काढली. त्यावेळी लिहिलेल्या एका पत्रात नानांस कळविले आहे की, ''बाजीराव यांस गर्मी जाली आहे. बायको थोर नाही हेच बाधा फार आहे, असे बाई बोलली.'' यानंतर आनंदीबाईंनी भागिरथीबाईस आपल्या खोलीतच झोपण्यास सांगितले आणि सक्त ताकीद दिली. तेव्हा बाजीराव आईस म्हणाले, 'ती तुमची सवत आहे?' मग मात्र या विषयासक्त मुलास आनंदीबाईंनी लाथाबुक्क्यांचा चांगलाच प्रसाद दिला. हे चिरंजीवांचे उद्योग पाहून त्या मातेस किती व्यथा होत असेल! कोपरगावाहून नानास लिहिलेल्या दि. ३० जून, १७८८ च्या पत्रातही बाजीरावांच्या बेताल वर्तनाविषयी आनंदीबाईंचा मनस्ताप लेखकाने कळविला आहे. त्यामुळे बाजीरावांवर सुसंस्कार करित असताना आनंदीबाईंना साहजिकच आपली थोरली भावजय गोपिकाबाई आणि तिची कडक शिस्त यांचे स्मरण होत असे. त्या म्हणतात, ''माधवराव असेच. थोरली आई (गोपिकाबाई) फार मारीत; परंतु रूबरू मर्यादा फार होती. बाहेर गेल्यावरी मनश्री करीत, असे होते तरी थोरपणी काय केले. नानासाहेबाचे वेळचे होते, ते मात्र रक्षिले. अधिक जाले नाही. घरात वडिलास (राघोबास) कैद केले. विरुद्धे वाढविली. इतके मात्र केले. हा बाजीराव तर फारच आरवाचपणा करतो. थोरलीबाई माधवास बुद्धिवाद बहुत सांगत. त्यातही घर फोडण्याच्या गोष्टी सांगत असत. सराफी बुद्धी होती.'' या त्यांच्या उद्गारांवरून, तसेच अन्य त्यांच्या बंदिवासातील बोलण्यावरून थोरल्या जाऊबाईविषयीचा राग आणि एकूण मत स्पष्ट दिसते. त्यांच्या मते गोपिकाबाई ह्या अधिक करारी आणि आतल्या गाठीच्या होत्या. गोपिकाबाईंचे जेव्हा पंचवटीस (नाशिक) निधन झाले (इ. स. १७८८), त्यावेळी ते वृत्त समजताच आनंदीबाईंना फार वाईट वाटले. त्याविषयी कारकुनास नानांना लिहिण्याविषयी त्या श्रुतिलेखन देतात व सांगतात की, ''श्रीमंत महाराज राजश्री रावसाहेब यांचे समाधान बहुत प्रकारे करावे, म्हणौन लिहावयास आज्ञा केली. चिरंजीवास (सवाई माधवरावांस) आई, बाप, भाऊ कोणीच नाही, आम्ही दूरच आहो. एक आजी, तेही दूरच होती.

परंतु ममतेचे तेवढेच मनुश्य होते. या अर्थी चिरंजीवास श्रम बहुत होतील. परंतु बहुतप्रकारे समजोन सांगावे. त्यांचाही (गोपिकाबाईंचा) कालच जाला होता. सृष्टीची वाट हीच आहे. त्यापक्षी आशा गोष्टी सांगोन त्यांचे शांतवन होय ते करावे. याप्रमाणे म्हणौन बोलली.''

या उद्गारांवरून आनंदीबाईंनी सवाई माधवरावांचे शांतवन जरी औपचारिकरित्या केले असले, तरी माधवरावांना गोपिकाबाई ह्याच केवळ एक मायेच्या व्यक्ती होत्या आणि आपण कोणीही नाही, हा कारभाऱ्यांचा भाव आहे, तो व्यक्त केला आहे. दुसऱ्या एका ठिकाणी गोपिकाबाई ह्या सदाशिवरावभाऊंचा कसा दुस्वास करीत असत, याविषयी आठवण सांगताना आनंदीबाई म्हणतात, ''भाऊसाहेब हिंदुस्थानात (उत्तरेकडे) जावयास कारण व सर्व बराबर व्हावयास कारण थोरली बाई (गोपिकाबाई).'' याच पत्रात (३ सप्टेंबर, १७८८) गोडबोले पुढे नाना फडणीसांना लिहितात, ''भाऊसाहेबांची गर्दी जाल्यावर नानासाहेबांनी अमर्यादा फारच केली. पुडे तर हेच जाले. दुईच्या गोष्टी निघो लागल्या. आम्हास (आनंदीबाई-राघोबांस) कैद केले. नंतर हट्टास पेटले. सारांश दैवाने केले हेच खरे.''

आनंदीबाईंची निसर्गरम्य आनंदवल्लीत उर्वरित जीवन व्यतीत करण्याची फार इच्छा होती. त्याप्रमाणे त्यांनी एक-दोन वेळा नाना फडणीसांकडे पत्राद्वारे विनंतीही केली होती; परंतु या बाबतीत गोपिकाबाईंनी खोडा घातला, अशी त्यांची मनोमन धारणा होती, कारण गोपिकाबाई नाशिकासच राहत असत. त्या संदर्भात आनंदीबाई म्हणतात, ''आनंदवल्लीस बेलाची झाडे चांगली आहेत. तेथेच रहावे असे करारात होते, परंतु थोरल्या बाईने येऊ दिल्हे नाही. त्यात त्यांचे हातास काय आले ते कळेना.'' एवढे असूनही गोपिकाबाईंबद्दल त्यांच्या मनात सहानुभूती होती. त्या म्हणतात, ''बाईची धन्य आहे. दोन मूल हत्तीप्रमाणे गेले. आम्हास किती वाईट वाटते, मग त्यांचे काय पुसावे!''

नाना फडणीसांबद्दलची त्यांची मते विविध पत्रांतून आढळतात. नाना हे सवाई माधवरावांच्या कारकीर्दीत सर्वेसर्वा होते. त्यांचे गुप्तहेरखाते चाणाक्ष आणि सक्षम असल्यामुळे बाई त्याविषयी बोलताना शालजोडीतून टोमणे मारतात. प्रसंगोपात उघड परंतु मर्यादशील टीकाही करतात आणि नानांमुळे आपल्यावर कसा अन्याय होत आहे, त्यास वाचाही फोडताना दिसतात. पण त्याचबरोबर त्यांच्या मुत्सद्दीपणाचे कौतुकही करतात. या संदर्भात जुन्या आठवणींना उजाळा देताना त्या म्हणतात, ''पूर्वी आम्ही पुण्यात असता लहान-मोठ्या कामास नाना आम्हाकडे येत असत. फार मर्यादाशील आहेत. तेव्हा आमचे तेज त्यांजवर होते. आता तेच नाना त्यांचे तेज आम्हावर आहे. तस्मात ईश्वरी अंश त्याजवर जाला आहे. त्यापक्षी आम्ही त्यास नवस करतो. जे थोर आहेत, त्यास नवस करत असतात. म्हणून आम्ही यास करतो. त्यात

भेटी होण्याचा नवस करीत नाही. दुसरा काही तरी नवस करतो.'' आणखी एका पत्रात (२४ जून, १७८८) कोपरगावहून येथील कारभारी पुणे दरबारास कळवितो– आनंदीबाई इंग्रजांची अजूनही तारिफ करताना आढळतात. त्या म्हणतात, ''पूर्वी सुरतेमध्ये इंग्रजाने आम्हांस बहुत सुख दिल्हे. पूर्वद्वेष होते, परंतु त्या द्वेषाने हाली आम्हांस कैदेत ठेवावे, ते काहीच न केले. तस्मात राज्याची अशी त-हा असते की दुस-या राज्यासी वाईटपणा असल्यास त्यास युद्धामध्ये धरावे आणि परागंदा होऊन आल्यास त्याचे संरक्षण करावे, असा धर्म आहे, असे इंग्रजाने केले आणि ब्राह्मणी राज्यामध्ये न्यायच नाही.'' प्रस्तुत पत्रातील आशय पाहता आनंदीबाईंना राजकारणातील डावपेचांची, तसेच राजकीय संकेतांची उत्तम जाण असली पाहिजे. नव्हे या बाबतीतील त्यांचे विचार फारच प्रगल्भ आहेत.

आनंदीबाईंना नजरकैदेत असतानाही धार्मिक बाबतीत देवधर्माचे नवस फेडण्याचे स्वातंत्र्य होते; परंतु नाना फडणीसांनी त्याच्याकडे दुर्लक्ष केले होते. किंबहुना त्यावर निर्बंधच लादले होते. ह्याविषयी बोलताना त्या अत्यंत कडवटपणे म्हणतात, ''आमचे मागील नवस श्री त्रिंबकेश्वर व सप्तशृंग व कोंकणात हरिहरेश्वरास व गणपती पुळ्यांचा व ग्रामदेव ऐसे नवस पहिलेच आहेत; परंतु म्हटले तर लबाडी दिसते आणि आमचे अगत्य कोणास आहे?'' आनंदीबाई स्वत:च्या कैदेला नाना फडणीस जबाबदार आहेत, हे चांगले जाणून होत्या. तेव्हा त्या कळकळीने पण उपहासाने म्हणतात, ''नानास या दौलतीचे सुख ते काय? घरात मूलबाळ संसारिकाचे सुख ते नाही. दौलत तरी काय करावी?'' नाना निपुत्रिक असल्यामुळे त्यांनी त्यांच्या मर्मावर अचूक बोट ठेवले आहे. अखेर त्रागा करून आनंदीबाई नानांवरील राग पुढील शब्दात व्यक्त करतात, ''आम्ही केवढी माणसे होतो आणि कोणत्या योग्यतेस आलो. अन्याय कोणी पहात नाही. उगेच निष्कारण कैदेत ठेवले आहे. धनी असते म्हणजे ताकत नवती. आम्ही निर्बल जालो, ते समई गांजतात.''

कोपरगाव येथील आनंदीबाई राहत असलेल्या वाड्यातील देवघरात सांब, पार्वती, गणपती व स्कंद यांच्या सुमारे सदतीस तोळे वजनाच्या उग्र मूर्ती होत्या. त्यांचा त्रास आपणास भोगावा लागतो,अशी त्यांची भावना झाली होती, वा कुणीतरी करून दिली होती. म्हणून त्यांना ह्या मूर्ती ब्राह्मणास दान करायच्या होत्या. त्याकरिता त्यांनी कारभाऱ्यास पुणे दरबारची 'आज्ञा व्हावी' म्हणून कळविण्यास सांगितले. तसेच, त्यांच्या देव्हाऱ्यात छत्तीस तोळे वजनाचा एक सुंदर सोन्याचा मोर होता. त्याचा रंग मिन्याचा व पिसारा पाचूचा होता. तो मोर श्रीमंत सवाई माधवराव यांच्याकडे पाठविण्याची आनंदीबाईंना फार इच्छा होती; पण चार महिने उलटले तरी पुणे दरबारकडून काहीच पत्रोत्तर वा अनुज्ञा आली नाही. तेव्हा त्यांनी नानांस निक्षून लिहिले, 'हे सर्व देव पुण्यास पाठवीन. त्याऐवजी दुसरे करून घेईन.'

आनंदीबाईंच्या मते पेशव्यांची सर्व दौलत नानासाहेब व रघुनाथराव या उभयतांनी परिश्रम घेऊन मिळविली होती. पहिले माधवराव त्याची मर्यादा रक्षित असत. त्यावेळी माधवरावांनी आनंदीबाई-राघोबांच्या कुटुंबासाठी दोन लक्ष तनखा तहहयात लावून दिला होता; परंतु नानांनी त्यांना फक्त पंचवीस हजार रुपये खर्चासाठी मुक्रर केले होते आणि तेही वेळेवर त्यांच्याकडे पोहचते होत नसत. म्हणून त्या पैशासाठी वारंवार पुणे दरबारकडे तगादा लावीत आणि पत्रे पाठवीत.

आनंदीबाई नाना फडणीसांनी लादलेल्या जाचास कंटाळून आपला राग व्यक्त करताना रामायण-महाभारतातील दृष्टांत आणि दाखले देतात. ह्यावरून त्यांचा वाचनाचा व्यासंग चांगला होता, हे दिसते. वाचनात जशा त्या प्रवीण होत्या, तशाच त्या लिहिण्यातही मोठ्या चतुर होत्या, हे त्यांच्या अनेक पत्रांवरून दिसते. महत्त्वाची पत्रे त्या स्वत: लिहीत असत. त्यांनी स्वत: लिहिलेल्या पत्रांपैकी नाना फडणीसांना पाठविलेले एक पत्र फारच बोलके आहे. त्या पत्रात नानांची कानउघडणी करताना त्या लिहितात–

''आम्ही होऊन (पत्र) पाठवावे, तर कारणाखेरीज आम्हास पत्र पाठवितात म्हणून तुम्हीच हसाल, हा काळ समजोन पत्रे न पाठविली. हल्ली पत्राचे कारण की तुम्ही तीन पिढ्यांचे दौलतीतील फडणीस असून दौलतीची तो गती जाली ती जाली. हल्ली यवनाक्रांत ब्राह्मणी दौलत फितुरांनी होऊ पाहते. तुमच्या चित्तातील उगीच अढी जात नाही आणि ब्राह्मणी तो बुडत चालली! या दौलतेत पूर्वी कारभारी जाले. त्यांनी ब्राह्मणी स्थापली व दौलतेची वृद्धी केली हा काळ प्रस्तुत श्रीसत्तेने आला! इंग्रज बुंदेलखंडापर्यंत दोन कंपू आले, आणिकही मागून येणार. याचा बारीक मोठा विचार जो करणे तो तुम्हीच करणे... त्यापक्षी दोन्ही गोष्टींचा आंदेशा करून ब्राह्मणपण राहे ते करणे.''

वरील पत्रावरून आनंदीबाई जरी बंदिवासात होत्या, तरी त्यांना तत्कालीन परिस्थिती आणि राजकारण यांची चांगलीच जाण असल्याचे दिसते. शिवाय सद्धस्थितीत ब्राह्मणी राज्याची काय अवस्था झाली आहे, हेही त्या निक्षून परखड शब्दांत सांगतात. एकूण वरील पत्रावरून त्यांच्या धूर्तपणाचे आणि हुशारीचे कौतुक करावेसे वाटते. आनंदवल्लीस त्यांच्याकडे रघुनाथरावांनी जमा केलेला मोठा ग्रंथसंग्रह होता. तो त्यांनी कोपरगावला मुद्दाम आणला होता. या ग्रंथसंग्रहात नसलेली अनेक पुस्तके त्या पुण्याहून मागवून घेत असत. एकदा त्यांनी कारभाऱ्यास पुणे दरबारकडून महाभारताची सुधारित आवृत्ती पाठवून देण्याविषयी लिहिण्यास सांगितले. तसेच भागवताचे पारायण करण्यासाठी पेशव्यांचे उपाध्याय कर्वे (पुणे) याजकडून भागवताची पोथी आणविली होती. 'सूर्यअरुण' व 'कर्मविपाक' ही पुस्तकेही त्यांनी खास मागवून घेतली होती. त्यातील पहिली दोन चरित्रे त्यांना पाठ

असल्याचा उल्लेखही आढळतो; मात्र कोपरगावास मानसिक ताणामुळे त्यांना विस्मरण होत होते, याविषयीही उल्लेख आढळतो. भविष्य पुराणाचा पाठ त्या करवून घेत असत व एकाग्र चित्ताने श्रवण करीत.

बंदिवासात एकूण त्यांचा वेळ धार्मिक व्रतवैकल्ये, उपासतापास, सवाशिणींना जेवायला बोलविणे, पारायण करणे, ब्राह्मणांना श्रावणात अन्नदान व दक्षिणा देणे, विविध देवांचे दर्शन अशा अनेकविध धार्मिक कार्यात व्यतीत होत असे. एका पत्रात (२० ऑक्टोबर, १७८७) त्या 'नित्य शुक्रवारी नाटकशाळा आणून गावीत आहेत. देवाची पूजा व आरती करून एक घटका रात्रीस वाड्यात जातात, याप्रमाणे चालत आहे.' असे कारभाऱ्याने नानांस कळविले आहे. त्यावरून पतिराजांचा संगीताचा छंद त्यांनी बहुधा जोपासला असावा. या पत्रात पुढे कारभारी लिहितात, 'त्यांचा खर्च अवाढव्य असून बोलणे बेताल आहे. रोज सवासणी बायका वगैरे मिळोन नित्य एक-दोन, सिवाये व्रत वगैरे उगेच नावे सांगोन दोन-चार दिवसी भोजनास आणवीत आहेत. नेमणुके सिवाये खर्च लागतो.' येथील मुक्कामात असताना आनंदीबाईंनी एक वर्षा चैत्र शुद्ध पौर्णिमेपासून दर पौर्णिमेला एक याप्रमाणे बारा महिन्यांची बारा लिंगे ब्राह्मणास देण्याचा संकल्प सोडला होता आणि पुणे दरबारात नवरत्नांची लिंगे जवाहीरखान्यापैकी खड्याच्या ठायी लिंगांची कल्पना करून घ्यावी, म्हणून मागणी केली. लिंगे स्फटिक, सुवर्ण, रूपे व चंदनाची करावीत, अशी त्यांनी अपेक्षा व्यक्त केली होती. त्यांनी कारभाऱ्यास पाठविलेला कपिलाषष्ठीचा खर्च, त्याची यादी पाहता, कोणकोणत्या धार्मिक बाबी त्या आचरणात आणीत होत्या, याची कल्पना येते. या सर्व बाबींसाठी त्या सतत नाना फडणीसांकडे पैसे मागीत असत आणि नाना तुटपुंजे पैसे तेही वेळेवर पाठवीत नाहीत म्हणून त्या आपली परस्वाधीनता व्यक्त करत. त्या म्हणतात की, 'स्वसत्तेत जन्म गेला. यामुळे परस्वाधीनता साहवत नाही. भावीस उपाय नाही.' आनंदीबाई परस्वाधीन असल्याचा आणखी एक उल्लेख कारभाऱ्याने पुणे दरबारला पाठविलेल्या २२ मे, १७८७ च्या एका पत्रात पुढीलप्रमाणे आढळतो. या पत्रातील मजकुरावरून त्या आपले दुःख पुराणिकाजवळ व्यक्त करताना दिसतात. "पुराणिक सप्तश्रृंगास देवदर्शनास गेले, तेव्हा निरोपास आले. त्या वेळेस त्याजबरोबर बाईंनी देवीस निरोप सांगितला की, 'आमचे मुलाबाळांचे नवस फार आहेत. आम्ही यावे तर आपले स्वाधीन नाही. श्री त्रिंबकेश्वरचेही नवस आहेत, परंतु आमचे जाणे घडत नाही, आम्ही परस्वाधीन आहो. आम्ही माजोरीपणा करीत नाही.''

आनंदीबाईंना जुने दागिने मोडून नवीन दागिने करण्याची इच्छा होती. त्यांचे बरेचसे दागिने राघोबांनी इंग्रजांकडे गहाण ठेवल्यामुळे ते गेले ते गेलेच. ह्यामुळे त्यांच्यापाशी मोजकेच दागिने होते. म्हणून त्या वारंवार गोडबोले ह्या कारभाऱ्यास

नानांना लिहावे, म्हणून सांगत असत. पुढे पुढे त्यांनी याबाबतीत आग्रहही धरला. त्याविषयी कारभारी १७ ऑक्टोबर, १७८७ च्या पत्रात नानांस कळवितात. याच पत्रात ते दिवाळीतील घडामोडींची हकिकतही सविस्तर लिहितात. दिवाळीला आनंदीबाई भाऊबिजेसाठी आपले बंधू नारायणराव ओक यांना सालाबादप्रमाणे रीतसर निमंत्रण धाडीत असत आणि शेलापागोटे देऊन त्यांचा सत्कारही करीत असत. हा त्यांचा उपक्रम कोपरगावास नजरकैदेत असताही चालू असल्याचे उल्लेख कागदोपत्री मिळतात. कोपरगावातील बंदिवासाला– दिनचर्येला कंटाळून आनंदीबाई म्हणतात की, आपणास कैद विमोचनाचा मंत्र ठाऊक आहे. 'पूर्वी सदाशिवराव घोरपडा यास बिडी घातली होती, तेव्हा त्याणे जप केला. त्यास गुण आला. आम्ही करणार आहो, परंतु कोण करतो? भावी चुकत नाही.'

कोपरगावला मुलांचा विशेषत: बाजीरावाचा त्रास होता. बंदिवासात मनासारखे काहीच घडत नव्हते. पैशाची चणचण, देवदर्शनावर बंदी, नवसफेडीला बंदी, कुणापुढेच नि:संकोचपणे मन मोकळे करता येत नव्हते. प्रेमाचे व जवळचे असे मूल-सुनांव्यतिरिक्त कोणी नव्हते व तीही सर्व मंडळी वयाने अगदीच लहान. शिवाय शरीर थकत चालले होते. पतीच्या अस्थी गंगेत सोडाव्यात, ही साधी इच्छाही कुणी पुरी करेना. मेल्यावर नवऱ्यावर राग धरणे बरे नव्हे, असे त्यांना वाटे. त्यांच्या दिमतीला कारभारी ठेवले होते; पण ते त्यांच्या दैनंदिन हालचालींवर, कृतींवर आणि तेथील घडामोडींवर लक्ष ठेवण्यासाठी नेमलेले जणू पहारेकरीच होते. त्यांना नाना फडणीसांची सक्त ताकीद होती, की त्यांनी तेथील सर्व बारीकसारीक तपशील पुणे दरबारला नित्य कळवले पाहिजेत. त्यामुळे पत्रांतून इतक्या बारीकसारीक क्षुल्लक गोष्टींची नोंद आढळते, की प्रत्येक प्रहरातील आनंदीबाईंची वर्तणूक, भेटीस येणारी माणसे, त्यांच्याशी त्या काय बोलल्या, नोकरांशी त्या काय बोलल्या, कोणत्या देवाला गेल्या वगैरे तपशील त्यांतून डोकावतात. एवढेच नव्हे, तर 'प्रात:काळी बाई अस्पर्श झाली' अशीही नोंद पत्रातून आढळते. हे ठाऊक असल्यामुळे आनंदीबाई म्हणत, ''कारभारी आमचे अंझेत नाहीत. आम्ही त्यांच्या कइदेत आहो. जसे करतील तसे चालावे लागेल!'' पुढील एका पत्रात त्यांच्याविषयी लिहिले आहे की, 'वरकड मातोश्रींचे भाषण दिनचर्येचे कचे राजश्री कृष्णाजी आंबेकर लिहितात, बोलण्यात दिवसामधे काय बोलावे, हे भानच राहत नाही. अनिवार भाषण करीत असतात. सोन्याच्या मुहूर्ती दान देण्याचा आग्रह आहे.'

एकूण उपेक्षेमुळे आनंदीबाईंचा जीव मेटाकुटीला आला होता, हे स्पष्ट होते. तेव्हा कोपरगाव सोडून निसर्गरम्य बेलांची झाडे असलेल्या आनंदवल्लीस अखेरचे दिवस ईश्वराच्या नामस्मरणात व्यतीत करावेत, अशी त्यांची मनोमन इच्छा होती. याच सुमारास बाजीरावांची पत्नी भागीरथीबाई बाजीरावांच्या कामवासनेला बहुधा बळी पडली असावी. त्याचे दु:खही त्यांना सलत होते. तेव्हा अर्ज-विनंत्या केल्यानंतर

कुठे नानांनी त्यांना आनंदवल्लीस जाण्याची अनुज्ञा दिली. इ. स. १७९२ च्या अखेरीस त्या सर्व परिवारासह आनंदवल्लीस आल्या. तिथे कशीबशी एक-दोन वर्षे त्यांनी खडतर जीवन जगण्यात काढली आणि वयाच्या अवघ्या सत्तेचाळिसाव्या वर्षी त्यांनी या जगाचा निरोप घेतला (२७ मार्च, १७९४). त्यांची प्रकृती अखेरपर्यंत ठीक होती आणि बोलणे-चालणेही व्यवस्थित होते. त्यांच्या मृत्यूविषयीची नोंद पेशवे दप्तरात पुढीलप्रमाणे आढळते– ''सायंकाळी आनंदीबाई घाबरी जाली. नेत्रास तटस्थता आली. नंतर गंगोदक मुखात घातले. घटकेने किंचित सावध झाली. रात्रभर बाजीराव, चिमाजी व अमृतराव जवळ बसले होते. उत्क्रांत धेनू (मात्रा) सायंकाळीच दिली. प्रात:काली सूर्योदयाचे संधीस प्राणोत्क्रमण जाले. अखेरपर्यंत सावध होती. डोळे पुसणे, अंग खाजवणे, पदर नीट करणे, पाणी सांगणे सर्व आपल्या हाती करी. गळ्यात कफ होऊन शक्तिहीन झाल्याने बोलणे राहिले. पहिला देवपूजन व जप यांचा अभ्यास फार तोच अखेरपर्यंत नमस्कार, न्यास करावे, असा छंद लागला होता... बाजीराव क्रिया करतात. मागती सर्व वाड्यात येत तोपर्यंत अडीच प्रहर दिवस जाला, सेवेसी श्रुत होय ही विज्ञापना.'' रघुनाथरावांनी अग्निहोत्र घेतल्यामुळे त्यानुसार सर्व धार्मिक विधी उरकून प्रत्यक्ष अग्निसंस्कारास उशीर झाला. सर्व अन्त्यविधी बाजीराव यांनी केला.

आनंदीबाईंची एकूण जीवनकथा पाहिली असता लक्षात येते, की एकूण सत्तेचाळीस वर्षांच्या आयुष्यातली पहिली वीस-बावीस वर्षे शनिवारवाड्यात पेशवाईचे वैभव उपभोगण्यात आप्तेष्टांच्या सहवासात त्यांची सुरवात गेली. त्यानंतर पहिल्या माधवरावांनी राघोबांवर काही बंधने व निर्बंध लादले व त्यांना आनंदवल्लीस नजरकैदेत ठेवले, तरीही त्यांच्या राजवैभवात कमतरता नव्हती; परंतु नारायणरावांच्या वधानंतर, मुख्यत्वे १७७४ च्या अखेरीस बारभाई मंडळ सत्तेवर आल्यानंतर आनंदीबाईना पुढे पतीबरोबर सुमारे नऊ वर्षे परस्वाधीनेत इंग्रजांच्या आश्रयाने धार, खंबायत, मुंबई, सुरत अशा अनेक स्थळी केविलवाण्या परिस्थितीत व्यतीत करावी लागली. रघुनाथरावांना नाटकशाळा जणू कमी पडल्या म्हणून त्यांनी तिसरे लग्न मथुराबाईंशी– लहान बालिकेबरोबर करून आनंदीबाईना आणखी एक धक्का दिला. शिवाय सुरतेत त्यांनी एका नागर ब्राह्मणाची मुलगी पळविली. तिच्या आई-वडिलांनी आत्महत्या केली. ह्याचे बालंट लागले आणि इंग्रजांनी राघोबाचा तीव्र निषेध करून त्यांच्या सुरतेतील राहत्या वाड्याभोवती पहारे बसवून त्यांना बाहेर जाण्याची बंदी केली. या सर्व गोष्टी आनंदीबाईंनी पतिप्रेमापोटी सहन केल्या. पतीवरील निष्ठेने त्यांनी राघोबांस आयुष्यभर साथ दिली. नवरा व दौलत ही त्यांची आराध्यदैवते होती. पुढे कोपरगावी राघोबा वारल्यानंतर आनंदीबाईंच्या वाट्याला एकाकी जीवन आले. त्यात त्यांच्या माथी नारायणरावांच्या वधाचे पाप कायमचे बसले; तथापि प्रसंगावधान, पेशव्यांच्या इभ्रतीचा अभिमान, आप्तेष्टांबद्दलचे प्रेम, महत्त्वाकांक्षा

आणि समोर येणाऱ्या संकटांना धिमेपणाने धैर्याने तोंड देण्याची जबरदस्त इच्छाशक्ती आणि क्षमता यांच्या बळावर त्यांनी उर्वरित आयुष्य शक्यतो समाधानात व आनंदात व्यतीत करण्याचा प्रयत्न केला. मुलांच्या बाबतीतील कर्तव्यात त्यांनी कसूर केली नाही, पण नियतीने त्यांना अखेरपर्यंत साथ दिली नाही, एवढे खरे.

मूळ अस्सल ऐतिहासिक कागदपत्रांचा सूक्ष्मपणे व साकल्याने मागोवा घेतला असता, एक गोष्ट प्रकर्षाने जाणवते, की काही अपवाद सोडता आजपर्यंतच्या इतिहासकारांनी रंगविलेली आनंदीबाईंची छबी वा चरित्र यात सत्यांश कमी असून कल्पनाविलासच अधिक आहे. त्यामुळे आनंदीबाईंच्या बाबतीत तत्कालीन काळात प्रसृत झालेल्या अफवा, दंतकथा आणि मुख्यत्वे बखरी यांनी संग्रहित केलेली माहिती यांना अवाजवी महत्त्व प्राप्त झाले आणि त्यांची व्यक्तिरेखा एक खलनायिका अशीच सर्वांनी रंगविली. आनंदीबाईंना त्यांच्या जीवनात सुयोग्य जोडीदार लाभला असता, तर पेशव्यांच्या कुळात या शहाण्या व धूर्त स्त्रीने एक श्रेष्ठ देशाभिमानी, कर्तबगार महिला अशी मान्यता मिळविली असती.

।। अहिल्याबाई होळकर ।।

मराठेशाहीतील अनेक कर्तृत्ववान महिलांनी आपल्या व्यक्तिमत्त्वाचे पैलू मराठ्यांच्या इतिहासात जतन करून ठेवले आहेत. या महिलांतील योजनाबद्ध जनकल्याण करणारी अहिल्याबाई मध्य भारतातील इंदूरसारख्या मध्यबिंदूसम ठिकाणची एक राज्यकर्ती; परंतु भारतभरची अवघी प्रजा तिने पोटच्या लेकरासारखी मानली. आणि चहूबाजूकडून जनसामान्यांच्या हालअपेष्टांचे वर्तमान गोळा करून त्यांच्या कष्टदशेचे निवारण व्हावे, यासाठी तिने अनेकविध उपाय व योजना आखल्या. त्या माऊलीच्या कर्तबगारीचे पुनःपुन्हा पुण्यस्मरण होते नि मनाला उभारी येते.

अहिल्याबाईंचा जन्म दि. ११ सप्टेंबर, १७२५ बीड जिल्ह्यातील चौंढी या गावी धनगर समाजात रोजी झाला. त्यांचे मूळ घराणे वतनदारांचे. वडील माणकोजी शिंदे यांच्याकडे चौंढी गावाची पाटीलकी होती. अहिल्याबाईंची आई सुशीलाबाई अशिक्षित होती, पण धार्मिक व सुसंस्कारित होती. धार्मिक प्रवृत्तीच्या आईचे संस्कार अहिल्याबाईंवर लहानपणापासून झाले होते. शिंदे यांचे कुलदैवत खंडोबा अर्थात मल्हारी मार्तंड हे होते. इंदूरचे सुभेदार मल्हारराव होळकर यांच्या एकुलत्या एका मुलाशी - खंडेरावशी त्यांचा वयाच्या आठव्या वर्षी विवाह झाला (इ. स. १७३३). त्या वेळी खंडेराव दहा-अकरा वर्षांचे होते. या लग्नाला खुद्द पहिले बाजीराव पेशवे हजर होते आणि विवाह धुमधडाक्यात झाला.

अहिल्याबाई उपजतच हुशार असल्यामुळे बालपणीच त्यांना मुळाक्षरांची ओळख झाली असावी. पुढे विवाहानंतर त्यांच्या कर्तृत्वाला मल्हाररावांच्या कर्तबगारीची, मार्गदर्शनाची आणि मायेची पार्श्वभूमी लाभली. कर्तबगार सासरा व धार्मिक, करारी वर्तनाची सासू - गौतमीबाई, यांच्या सहवासात अहिल्याबाईंचे व्यक्तिमत्त्व घडत गेले. घरातील वातावरण धार्मिक होते. त्याचा परिणाम म्हणजे सासवासुना दोघी पुराण श्रवण, उपासतापास, व्रतवैकल्ये, धार्मिक स्थळांच्या यात्रा यांत आपला काळ घालवीत असत. वाड्यात एक अंबादास नामक पुराणिक होता. तो पुराणे वाचून दाखवी. त्याच्या मार्गदर्शनामुळे धार्मिक भावनेला खतपाणी मिळाले. या संस्कारांबरोबरच अहिल्याबाईंना बाळबोध वाचन आणि मोडी लेखन यांचे शिक्षण

देण्यात आले होते. बराच वेळा मल्हारराव दौलतीच्या मोहिमांत कधी पेशव्यांबरोबर, तर कधी स्वतंत्ररीत्या गुंतलेले असल्याने घरची व दौलतीची बरीचशी कामे सुनेवर सोपविलेली असत. त्यांची कुशाग्र बुद्धी व कामातील हुशारी आणि उरक लक्षात घेऊन मल्हाररावांनी त्यांच्यावर काही जोखमीची सरकारी कामे सोपविली असावी; कारण त्या अट्ठावीस वर्षांच्या असताना त्यांच्या नावाने झालेला पत्रव्यवहार उपलब्ध आहे. यावरून यापूर्वी किमान चार-पाच वर्षे तरी त्यांनी कारभारात लक्ष घालावयास प्रारंभ केला असावा, असे दिसते.

सासरे मल्हारराव हे शूर, स्वामिभक्त, उदार आणि धार्मिक वृत्तीचे होते. त्यांनी पहिल्या बाजीरावाबरोबरच्या अनेक मोहिमांत पराक्रम केला होता, आणि स्वकर्तृत्वाने माळव्याची सुभेदारी मिळविली होती. त्यांचा प्रभाव अहिल्याबाईंवर होता; मात्र पती खंडेराव हे व्यसनी, शिकारीचे शौकीन व लहरी होते. मात्र अहिल्याबाईंनी त्यांची कधीच उपेक्षा केली नाही किंवा आपल्या सवतींशी संघर्ष केला नाही. त्या सर्वांशी ममतेने वागत असत. खंडेरावापासून अहिल्याबाईंना मालेराव आणि मुक्ताबाई अशी दोन अपत्ये झाली. सूरजमल जाटाबरोबर पेशव्यांचे खंडणीवरून युद्ध सुरू झाले. होळकरांचे सहाय्य घेऊन रघुनाथराव कुंभेरी मुक्कामी होता. या लढाईच्या वेळी अहिल्याबाई खंडेरावांसोबतच होत्या. अचानक एक तोफेचा गोळा खंडेरावांना लागून ते मरण पावले (इ. स. १७५४). खंडेरावांच्या इतर पत्नी त्यांच्याबरोबर सती गेल्या. अहिल्याबाईंनीही सहगमन करण्याची तयारी दर्शविली होती; पण सासऱ्याच्या विनवणीवरून त्यांनी व्यक्तिगत स्वार्थापेक्षा दौलतीचा सांभाळ व प्रजेचे हित महत्त्वाचे आहे, हे जाणून सती जाण्याचा बेत रद्द केला. मल्हाररावांनी मुलाच्या मृत्यूनंतर सर्व राज्यकारभार सुनेकडे सोपविला. ते स्वतः फक्त युद्धप्रसंगांची आणि उत्पन्नाचीच काळजी करीत असत; तथापि अहिल्याबाईंच्या कामावर मल्हाररावांची एकंदर देखरेख असे. त्यांच्या सल्ल्यानेच अहिल्याबाई सर्व व्यवहार करीत असे. मल्हाररावांच्या कारकीर्दीत राज्याचा बंदोबस्त चांगला होता, याचे पुष्कळसे श्रेय अहिल्याबाईसच दिले पाहिजे, हे उघड आहे. अनेकदा मल्हाररावांना पेशव्यांबरोबर मोहिमांवर जावे लागे. त्या वेळी घरची व दौलतीची कामे ते पूर्णतः सुनेवर सोपवीत असत. फौजेची व्यवस्था, उत्तरेकडील शत्रूंच्या हालचाली, वसुली आणि घरची व्यवस्था अशा अनेकविध गोष्टींविषयी; मल्हारराव सुनेला मोहिमांतून विश्वासाने लिहीत असत. त्याही त्यांच्या पत्रांना योग्य ती उत्तरे पाठवीत असत आणि पत्रांतील सूचनांनुसार गोष्टी कृतीत उतरवीत असत. त्यामुळे मल्हाररावांच्या कारकिर्दीत राज्याचा बंदोबस्त चोख होता, याचे सर्व श्रेय अहिल्याबाईस दिले पाहिजे, यात शंका नाही.

अहिल्याबाई धार्मिक प्रवृत्तीच्या होत्या. मल्हाररावांना राज्यकारभारात मदत

करीत असताना त्यांची ही प्रवृत्ती प्रत्ययास येत होती. एकदा मल्हाररावांनी अहिल्याबाईंना तोफखान्याच्या बेगमीच्या कामासाठी ग्वाल्हेरला पाठविले. त्या वेळी जाताना मथुरेची यात्रा करून मग पुढे जावे, असा विचार करून अहिल्याबाईंनी मथुरेला काही दिवस मुक्काम केला. हे मल्हाररावांना समजले. महत्त्वाचे काम बाजूस ठेवून यात्रा करावी, तीर्थक्षेत्री मुक्काम करावा, ह्याचा मल्हाररावांना राग आला. त्यांचा हा राग गंगाधर यशवंत आप्पाजीराव यांनी अहिल्याबाईस पत्राने कळविला, त्या पत्रात ते लिहितात–

''आपण काही मथुरेस मुक्काम केले, करणार म्हणोन राजश्री सुभेदार यांना कळले. त्यावरून बहुत रोष केला, की सांगितले असता यात्रा करीत फिरतात. चित्तास येते तसे करतात. हे उत्तम नाही. म्हणून त्यावरून सेवेसी विनंती लिहिली असे. तरी आपण पाणी पिणेस देखील मथुरेसी न राहता दरमजल ग्वाल्हेरपर्यंत जावे. तेथे मुक्काम करून थोरले तोफखाना ठेवून त्याचे खर्चाची एक माहची बेगमी करून मग पुढे जाण्याचे करणे. परंतु अंमल अलीकडे एक घडी न राहणे.''

इ. स. १७६६ मध्ये मल्हाररावांचा मृत्यू झाला. अहिल्याबाईंवर हा मोठा आघात होता. मल्हाररावांनी पेशव्यांकडून इंदूर संस्थानची जहागिरी मिळविली होती. त्या जहागिरीत मल्हाररावांच्या मृत्यूसमयी १०७ परगणे होते, सुमारे ९५ लाख उत्पन्नाचे महाल होते व स्वारींची संख्या बावीस हजार होती. याशिवाय मल्हाररावांनी खासगीत सोळा लाख रुपये गौतमीबाईंकडे ठेवले होते. पेशवे खासगीची वस्त्रे व सनद होळकरांच्या स्त्रियांच्या नावाने पाठवीत असत. पुरुषांचा जसा राजगादीवर वंशपरंपरेने हक्क चालत असे, तसा होळकरांच्या या राजगादीवर स्त्रियांचा परंपरेने हक्क लागू होई. होळकरांच्या गादीवर असणाऱ्या राजपुरुषाप्रमाणे राजस्त्रियांची ही खासगी गादी मान्य केली होती. याशिवाय मल्हाररावांनी माळव्यातील महाल पेशव्यांकडून मिळाल्यानंतर, त्या सरंजामातून काही हिस्सा वेगळा काढून आपल्या कुटुंबाच्या खर्चासाठी इनाम म्हणून लावून घेतला. तो त्यांनी आपली पत्नी गौतमीबाईंच्या नावाने केला. त्यामुळे होळकरशाहीच्या उत्पन्नाचे दोन भाग होते; एक दौलतीचा व दुसरा खासगी. खासगीचा कारभार पाहण्यासाठी अहिल्याबाईंनी 'दिवाण खासगी' हे पद तयार केले होते. राजकोषाशी त्याचा संबंध नव्हता. म्हणून त्या म्हणत असत, ''दौलतीची एक कवडी मजकडे निघाली, तर कवडीच्या पाच कवड्या देईन. मी आपली पोरे अन्न भक्षिते तेदेखील यांचे नाही.''

मल्हाररावांच्या मृत्यूनंतर त्यांचा नातू मालेरावास सुभेदारीची वस्त्रे विधिवत पेशव्यांकडून मिळाली; पण त्याच्यासंबंधी मल्हाररावांनी मृत्यूपूर्वी गंगोबातात्या या दिवाणास एकदा सांगितले होते, ''आता आमचे एक मूल आहे, तेही पिशाचवत आणि आमचे वार्धक्य झाले. त्यापेक्षा यत्न करून जनकोजी शिंदे यांस भेटून त्याचे

हाती आपले मूल घ्यावे.'' मालेराव वेडसर, तसाच विलासी, व्यसनी व व्रात्य होता. त्याच्या व्रात्यपणाविषयींच्या काही कथा तत्कालीन कागदपत्रांत नोंदलेल्या आढळतात. अहिल्याबाई ब्राह्मणास दान देत, त्यात तो विंचू ठेवीत असे. दान घेणाऱ्याला तो चावला, की त्याला आनंद होत असे. दिवसेंदिवस त्याचा वेडसरपणा वाढत गेला. तेव्हा त्याच्या विक्षिप्त वर्तनामुळे वैतागून अहिल्याबाई म्हणत असत. 'माझेच नशीब खोटे! नाहीतर असला कुलदीपक माझ्या पोटी कशाला जन्माला आला असता!' महेश्वर येथे जरतारी काम करणारा एक प्रसिद्ध कारागीर होता. त्याच्याविषयी मालेरावला शंका आली, की वाड्यातील दासीचा त्याच्याशी संबंध आहे. त्याने त्या कारागिराचा खून केला. पण चौकशीत मालेराव निर्दोष ठरला; तथापि आपण केलेल्या कृत्याबद्दल मालेरावास सतत धास्ती वाटू लागली. त्याचे भूत कदाचित आपला सूड उगवेल, या विचाराने तो अधिक भ्रमिष्ट झाला. अहिल्याबाईंचा भूताखेतांवर विश्वास होता. त्यांनी मालेरावच्या बाबतीत मानवी व दैवी उपचार केले; पण आराम पडला नाही. त्या आपल्या आजारी मुलाजवळ बसून अहोरात्र देवाचा धावा करीत असत. शेवटी हालहाल होऊन, दि. २७ मार्च १७६७ रोजी वयाच्या बावीसाव्या वर्षी मालेराव मरण पावला. त्याच्या मृत्यूनंतर तत्कालीन दान मिळविणाऱ्या लोकांच्या चिलमी गप्पांतून 'ब्रह्मवृंदांना छळतो म्हणून बाईने पोटच्या पोराला मारले'' असा अहिल्याबाईंवर आरोप झाला; परंतु त्यास कागदोपत्री पुरावा नाही. या संदर्भात तत्कालीन प्रसिद्ध इतिहासकार सर जॉन माल्कम लिहितो, ''या घटनेचा अत्यंत बारकाईने शोध घेतला. तेव्हा या अपराधातून ती संपूर्णपणे निर्दोष असल्याचे निदर्शनास आले. हा गुन्हा असा होता, की ती कदापि क्षमेस पात्र ठरली नसती. मालेरावच्या दृष्कृत्याने तिच्या अंगावर काटा उभा राही, यात शंका नाही. प्रकृती बरी होत नाही म्हणून ती निराश झाली होती. तिला वाटू लागले असावे, की हा गेला म्हणून माझी आणि राज्याची एक प्रकारे अनर्थातून सुटका झाली. असे वाटणे हा कलंक नाही, तर भूषण आहे.''

मालेरावाच्या मृत्यूनंतर अधिकृतरीत्या अहिल्याबाईंवर इंदूर संस्थानच्या सुभेदारीची सर्व जबाबदारी पडली. पुढे सुमारे अठ्ठावीस वर्षे म्हणजे मृत्यूपर्यंत अहिल्याबाईंनी राज्यकारभार सुसूत्ररीत्या तर केलाच, पण इतिहासात 'पुण्यश्लोक अहिल्याबाई' अशी आपल्या नावाची नोंद केली. सैन्याच्या सहकार्याने त्यांनी राज्य चालविण्याचा निश्चय व्यक्त करून त्या कामी महादजी शिंदे आणि पेशवे यांची अनुमती व संपूर्ण सहानुभूती मिळविली. त्याच सुमारास त्यांनी तुकोजी होळकर या लांबच्या नात्यातील एका आप्तावर लष्कराची आणि मोहिमांची जबाबदारी सोपविली; मात्र अहिल्याबाईंनी संस्थानातील व्यवस्थापकीय कारभार पूर्णत: आपल्या हाती ठेवून बाहेरचा कारभार तुकोजीच्या हाती दिला होता. होळकरांचे सैन्य तुकोजी होळकराच्या आधिपत्याखाली

स्वतंत्रपणे पेशव्यांची चाकरी करीत असले, तरी महत्त्वाच्या प्रसंगी तुकोजी अहिल्याबाईंचा सल्ला घेत असे. त्या स्वत: दौलतीचा आणि खासगीचा कारभार पाहू लागल्या होत्या. त्यांनी खंडेराव नावाचा एक मुलकी कामात वाकबगार असलेला मनुष्य इंदूरास नेमला होता. त्याच्या अमदानीत त्यांची प्रजा सुखी व संतुष्ट राहिली. पुणे, हैदराबाद, श्रीरंगपट्टम, नागपूर, लखनौ, कलकत्ता आदी ठिकाणी होळकरांकडून जे वकील नेमले जात, त्यांची नेमणूकही त्यांच्याकडून होत असे. त्यांना आपल्या प्रांतांची व्यवस्था करण्यासाठी कधी स्वतंत्र सैन्य बाळगण्याची गरज पडली नाही. त्यांना आपल्या प्रजेची तर भीती नव्हतीच, पण इतर राजेरजवाड्यांनीही कधी त्यांच्या राज्यावर स्वारी केली नाही. आरंभी सोळा लाखांची रोकड आणि ९५ लाख उत्पन्नाचा मुलूख होळकरांकडे होता. पुढे तो वाढत वाढत गेला. खासगीचा कारभार अहिल्याबाई स्वत: गोविंदपंत नावाच्या एका सज्जन मंत्र्याच्या मदतीने करीत असत. सुरुवातीस तो काही दिवस कारभाऱ्याचेही काम करीत होता; मात्र दौलतीचा कारभार दिवाण गंगाधर यशवंत चंद्रचूड आणि अन्य कारभारी मंडळातर्फे चालत असे. खासगीच्या उत्पन्नावर त्यांची पूर्ण मालकी होती आणि धार्मिक कार्यासाठी त्या उत्पन्नातून त्या खर्च करीत होत्या. मात्र राज्याचा म्हणजे दौलतीचा एक पैसाही त्यांनी वैयक्तिक दानधर्मासाठी कधीही खर्च केला नाही; उलट खाजगी उत्पन्नातील शिल्लक त्या दौलतीकडे प्रसंगोपात लावण्याचा सूज्ञपणा ते दाखवीत. फौजेची सर्व व्यवस्था त्यांनी तुकोजीवर सोपविली होती. त्या त्याच पद्धतीने वागत असत. स्वत: योजलेले काम नुकसान न सोसता अगदी व्यवस्थितपणे तडीस नेण्यात मल्हाररावांचा हातखंडा होता. मराठे घराबाहेर पडले ते परोपकारासाठी नव्हे, तर फायद्यासाठी. त्यामुळे अहिल्याबाई नफ्याची शक्यता नसेल, तर 'ना नफा ना तोटा' या धोरणाने वागत असत. त्यामुळे मोहिमेचा खर्च भागविताना राजकोषावर भार पडू नये, असे सर्वसाधारण त्यांचे धोरण असे. तुकोजीनेही तसेच वागावे, अशी त्यांची रास्त अपेक्षा होती. काही मराठे जहागीरदारांनी इंग्रजांशी मुकाबला करण्यासाठी इंग्रजांप्रमाणेच सुसज्ज कवायती फौज ठेवणे गरजेची आहे, हे गृहीत धरून मराठ्यांची कवायती फौज तयार करण्यासाठी परकीय सेनानायकांना आपल्या लष्करी नोकरीत ठेवले. ते चाकरीच्या मोबदल्यात जहागीर मागत असत आणि स्वकीयांशी लढण्याचा प्रसंग उद्भवल्यास, आपण लढणार नाही, असे लेखी वचन घेत. याकामी अहिल्याबाईंही मागे नव्हत्या. त्यांनी कर्नल बॉईड नावाच्या इसमास नेमले आणि त्याच्याबरोबर स्पष्ट शब्दांत करार केला. त्या करारानुसार संबंध सैन्यात एकच मोठा परकीय अधिकारी असणार होता. त्याच्या चाकरीसंबंधी स्पष्ट सूचना देण्यात आल्या. त्याला वैयक्तिक सुट्ट्या व सवलती असणार नाहीत. त्याचा रोजमुरा हजेरीच्या पद्धतीवर ठरविण्यात येऊन पगार, वर्दी, दारूगोळा आदी

सर्व दरबारच्या स्वाधीन राहील. पुढेमागे इंग्रजांशी मुकाबला करावा लागल्यास आपली कवायती फौज तयार असावी, ही दूरदृष्टी त्यांनी ठेवली होती. इंग्रजांच्या डावपेचांबद्दल, तसेच कुटिल राजकारणाविषयी त्या मुळीच अनभिज्ञ नव्हत्या. त्या एके ठिकाणी लिहितात, ''हिंस्र श्वापदे बळ व युक्तिप्रयुक्तीने मरतील. परंतु अस्वलाचे मारणे फार कठीण! सुरत धरून मारले, तरच मरेल. नाहीतर अस्वलाने चेपटीत कुणी सापडला, तर गुदगुल्या करून ते त्याला ठार करील. तशी लढाई इंग्रजांची आहे.''

तुकाजी हे होळकरांचे लष्कर प्रमुख. परंतु त्यांनी पेशव्यांस काही रक्कम नजर करून पेशव्यांकडून सेनापतीची वस्त्रेही मिळविली होती. पेशव्यांच्या कामासाठी तुकोजी दक्षिणेत राहिला. फौजा होळकरांच्या, मोहिमा पेशव्यांच्या आणि मिळकतही पेशव्यांची, अशी अवस्था होती. त्यातील काहीच वाटा तुकोजीला मिळत नसे. त्यामुळे वारंवार तो अहिल्याबाईंकडे पैशाची मागणी करीत असे आणि अहिल्याबाई त्यास पैसे पुरवीत असत. त्यांना त्याचा हिशोब हवा असे, पण तुकोजी तो देण्यास टंगळमंगळ करी. त्यामुळे तुकोजी व अहिल्याबाई यांत काही बाबतीत गैरसमज निर्माण झाले होते. तशात अहिल्याबाईंचा शिवाजी गोपाळ नावाचा एक विश्वासू नोकर होता. त्याचे आपले पटणार नाही, या भ्रामक समजुतीने तुकोजीने त्याची तबदली पुणे दरबारकडून मोठ्या कौशल्याने पुण्यास करवून घेतली. तेव्हा अहिल्याबाईंनी त्यास मंजुरी दिली नाही. पुढे नारो गणेश हा अहिल्याबाईंकडील एक विश्वासू कारभारी राघोबादादांकडे आपल्या उच्चपदस्थासह गेल्यामुळे त्यास अहिल्याबाईंनी तुरुंगवासाची शिक्षा सुनावली. यातही तुकोजीचा हलगर्जीपणा होता. अहिल्याबाईंना जमाखर्चाचे चांगले ज्ञान असून, त्यांतील खाचाखोचा ज्ञात होत्या. तुकोजी जेव्हा खर्च सादर करताना खोटे हिशोब देऊ लागला, तेव्हा बाईंनी सूक्ष्मपणे हिशोब तपासले. त्या वेळी तुकोजीने कागदावर जास्त फौज दाखवावी, पण प्रत्यक्षात कमी फौज पदरी ठेवावी, तसेच फौजेसाठी घेतलेला पैसा खासगीत खर्च करावा आणि बोलाचालीत हिस्सा ठेवावा असे उद्योग केले. याशिवाय नैमित्तिक खर्च भलताच दाखविला आणि याप्रकारे पैसे देताना वेगळे व कागदोपत्री दाखवावयाचे वेगळे, असे भोंगळ व बेशिस्त त्याचे धोरण होते. वर तो चिडून अहिल्याबाईंना दौलतीचा हिशोब मागत असे. त्यांचा हिशोब चोख असल्यामुळे त्याची तो पाहण्याची हिंमत होत नसे. तुकोजीला वारंवार बाईंनी पैसे पुरविल्याच्या अनेक नोंदी होळकरांच्या दप्तरात आढळतात. वस्तुस्थिती अशी होती, की तुकोजीला पैशाबरोबर संस्थानचा कारभारही हवा होता, आणि त्यास अहिल्याबाई राजी नव्हत्या. उघड सामना करण्याचे धैर्य त्याच्या अंगी नव्हते आणि सैन्य बळावरही ते त्याला शक्य नव्हते. यामुळेच पहिल्या होळकर-इंग्रज युद्धात होळकरांच्या सैन्याचा खर्च वाजवीपेक्षा

जास्त झाला; तरीसुद्धा अहिल्याबाईंनी कळविले, 'लढाईचे काम पडले आहे. कामकाजात कमी पडू नये. खर्चाची तरतूद केली आहे.' त्याच सुमारास बडोद्याहून इंग्रज सुरतेकडे आले. तेव्हा बाईंनी पुण्यास कळविले, "बळकट फौजेची गरज आहे. श्रीमंत फौजेची उपेक्षा करतात. श्रीमंतांनी शिलेदारांचा व हुजुरातीचा पुष्कळ भरणा करून, जागजागी फौजा पाठवून जेथल्या तिथे दहशत पडेल असे करावे. भिल्लांस व गुलजरखानास अभय पत्रे दिली, तर ते वाटा बंद करतील.''

पुढे वसई घेण्याचा इंग्रजांचा विचार आहे, असे अहिल्याबाईंना समजताच, त्या लिहितात, "सरकारी फौज व फ्रान्सीसी मुंबईस लावावे. फौज व आंग्रे यांना वसईची पुस्त पन्हाई करावी. या तरतुदी श्रीमंतांनी केल्याच असतील.'' मुंबई व सुरत येथील इंग्रजांस एकत्र येऊ देऊ नये, ही त्यांची मुत्सद्देगिरी दिसते. शत्रूचा शत्रू हा आपला मित्र या न्यायाने फ्रेंचांना हाताशी धरण्याचा मार्ग त्यांनी सुचविला होता. महादजी शिंदे यांनी तो प्रत्यक्ष कृतीत आणला होता. महादजी शिंदे गोहदच्या राण्याचा उच्छेद करू लागले, तेव्हा त्यांनी अहिल्याबाईंना कळविले, "सलुख राखून कामकाजे करावी. आताच त्याशी बिघडू नये. इंग्रजांचे पारिपत्य अजून झालेले नाही.'' त्यांना इंग्रजांच्या दबावाची पूर्ण जाण होती. महादजी त्यांना अनुकूल होते. महादजीवर अहिल्याबाईंचे पुत्रवत प्रेम होते. ते त्यांना मातोश्री म्हणत असत व पायावर डोके ठेवून नमस्कार करीत असत. अहिल्याबाईंनी सुभेदारीला सुरुवात केली. तेव्हा महादजी लिहितात, "कै. सुभेदार असता गौतमीबाई कारभार करीत होती. ती वारल्यावर अहिल्याबाई वहिवाट करू लागली. ती चाल त्यांच्या घरची पहिल्यापासूनची आहे.'' इंग्रज-होळकर युद्धाच्या वेळी तुकोजी बेशिस्त वागू लागताच महादजी नानास कळवितात, "बाईने पूर्ववत प्रमाणे सरदारीचे डौल चालावे. तुकोजीबाबांनी फक्त चाकरी करून असावी. या पक्षी मर्जी उदास असली, तर काशीस जावयाची पत्रे व दस्तके आली म्हणजे मातोश्रीस आम्हीच महायात्रेस घेऊन जाऊ.'' पुणे दरबारने अहिल्याबाईंस वठणीवर आणावे, म्हणून तुकोजी कांगावा करीत असे; पण त्या लेचीपेची नव्हत्या. त्या म्हणत असत, "मी सुभेदाराची सून आहे. बांगड्या भरल्या नाहीत. मजवर चालून आलात तर दारूगोळा सिद्ध आहे.'' अहिल्याबाईंनी इंग्रज-होळकर युद्धात खर्चावर मर्यादा घालण्याचा प्रयत्न केला; पण पराभव टाळण्यासाठी खर्च आवश्यक होता; मात्र काटकसर दु:सह्य वाटून पुणे दरबारचा रोष बाईकडे वळावा, असे तुकोजीने त्या वेळी वर्तन केले. अर्थात अहिल्याबाईंचे पुणे दरबारशी या ना त्या निमित्ताने खटके उडत असत; परंतु अखेर अहिल्याबाईंचीच बाजू रास्त ठरत असे. हे सर्व प्रसंग तुकोजीच्या भोळसर स्वभावामुळे घडून आले; कारण तो साधा, सरळ व परप्रत्यनेय बुद्धीचा शिपाईगडी होता. त्यामुळे अहिल्याबाईंनी घडलेल्या प्रसंगांविषयी समज देण्यापलीकडे त्यांच्या विरुद्ध

कोणतीच गंभीर कृती वा कार्यवाही केली नाही.

मल्हाररावांच्या मृत्यूनंतर (इ. स. १७६६) अहिल्याबाईंवर राज्यकारभाराची सर्व जबाबदारी पडली आणि पुढील वर्षी मुलगा मालेराव याच्या मृत्यूनंतर संस्थानचा औरस वारसदारही गेला. तेव्हा बाईंना राज्यकारभार कसा झेपणार, अशा शंका काही दरबारी मंडळींना येऊ लागल्या. या दरबारी मंडळींत जुना दिवाण गंगाधर यशवंत चंद्रचूड ऊर्फ गंगोबातात्या हा प्रमुख सूत्रधार होता. त्याचे म्हणणे असे होते, की बाई दु:खात, गादीला वारस नाही, सरंजामाचा पसारा वाढलेला, अशा वेळी आपण दत्तक घ्यावा आणि कारभार माझ्यावर सोपवावा. गंगोबातात्याने ही गोष्ट वारंवार अहिल्याबाईंना सांगून पाहिली; पण त्या बधत नाही, असे पाहून त्याने रघुनाथराव पेशव्यांशी संधान बांधले आणि त्याला इंदूरवर स्वारी करून दौलत बळकविण्याची विनंती केली. त्याप्रमाणे राघोबाने स्वारीचा तबेत आखला. बाई दु:खात असल्यामुळे युद्ध करणार नाहीत, उलट सरंजाम ताब्यात देऊन रक्षण करा म्हणतील, अशी त्याची अटकळ होती. परंतु या बाबतीत त्याला यशाची खात्रीही वाटत नव्हती. त्याने आपल्या फौजेतील काही विश्वासू शिलेदारांना स्वारीचा बेत सांगितला. तेव्हा राघोबांना फौज व पागे म्हणाले, ''अन्यत्राशी वा शिंद्यांशी, एखादे वेळी श्रीमंतांशी तुम्ही लढाई केली, तर आम्ही तुमचे चाकर आहोत. तुम्हापुढे मरू, पण अहिल्याबाईंशी लढाई करू म्हणाल, तर आम्ही तुमचे चाकर नाही.'' अर्थात, या कपटकारस्थानचा सुगावा अहिल्याबाईंना लागताच, त्या राघोबाशी दोन हात करण्यास कटिबद्ध झाल्या. भोसले, दाभाडे, गायकवाड, शिंदे आदी तत्कालीन मातब्बर सुभेदार-सरदारांना त्यांनी मदत करण्याविषयी गुप्त पत्रे पाठविली. शिवाय पुण्याला जासूद पाठवून थोरल्या माधवराव पेशव्यांकडे दाद मागितली. माधवराव पेशवे अहिल्याबाईंना मान देत. बाईंना पत्र लिहिताना ते पत्राची सुरुवात ''गंगाजल निर्मळ अहिल्याबाई होळकर यांसी स्नेहांकित माधवराव बल्लाळ प्रधान, आशीर्वाद. उपरी येथील कुशल जाणोन स्वकीये लिहीत जाणे विशेष...'' अशी करायचे. यामुळे न्यायनिष्ठुर माधवरावाने अहिल्याबाईंस निरोप पाठविला, की ''तुमचे दौलतीविषयी जो पापबुद्धी ठेवील, त्याचे परिपत्य बिनधोक करावे.'' या वेळी राघोबा सुमारे पन्नास हजार फौजेनिशी उज्जयिनीजवळ अंकपात घाटावर मुक्काम करून होता. लढाई अटळ आहे, हे लक्षात येताच बाईंनी तुकोजी होळकरला चालून जाण्याची आज्ञा दिली. तुकोजी रात्रीच उज्जयिनीत दाखल झाला. दुसऱ्या दिवशी राघोबाची आघाडीची फौज क्षिप्रा नदीत उतरल्याचे कळताच तुकोजीने सांडणी स्वाराबरोबर इशाऱ्याचा निरोप पाठविला, की 'क्षिप्रा पार कराल, तर तुमची आमची तलवार चालेल, याचा विचार करावा.' या निरोपासरशी लढाईचा रंगच पालटला. बाई लढणार नाहीत, तह करून खंडणी देईल, अशी जी राघोबाची समजूत होती, ती फोल ठरली. तिची

तयारी, डावपेच आणि हिम्मत पाहून राघोबा चकित झाला. चढाई करावी, तर कडवा प्रतिकार दिसत होता. पराभव झाल्यास बाईकडून हरलो, ही नामुष्की येणार; विजय मिळाला तरी बाईना जिंकले, त्यात विशेष काय भूषण! अशा स्थितीत युद्ध टाळून मान राखावा, हेच बरे असे ठरवून राघोबाने तुकोजीशी सामोपचाराची बोलणी सुरू केली. राघोबाने अहिल्याबाईकडे निरोप पाठविला. ''आम्ही केवळ सांत्वनार्थ आपल्या भेटीस येतो. सरदारकीत घालमेल करीत नाही.'' बाईंनी उलट निरोप धाडला, ''सांत्वनार्थ यायचे तर सडे यावे. फौज घेऊन येण्याचे प्रयोजन नाही.'' नंतर रघुनाथराव अहिल्याबाईंना इंदूरला जाऊन भेटला. त्यांचे पाहुणचार, आदरातिथ्य आणि आदर्श जीवन पाहून राघोबा खजिल झाला. अशा प्रकारे अहिल्याबाईंनी राघोबावर धैर्याने व मुत्सद्देगिरीने विजय तर मिळविलाच. शिवाय यामुळे प्रजाजनात आणि मोगल, पेशवे, शिंदे, भोसले, निजाम यांच्या दरबारी दरारा वाढला. त्या सर्वांवर त्यांच्या कर्तबगारीची छाप पडली. या प्रकरणात आपलाच दिवाण गंगाधर यशवंत याने राघोबाशी कारस्थान करून आपल्याला अडचणीत आणण्याचा प्रयत्न केला, तरीसुद्धा अहिल्याबाईंनी दिलदार मनाने त्याच्या मुलाचे सद्गुण हेरून त्यास पुण्याच्या दरबारी वकील नेमले, हे केवढे औदार्य!

रघुनाथरावाच्या चढाईचे संकट टळते ना टळते, तोच राजपुतांनी अहिल्याबाईविरुद्ध जुना दावा उकरून बंडाचे निशाण फडकाविले. या बंडाचा प्रमुख सूत्रधार चंद्रावत होता आणि बंडाचा हेतू केवळ स्वजात्यभिमान व स्वसंरक्षण यांची वृद्धी करणे हाच होता. चंद्रावताचा संबंध उदेपूरच्या प्रसिद्ध सिसोदिया वंशाशी होता. पूर्वी त्याची रामपुरीची जहागीर जयपूरचा माधवसिंह यास तो आजोळी राहत असताना त्याच्या इतमामासाठी त्याचा मामा संग्रामसिंह याने दिली होती. पुढे माधवसिंहास मल्हारराव होळकरांच्या मदतीने जयपूरचे राज्य प्राप्त झाले. त्या वेळी माधवसिंहाने होळकरांना उपकाराची फेड करण्याच्या उद्देशाने रामपुरीचा भाग बहाल केला. ही गोष्ट चंद्रावतास आवडली नाही. त्याने रघुनाथरावाने युद्धाचा घोळ घातला ती संधी साधून अहिल्याबाईविरुद्ध बंड उभारले (इ. स. १७७१). नेमका या वेळी तुकोजी होळकर हा विसाजीपंत बिनीवाल्यांबरोबर पेशव्यांच्या सैन्यास मदत करण्यासाठी उत्तर हिंदुस्थानात ससैन्य अडकला होता; तथापि अहिल्याबाईंनी हिंमत खचू न देता स्वत:च बंडवाल्यांशी दोन हात करण्याचा धाडसी निर्णय घेतला. त्यांनी मंदसोरजवळच्या पळसुडा येथील लढाईत आपल्या पहाऱ्यावरील शरिफभाई याच्या मदतीने चंद्रावताचा पराभव झोंबला. पुढे इ. स. १७८७ मध्ये जेव्हा राजपुतांनी महादजी शिंदेचा लालसोट येथे पराभव केला आणि होळकरांचा निंबहेडा महाल खालसा करून त्यांचे जावद शहर काबीज केले, तेव्हा चंद्रावतास जोर चढून त्याने पुन्हा बंड केले. हे पाहून अहिल्याबाईंनी सैन्य गोळा केले आणि अबाजीपंत राघोरणसोड याच्या

नेतृत्वाखाली सैन्यास राजपुतांवर पाठविले; परंतु राजपुतांनी या सैन्यावर छापा घालून अबाजीपंतास ठार केले. त्या वेळी अहिल्याबाईंनी आपल्या माहेरच्या तुळाजी शिंदे या आप्तास व शरिफभाई या दोघांना आणखी पाच हजार स्वार देऊन रवाना केले. या फौजेने राजपुतांचा पराभव करून जावद, निंबहेडा, राणीपुरा वगैरे किरकोळ महाली ठाणी जिंकून खुद्द रामपुरीही हस्तगत केली. यानंतर राजपुतांनी आमदेच्या किल्ल्यात आश्रय घेतला; परंतु तोही किल्ला काबीज करून होळकरांच्या सैन्याने राजपुतांचा पूर्ण धुव्वा उडविला. (इ. स. १७८८).

दौलतीवरील अशी काही आक्रमणे अहिल्याबाईंनी न डगमगता अत्यंत कौशल्याने व चाणाक्षपणे परतविली; नव्हे, आक्रमकांना आपल्या लढाऊ बाण्याचा प्रसाद दिला आणि होळकरांच्या राज्याचे संरक्षण केले. त्याच वेळी त्यांनी मल्हाररावांच्या कारकिर्दीत अस्तित्वात असलेल्या अनेक कायद्यांत परिस्थितीनुसार आवश्यक त्या सुधारणा केल्या. त्यांनी करपद्धती सौम्य केली. शेतकऱ्यांकडून उत्पन्नानुसार सारा घेण्याची पद्धत चालू ठेवली. पाटील-कुलकर्ण्यांच्या वतन हक्कांचे संरक्षण केले आणि गावोगावी न्याय देणारे पंच अधिकारी नेमले. महालांच्या ठिकाणी लायक व कार्यक्षम अधिकारी नियुक्त केले. त्या वेळी राज्याच्या डोंगराळ मुलखातून भिल्ल व गोंड आदिवासी राहात असत. त्यांचा उपद्रव प्रवाशांना फार होत असे. गोंड हे प्रवाशांवर धाडे घालून त्यांवर उपजीविका करीत. हे लोक आपल्या हद्दीतून कोणाचा माल जाऊ लागला, की मालावर 'भीलकवडी' नावाचा एक कर लावत आणि तो बळजबरीने वसूल करीत. अहिल्याबाईंनी त्यांना गोडीगुलाबीने वठणीवर आणले आणि त्यांचा तो कर घेण्याचा हक्क मान्य केला; परंतु त्या मोबदल्यात त्यांना पडीक जमिनी देऊन त्यांच्याकडून लागवड करून घेतली. शिवाय त्यांना विशिष्ट हद्द नेमून देऊन तीत जर कुठे चोरी झाली, तर त्यांनी तपास करून देण्याचा करार त्यांच्याकडून करून घेतला. अशा प्रकारे अहिल्याबाईंनी आदिवासींच्या स्वैर गैरवर्तनावर निर्बंध तर घातलेच, शिवाय विधायक कामासाठी त्यांचा उपयोग करून घेऊन व्यवहारचातुर्य दाखविले. पुष्कळ दिवसांच्या कराराने जमीन पट्ट्याने देण्याची पद्धतही अहिल्याबाईंनी सुरू केली. त्यांनी राज्याची राजधानी नर्मदातीरी महेश्वर या गावी नेली. तिथूनच अखेरची सुमारे पंचवीस वर्षे सर्व राज्यकारभाराची सूत्रे हलविली. अहिल्याबाईंचे वास्तव्यही अखेरपर्यंत मुख्यत्वे महेश्वरच्या किल्ल्यात होते. या किल्ल्यातील उंच आणि निसर्गरम्य जागी असलेल्या भव्य राजवाड्यात त्या राहत असत. तिथेच त्यांचा दरबार हॉल असून त्यात राज्याचे प्रमुख अधिकारी, सरदार-दरकदार इत्यादींचा दरबार भरत असे. राजवाड्यातील अहिल्याबाईंचे देवघर प्रशस्त व नीटनेटके होते. त्यात चांदीचा एक कलाकुसरयुक्त देव्हारा असून यात सोन्याचा पाळणा होता. त्यात बाळकृष्णाची सुवर्णमूर्ती गोकुळाष्टमीला ठेवण्यात

येई. सांप्रत या पाळण्यात कायमस्वरूपी एक मूल्यवान दुर्मिळ शंख ठेवला आहे. याशिवाय देव्हाऱ्यात अनेक चांदीच्या, पितळेच्या देवदेवतांच्या मूर्ती असून शिवलिंगे आहेत. या सर्व आजमितीस अवशिष्ट स्वरूपात आहेत. अहिल्याबाईंनी महेश्वरजवळच्या नर्मदा नदीकडेने सुंदर घाट बांधले, प्राचीन मंदिरांचा आणि धर्मस्थानांचा जीर्णोद्धार केला व पूर्वजांच्या स्मरणार्थ छत्र्या बांधल्या. तसेच काही नवीन मंदिरे बांधली. या मंदिरांतील काळेश्वर, ज्वालेश्वर, बाणेश्वर, काशीविश्वेश्वर, मातंगेश्वर ही शिवमंदिरे असून परशुराम, पंढरीनाथ, नरसिंह ही वैष्णव मंदिरे होत. भवानी माता मंदिर (विंध्यवासिनी) हे भारतातील १०८ शक्तिपीठांपैकी एक आहे. तो डागडुजी करून पक्क्या चुन्याचा बांधविला. सुरुवातीस किल्ल्यावर तुरळक वस्ती होती, ती वाढविली आणि शहरात आदितवाराला बाजार बसविला. शिवाय मंगळवारपुरा, फणसेपुरा, कृष्णपुरा, गोविंदपुरा अशा नव्या पेठा वसविल्या.

त्या काळी महेश्वर हे निष्णात कारागीर, पाथरवट, शिल्पकार आणि विणकर यांचे मध्यवर्ती केन्द्र बनले होते. या सर्वांना अहिल्याबाईंचा राजाश्रय होता. जयपूरच्या विशाल या कारागिराने येथे काही मूर्ती घडविल्या होत्या. त्याचे नमुने मंदिरात प्रतिष्ठापना केलेल्या सुरेख मूर्तींतून आढळतात. अहिल्याबाईंनी वस्त्रोद्योगास उत्तेजन देऊन विणकर कलाकारांना महेश्वरला बोलावून व त्यांना सोई आणि सवलती देऊन हा उद्योग भरभराटीस आणला. एवढेच नव्हे, तर कुशल कारागिरांना चांगला मुशाहिरा देऊन महेश्वरसारख्या ठिकाणी कोष्ट्यांची वसाहत स्थापन केली आणि उत्तम हातमागाची सणंगे तयार होतील अशी पेठ कायम केली. कच्चा माल घ्यावा व पक्का माल पाठवावा, हे देशी अर्थनीतिचे मूलसूत्र अल्पशिक्षित असूनही अहिल्याबाईस उमगले होते. या त्यांच्या कृतीमुळे स्थानिक लोकांना उद्योग तर मिळालाच, पण संस्थानच्या उत्पन्नातही त्यामुळे भर पडली. ती साड्यांची परंपरा आजही महेश्वरात पाहावयास मिळते. महेश्वरी साड्या त्यावरील नाजुक कलाकुसरींमुळे व कशिद्यांमुळे ख्यातनाम आहेत. अहिल्याबाईंनी विविध योजनांद्वारे महेश्वरचे महत्त्व वृद्धिंगत केले.

अहिल्याबाईंचा मूळ स्वभाव सौम्य, समझोत्याच्या धोरणाचा होता; तथापि राज्यकारभारात प्रसंगोपात त्यांनी निष्ठूर धोरण अंगिकारून मनरूपसिंगसारख्या कुविख्यात डाकूला फाशीची शिक्षा फर्माविली. त्यांच्या न्यायीपणाबद्दल सर्वत्र दबदबा होता. आसपासचे संस्थानिक त्यांच्याकडे तंटे घेऊन येत. त्यांनी अनेक तंटे व गृहकलह मिटविले. एवढेच नव्हे, तर आवश्यक वाटल्यास काही तंट्यांची दाद पुणे दरबारकडेही लावून त्यांनी त्यांना योग्य न्याय मिळवून दिला. त्यांच्या राज्यात सुबत्ता, संपन्नता व शांती होती. त्या अजातशत्रू होत्या; परंतु राज्यावर गुदरलेल्या संकटांना त्यांनी चोख उत्तर दिले. त्या वेळी होळकरांच्या टांकसाळेतून सोने, चांदी

आणि तांब्याची अनुक्रमे एक रुपया, आठ आणे व चार आणे अशी नाणी मोगल बादशहा शाहआलमच्या नावावर पाडली जात होती. या नाण्यांवर सूर्य, नंदी, बिल्बपत्र आणि शिवलिंग यांचे छाप पाडण्यात येत असत. सुरुवातीची चांदीची नाणी ही मुख्यत्वे इ. स. १७६९ मध्ये मल्हारनगर येथील टांकसाळीत पाडली होती; तर इ. स. १७८७-८८ दरम्यान महेश्वर येथे तांब्याची नाणी व इ. स. १७९२-९३ दरम्यान इंदूर येथून सूर्य व कट्यार छापाची नाणी पाडण्यात आली. पिंड व बिल्बपत्र छापाची नाणी प्रामुख्याने दान देण्याकरिता अहिल्याबाई वापरत असत आणि सूर्य छापाची नाणी प्रशासनव्यवस्थेसाठी वापरात आणीत. अहिल्याबाईंच्या शिवदेवतेविषयीच्या श्रद्धेमुळे बारा ज्योतिर्लिंगांना त्यांनी देणग्या दिल्या आणि तेथील मंदिरांचे जीर्णोद्धार केले. नाण्यांवरील शिवलिंग, बिल्वपत्र या श्रद्धेतूनच आले होते. अहिल्याबाईंच्या काळातील अनेक नाणी आजही संग्रहालयात पाहावयास मिळतात.

अहिल्याबाईचे नाव मात्र सर्वतोमुखी मुख्यत्वे त्यांचे औदार्य, भूतदया, सदाचरण, गरिबांबद्दलची कणव आणि धर्मशीलता या लोकोत्तर गुणांमुळे झाले. त्यांच्या धर्मपरायणतेला प्रांतमर्यादा नव्हती. त्यांनी सर्व क्षेत्रांना, मंदिरांना धार्मिक मदत केली. त्यांच्या सात्त्विक विचारात आणि आचारात एकवाक्यता होती, हे समाजाने जाणले. म्हणून त्यांची प्रजा वा समाज इतर सरदारांशी, पेशव्यांशी जसा वागत होता, तसा अहिल्याबाईंशी वागला नाही. हा त्यांच्या धर्मपरायण वृत्तीचा समाजावरचा परिणाम निश्चित जाणवतो. दौलतीचा पैसा त्यांनी राज्याच्या भल्यासाठी-प्रजासंरक्षणार्थ खर्च केला, तर खासगीचे धन धर्मपरायणतेत खर्च केले. त्यामुळे अहिल्याबाईंचे नाव आसेतू हिमाचल घेतले जाते. मंदिरांचा जीर्णोद्धार, घाट, धर्मशाळांची बांधणी, विहिरी व मंदिरे यांचे बांधकाम आणि गोरगरिबांसह सर्व स्तरांतील लोकांना उदारपणे देणग्या, यांमुळे त्यांची कीर्ती वाढली. त्यांनी अन्नछत्रे उघडली. अहिल्याबाईंनी भारतातील प्रमुख तीर्थक्षेत्री नवीन मंदिरे बांधली. त्यांपैकी अयोध्या (राममंदिर), नाशिक (राममंदिर), द्वारका, पुष्कर, हृषीकेश, सुलतानपूर (खानदेश), जेजुरी (महादेव-खंडोबा), पंढरपूर (श्रीराम), चौंढी (परशुराम), तराणा (तीळ भांडेश्वर), नेमार (हरदा हंडिया), उदेपूर, गया (जानकीराम) इत्यादी काही ख्यातनाम असून अविशिष्ट आहेत. याशिवाय त्यांनी सोरटी सोमनाथ, ओंकारेश्वर, मल्लिकार्जुन, औंढा नागनाथ, काशी विश्वेश्वर, विष्णूपाद, महाकालेश्वर आदी जुन्या व प्राचीन मंदिरांचा जीर्णोद्धार केला. वाराणसी (बनारस), प्रयाग, पुणतांबे, चौंढी, नाशिक, जांब (इंदूर), त्र्यंबकेश्वर येथे नदीला विस्तीर्ण घाट बांधले आणि गोकर्ण महाबळेश्वर, उज्जयिनीचा महाकालेश्वर, रामेश्वर, भीमाशंकर आदी पवित्र स्थळी अन्नछत्रे उघडली. अयोध्या, मथुरा, हरद्वार, कांची, अवंतिका, द्वारका, बद्रीनारायण, बद्रीकेदार,

जगन्नाथपुरी यांसारख्या सप्तपुऱ्या– चार धामे या ठिकाणी कुठे घाट, बागा, मंदिरे, कुंडे, अन्नछत्रे, धर्मशाळा रघालून त्यांनी यात्रिकांची सोय केली. महाराष्ट्रातील पंढरपूर, कोल्हापूर, नाशिक, जेजुरी, वेरुळ, चिंचवड, पुणतांबे, चौंढी, संगमनेर, पुणे, ओझर, रावेर, निमगाव इत्यादी ठिकाणी घाट-मंदिरे बांधली. त्यांनी कलकत्ता ते काशी (बनारस) असा मोठा रस्ता तयार केला. जांब (इंदूर) व जेजुरी येथे यात्रेकरूंसाठी तलाव खोदले आणि ओंकारेश्वरजवळ सुरेख बाग तयार केली. तसेच त्याचा सभामंडप बांधला. याशिवाय जेजुरी येथे श्री मल्हारी गौतमेश्वराची छत्री, इंदूरला मालेराव व गौतमीबाई यांच्या छत्रा आणि महेश्वरला मुक्ताबाईच्या स्मरणार्थ नाजूक कारागिरी केलेले मंदिर बांधले व कुंभेरीजवळ खंडेरावांच्या स्मरणार्थ छत्री बांधली.

पंढरपूरच्या विठोबावर अहिल्याबाईंची विशेष मर्जी होती. त्यांनी विठोबास रत्नजडित मुकुट दिला. याची कीर्ती सर्वत्र पसरली. तत्संबंधी होळकरांच्या दरबारी असलेला पेशव्यांचा वकील केसो भिकाजी दातार पेशव्यास कळवितो, "पूर्वी कै. मल्हारराव होळकर सुभेदार यांचे वेळेस पादशाही दौलतीतील जिन्नस, त्यांपैकी सांप्रत बाईंनी जडावाची चोळी काढून त्याचे हिरे व माणके काढून श्री पांडुरंगाचे मूर्तीस टोपी केली. त्याची किंमत परस्परे ऐकली; रुपये पाच हजार आहे."

अहिल्याबाईंची दानत मोठी होती. मुक्ताबाई फणसे ही मुलगी पतीबरोबर सती गेली. तिच्या क्रियाकर्मासाठी अहिल्याबाईंनी हत्ती, घोडे, वाडा, जमीन दान दिले व पन्नास हजार रुपयांचा दानधर्म केला. होळकरांकडे परगणे चांदवड, कसबे निफाड येथील पाटीलकीचा तिसरा हिस्सा होता. तो मुक्ताबाईच्या लग्नाच्या वेळी तिला आंदण दिला होता. तसेच बाईंनी माहेरच्या नात्यातील म्हाळसाबाई शिंदे, चौंढीकर हिला मौजे खांबपिंपरी हा गाव संसाराच्या बेगमीसाठी दिला होता. इ. स. १७८७ च्या जानेवारी महिन्यात सूर्यग्रहण आले होते. त्यानिमित्त अहिल्याबाईंनी एक लक्ष रुपयांचा संकल्प करून हत्ती दान दिला. त्या दिवशी त्यांनी एकूण पन्नास तुला केल्या. त्यांतील एका तुलेत सुवर्ण व सोळा हजार रुपये घालून नातू नथ्याबा याच्यासह बाईंनी आपली तुला केली, आणि ते सर्व द्रव्य दानधर्मात वाटून टाकले. अहिल्याबाईंना पुराण श्रवणाचा छंद होता, नव्हे तो त्यांच्या नित्यनैमित्तिक जीवनाचा अविभाज्य भाग होता. त्यामुळे नामांकित पुराणिकांकडून त्या भागवत सप्ताह करून घेत असत. होळकरांच्या दरबारातील पेशव्यांचा वकील विठ्ठल शामराज, पुणे दरबारात अशा एका पारायणाविषयी लिहितो, "सात दिवसपर्यंत भागवत जाले. पौर्णिमेस समाप्ती झाली. बाईंनी दानधर्म यथास्थित केला. पाच भागवताची पुस्तके ब्राह्मणास दान दिली, दोन दोनशे रुपये दक्षणा दर पुस्तकावर व पाच ब्राह्मणांस पाच शालजोड्या, पागोटी व पारायण करणारास दोनशे रुपये दक्षणा, वस्त्रे याप्रमाणे

देऊन पौर्णिमेस समाप्ती झाली.'' कोणी एखादी व्यक्ती धर्मार्थ वा लोकोपयोगी कार्य करीत असेल, तर अहिल्याबाईंकडून त्याला हमखास काही इनाम, वर्षासन, देणगी, जमीन या स्वरूपात करार करून दिले जात असे. उदा. नारो गणेश गाडगीळ यांनी सांगितले, की मौजे अणसुरे येथून पांथस्थ ब्राह्मण जात-येत असतात. त्यांना अन्न द्यावे लागते. म्हणून बाईंनी त्यांना शंभर रुपये वर्षासन करून दिले. वाराणसीचे बाळाजी लक्ष्मण यांनी बाईस विनंती केली, की ''श्री मनकर्णिकेचे घाटाचे व तारकेश्वराचे काम सरकारातून होत आहे. काम सुंदर आहे व उपयुक्त आहे. ईश्वर करवून घेत आहे. मनकर्णिकेच्या घाटावर आपल्याकडील चौघडा व घड्याळ असल्यास उत्तम होईल. कोंयच वगैरे इकडील प्रांत आहेत. ते नेमणूक करून द्यावेत. इतर दौलतीसंबंधी खर्च होतात. त्यात हाही श्रेष्ठ समजून आज्ञा व्हावी.'' अशाच प्रकारची नेमणूक बाईंनी हरिभक्त परायण अनंतरूपी बिन नागेश याला उपजीविका चालावी म्हणून एक मण ज्वारी, बाजरी व लहान गावांतून अर्धा मण याप्रमाणे वर्षासन धान्य करार सरकारातून करून दिले होते. अशा अनेक देणग्यांचे उल्लेख होळकरांच्या पत्रव्यवहारांतून ळितात. त्यांची तपशीलवार नोंद 'महेश्वर दरबारची बातमीपत्रे' (भाग एक व दोन) यामध्ये मिळते.

अहिल्याबाईंनी ब्राह्मणांबरोबरच सर्व जातींतील गोरगरिबांचाही योग्य तो परामर्श घेतला होता. गोरगरिबांना सणासुदीला त्या अन्नदान करीत असत; परंतु गरजू लोकांना त्यांच्या दारी केव्हाही उपाशी पोटी, हात हलवत मागे फिरावे लागले नाही. सणावारी त्या कपडे दान करीत तसेच थंडीच्या दिवसांत राज्यात गरम कपडे– विशेषतः घोंगड्या वाटल्या जात. त्यांनी राज्यात जिथे दुष्काळ असेल, तिथे विहिरी खोदून त्या चिरेबंद बांधून दिल्या. विहिरींना कौलारू छपरांच्या टोप्या बसवून त्यांतील पाणी दूषित होणार नाही, याची खबरदारी घेतली. उन्हाळ्यात आपल्या राज्यातून हिंडणाऱ्या प्रवाशांसाठी अहिल्याबाईंनी मुद्दाम ठिकठिकाणी पाणपोया बांधून घेतल्या. जिथे पिके उन्हाने करपली, तिथे दमाजीपंतासारखी त्यांची माणसे धान्य घेऊन धावली. पाखरांना चारा मिळावा, म्हणून त्यांनी शेते नेमून दिली, राखून ठेवली. लोकांच्या सोयीसाठी धर्मशाळा, पांथशाळा, पडशाळा, आश्रमशाळा इत्यादी त्यांनी बांधल्या. बैलगाड्यांचे तांडे त्या काळी राज्यातून सर्वत्र फिरत असत. बैलांना पाणी-चारा मिळावा म्हणून त्यांनी मुद्दाम डोण्या बांधून घेतल्या. उन्हातान्हात शेतात राबणाऱ्या बैलांनाही पाणी मिळावे, यासाठी त्यांच्या सूचना असत. पशुपक्ष्यांसाठी रुग्णोपचारांची त्यांनी तजवीज केली होती. सर्पदंशावर लगोलग उपचार व्हावेत, म्हणून त्यांनी हकीमवैद्य नेमले होते. त्यांनी तीर्थकुंडे आणि नद्यांना घाट तर बांधलेच, पण सुरक्षित स्नानाची व्यवस्था केली. स्त्रियांना कपडे बदलण्यासाठी बंदिस्त ओवऱ्या ठेवायला त्या विसरल्या नव्हत्या. मुंग्यांना साखर आणि जलचरांना

कणकेच्या गोळ्या खाऊ घालण्यापर्यंत त्यांचा दानधर्म सढळ आणि सहृदय होता; कारण भूतदया, कणव, करुणा हाच त्यांच्या माणुसकीचा स्थायीभाव होता.

अहिल्याबाईंकडे अनेक विद्वान, पंडित, ज्योतिषी, वैद्य, कीर्तनकार, कलाकार इत्यादी प्रतिष्ठित व्यक्ती येत-जात असत. काहींना अहिल्याबाईंनी राजाश्रयही दिला होता आणि येणाच्या-जाणाच्या थोरांची त्या योग्य प्रकारे दान देऊन संभावनाही करीत असत. त्यांचा ग्रंथसंग्रह मोठा व दुर्मिळ होता. त्यात निर्णयसिंधू, द्रोणपर्व, ज्ञानेश्वरी, मथुरा महात्म्य, मुहूर्त चिंतामणी, श्री वाल्मिकी रामायण, सप्तकांड, पद्मपुराण, श्रावणमास माहात्म्य इत्यादी दुर्मिळ ग्रंथांच्या हस्तलिखित प्रती होत्या. विद्वानांचा त्यांच्या योग्यतेप्रमाणे बाई आदर व सत्कार करीत, कित्येकास इनामे देत. पंडित कवी मोरोपंत व शाहीर अनंत फंदी यांचा अहिल्याबाईंनी आदर-सत्कार तर केलाच, पण या थोर गृहस्थांना नम्रपणे सल्लाही दिला. बाईंना आपली स्तुती केलेली आवडत नव्हती; त्या म्हणत असत, 'परमेश्वराने नेमून दिलेले कर्तव्य मी पार पाडते.' एकदा मोरोपंतांनी त्यांच्यावर सहा कडव्यांची आर्या रचली. तेव्हा अहिल्याबाई त्यांना म्हणाल्या, "तुम्ही माझ्यासारख्या दीनपामराची व्यर्थ स्तुती केलीत. मी अबला आहे, पापी आहे. माझ्यापेक्षा तुम्ही परमेश्वराची स्तुती करण्यात काल घालविला असता, तर त्या वेळेचा सदुपयोग होऊन तुम्हाला पुण्य लागले असते.''

प्रसिद्ध तमासगीर अनंत फंदी हे विद्वान ब्राह्मण होते. एका मुसलमान फकिराच्या मागे लागून त्यांनी तमाशाचा फड उभा केला. एकदा महेश्वरास त्यांचा कार्यक्रम होता. अहिल्याबाईंना ते समजले. विद्वान पंडित, सत्पुरुष, कलाकार, संगीतकार वगैरे व्यक्तींचा सत्कार करणे, त्यांच्या गुणांचे कौतुक करणे, ही बाईंची रीत होती. त्याप्रमाणे त्यांनी अनंत फंदी यांना निमंत्रित केले. त्यांचा यतास्थित सत्कार केला व योग्य तो मुशाहिरा दिला. पुढे अहिल्याबाई त्यांना सौम्य शब्दांत विनंतीच्या सुरात म्हणाल्या, "तुम्ही ब्राह्मण आहात, विद्वान आहात; तरीसुद्धा तमाशा करता, हे खचित मोठे पातक आहे. हा निंद्य धंदा सोडून द्या. आपल्या विद्वत्तेला शोभेल असा दुसरा एखादा चांगला मार्ग आचरावा.'' त्यानंतर खरोखरीच अनंत फंदी यांनी तमाशा सोडून ते कीर्तन करू लागले. बाईंकडे महेश्वरास महाराष्ट्र, गुजरात, कर्नाटक, तेलंगण, माळवा आदी दूरदूरच्या प्रदेशांतून विद्वान येत असत आणि अहिल्याबाई त्या सर्वांची योग्यप्रकारे दखल घेत असत.

अहिल्याबाईंच्या लोकोपयोगी कामामुळे, तसेच दानधर्मामुळे अखिल भारतात त्यांची कीर्ती पसरली होती. एकदा काही कामासाठी अहिल्याबाईंचे सरदार सुबराव घोरपडे पुण्याला गेले होते. तिथे त्यांनी अहिल्याबाईंची स्तुती ऐकली. तेव्हा त्यांनी बाईंना पत्र पाठविले, ते लिहितात, "तुमची पुण्याची सत्कीर्ती ऐकून देवगण संतुष्ट

झाले. तेथे मनुष्यांचा विचार तो काय? मराठ्यांत असे कोणी मागेही झाले नाही व पुढेही होणार नाही.'' अहिल्याबाईंचे जावई फणसे हे जेव्हा फार आजारी होते, त्यावेळी बाईंना काळजी आणि दु:ख यांनी घेरले होते. त्यांचे मन अस्वस्थ होऊन प्रकृती फार क्षीण झाली होती. नित्यनैमित्तिक पूजाअर्चेंत लक्ष लागेना. हे बहुतेकांना या ना त्या निमित्ताने समजले, तसे ते हैदराबादच्या निजामासही कळले. निजामाने आपला वकील माधवराव लक्ष्मण याच्यामार्फत बाईंना पत्र पाठविले. ''निजाम उल् मुल्क यांनी आपल्या शरीर प्रकृतीविषयी विचारपूस केली. निजाम बोलले, 'अहिल्याबाई शरीरे करून कुशल व सलामत असोत. त्या सरदारीचे भूषण आहेत. जे की या समयांस श्रीमंतांचे दौलतीत एक प्रत्यक्ष अहिल्या जे देवलोकी होऊन गेली. त्याची प्रतिमा ही बाई जाली. तेव्हा येथे द्वैतार्थ कसला? नित्यनियम, स्नानसंध्या हेच यांचे ध्येय!''

कीर्तीबरोबरच अहिल्याबाईंचा दराराही मोठा होता. त्यांच्या व्यक्तिमत्त्वाचा प्रभाव दुसऱ्यावर जसा पडत होता, तसा तो पेशव्यांवरही होता. सरकारी डाक घेऊन जाणारे कासद हे ठिकठिकाणी मुक्काम करीत. रात्री वस्तीला राहत. कधी त्यांचा मुक्काम एखाद्या गावी जास्त दिवस असे. अशा वेळी ते गावकऱ्यांवर दबाव टाकून चीजवस्तू मागून घेत. एकदा अहिल्याबाईंकडे अशी तक्रार आली. त्यांनी तत्काळ पेशव्यांना पत्र लिहिले, ''डाकेचे कासद मुक्कामाला येतात. गावकऱ्यांना दळण, तेल, लाकूड-फाटा मागतात. हे काही आमच्याकडून मिळणार नाही. उगाच गाव-बगांव वस्तीला राहावे, लाकूडफाटा मागावा, हे आमच्याने होणे नाही.'' तसेच अहिल्याबाईंनी पंढरपूरच्या मंदिरात रुक्मिणीसाठी सोन्याच्या साखळ्या तयार करून पाठविल्या. त्या संदर्भात पंढरपूरचे वेदशास्त्रसंपन्न एकनाथ गोंविद उत्पात यांना त्यांनी कळविले, ''श्री आईस पायेचा रमझोन सोन्याचा, बाळाजी नाये यांजबरोबर पाठविले आहेत. तरी प्रत्यही भोगवीत जाणे. यात अंतर पहले, तर उत्तम नसे. याचा जाब तुम्हास पुसला जाईल.'' अनेक वेळा राज्यावर नवीन वारसाची अधिकृतरीत्या नेमणूक करताना किंवा दत्तकास मंजुरी देताना नजराणा म्हणून वरिष्ठ मंत्र्या-अधिकाऱ्यांकडून काही रक्कम घेण्याची पद्धती त्या वेळी अस्तित्वात होती आणि अशा रकमा देण्यात संबंधित व्यक्ती काही गैर मानीत नसे. अशा रकमा पेशवेसुद्धा घेत असत. एकदा एका धनाढ्य सावकाराच्या निपुत्रिक विधवेस आपल्या पुतण्यास दत्तक घ्यावयाचे होते. तिने तेथील कमाविसदारांकडे दत्तकास अनुमती मागितली. तेव्हा कमाविसदाराने तिच्याकडे भरमसाठ पैशांची मागणी केली. तेव्हा हे प्रकरण त्यांच्या राज्यातील असल्यामुळे अहिल्याबाईंकडे महेश्वरला गेले. त्यांनी तिला फुकट दत्तकाला परवानगी तर दिलीच आणि त्या गावातील कमाविसदाराला काढून टाकले. अशा प्रकारे अहिल्याबाईंनी होळकरशाहीचे

एक लोकहितदक्ष राज्यकर्ती म्हणून मल्हाररावांच्या निधनानंतर अखेरपर्यंत पालन केले, आणि एक विश्वस्त म्हणून संस्थान सांभाळले. पूर्वापारचे जतन करावयाचे, आपल्या कर्तृत्वाने राखावयाचे, त्यात भर घालावयाची आणि पुन्हा दुसऱ्याच्या स्वाधीन करावयाचे, ईश्वरकृपेने आपल्याला जे मिळाले आहे, त्याचा सदुपयोग करावयाचा, शक्य असेल तेवढे दानधर्मात खर्चायचे, अशी त्यांची सद्भाव मनोवृत्ती होती.

अहिल्याबाईंचे व्यक्तिमत्त्व मध्यम उंची, काळासावळा वर्ण, सतेज चेहरा आणि डोळ्यांत कर्तृत्वाची झाक असे होते. शारीरिक दृष्ट्या त्या फारशा धडधाकट नव्हत्या. वैधव्यदशा प्राप्त झाल्यानंतर त्यांनी अतिशय साधी राहणी स्वीकारली होती. अंगावर पांढरी शुभ्र साडी व एकच सोन्याची माळ त्यांच्या कंठात असे. देवधर्मावरील निष्ठा आणि पुराण-कीर्तन श्रवणामुळे त्यांच्या जीवनाला सोज्ज्वळ वळण लागले होते. त्यांचे आचरण निर्मळ आणि नियमबद्ध होते. उपासतापास, व्रतवैकल्ये, पूजाअर्चा, दानधर्म इत्यादी गोष्टी आहारनिद्रे इतक्याच त्यांना महत्त्वाच्या वाटत.

अहिल्याबाईंचा दैनंदिन जीवनक्रम ठरलेला असे. सूर्योदयापूर्वी घटका अडीच घटका उठून स्नान करित; नंतर पूजाअर्चा, त्यानंतर नियमित कालपर्यंत पुराण श्रवणास असे. त्या नंतर दाने देऊन त्या आपणासमक्ष ब्राह्मण भोजन घालीत, भोजनोत्तर सरकारी कामकाज; सूर्यास्तानंतर पुन्हा दोनतीन तास पूजाअर्चा, मग फराळ व परत सरकारी कामकाज. अकरा वाजता त्या निजावया शयनगृहात जात. हा त्यांचा नित्य कार्यक्रम जीवनाच्या अखेरपर्यंत होता.

अखेरच्या दिवसांत त्यांच्यावर एकामागून एक अशी अनेक कौटुंबिक संकटे कोसळली. त्यांची कथा अत्यंत हृदयद्रावक आहे. त्यांचे दोघे भाऊ त्यांच्या उतारपणीच वारले. त्यांच्या मुलीचा मुलगा नाथ्याबा, ज्यास त्यांच्या मनात आपल्या मागून होळकरांची गादी द्यावयाची, असा विचार होता, तो वयाच्या अवघ्या तेविसाव्या वर्षी इ. स. १७९० मध्ये क्षयाने वारला. त्याच्यामागून त्यांच्या अठरा व दहा वर्षे वयांच्या स्त्रियांनी सहगमन केले. नाथ्याबाचा दहनविधी उरकून मंडळी परत येतात, तोच तुकोजी होळकरांची सून, काशीरावाची पत्नी आनंदीबाई हिचे देहावसान झाले. पुढे एकच वर्षाने अहिल्याबाईंचा जावई यशवंतराव फणसे वाखा होऊन तडकाफडकी गेला. अहिल्याबाई नको नको म्हणत असताही त्यांची मुलगी मुक्ताबाई त्याच्यामागून सती गेली. या वेळी अहिल्याबाईंनी यांची पासष्ट वर्षे ओलांडली होती; तरी वृद्धापकाळी कारभार पूर्ववत व्यवस्थित सांभाळला. अशा स्थितीतसुद्धा जेव्हा दुसऱ्या वर्षी (इ. स. १७९२) शिंद्यांचा सरदार गोपाळराव याने तुकोजी होळकरची कुरापत काढून त्याच्यावर आपली फौज घातली, तेव्हा तुकोजीने

'इत:पर खर्चाची व फौजेची मदत झाली पाहिजे. येथे बाका प्रसंग गुदरला आहे', अशी महेश्वरास अहिल्याबाईंना पत्रे पाठविली. तेव्हाचे अहिल्याबाईंचे वर्तन एखाद्या तरुण वीरासही लाजविण्यासारखे होते. त्यांनी तत्काळ पाच लाख रुपयांच्या हुंड्या सुभेदारांकडे पाठवून पुढीलप्रमाणे पत्र लिहिले– ''हिंमत न सोडता हरामखोराचे पारिपत्य करावे. खर्चाचा व फौजेचा श्वेत (सेतू) बांधते. म्हातारपणी जरब खाल्ली असल्यास लिहून पाठवावे. मी डेरेदाखल होते.''

एकूण अखेरच्या दिवसांत त्यांच्या नशिबी दु:ख आणि संघर्ष होता. खड्र्याच्या लढाईनंतर वयाच्या सत्तराव्या वर्षी शरीर थकलेले, राजकारणातही रस उरला नव्हता, अशा स्थितीत महेश्वरास त्यांचे राहत्या राजवाड्यात १३ ऑगस्ट १७९५ रोजी निधन झाले. त्यांच्या स्मरणार्थ तुकोजीच्या यशवंतराव होळकर या अनौरस मुलाने इ. स. १७९९ साली महेश्वर नगरात घाट बांधला व अहिल्येश्वर नावाचे भव्य मंदिरही उभारले.

अहिल्याबाईंच्या चरित्राचा मागोवा घेतला असता, पुन:पुन्हा त्यांच्या कर्तबगारीचे स्मरण होते आणि मनाला उभारी येते. अशी लोकोत्तर स्त्री एके काळी आपल्या देशात झाली, याचे फार समाधान वाटते आणि अभिमानाने मान उंचावते!

❈

।। राणी लक्ष्मीबाई ।।

मराठ्यांच्या इतिहासात हातात तळपती समशेर घेऊन रणांगणावर शत्रूच्या सैन्यावर झेप घेणाऱ्या दोन-पाच मराठा पराक्रमी महिलांत– वीरांगनांत, झांशीची राणी लक्ष्मीबाई हिचे नाव तिच्या देदीप्यमान पराक्रमामुळे इतिहासात अजरामर झाले आहे. इंग्रजांच्या सुसज्ज सैन्याशी तिने मुकाबला करून अखेर एकाकी झुंज देत युद्धभूमीवर मृत्यूला कवटाळले. तिचे चरित्र चित्तथरारक आहे.

मनुबाई हे तिचे पूर्वाश्रमीचे नाव. बाईचे मोरोपंत तांबे यांची ही कन्या. भागिरथीबाई व मोरोपंत या दांपत्याच्या पोटी तिचा जन्म दि. १९ नोव्हेंबर १८३५ रोजी उत्तर प्रदेशातील वाराणसी या गावी झाला. मोरोपंत हे महाराष्ट्रातून नोकरीनिमित्त उत्तर हिंदुस्थानात गेले. तिथे दुसरे बाजीराव पेशवे यांचे बंधू चिमाजी आप्पा यांच्या पदरी ते सरकारकुनाचे पुढे कारभारी झाले. मनुबाई चार वर्षांची असताना तिची आई भागिरथीबाई वारली (इ. स. १८३९) आणि त्यानंतर थोड्याच दिवसांनी आप्पासाहेबांचे आकस्मिक निधन झाले. त्यामुळे त्यांच्याकडील बराच नोकरवर्ग चरितार्थासाठी दुसऱ्या बाजीरावांच्याकडे आश्रयार्थ ब्रह्मावर्तास आला. त्यांच्याबरोबर मोरोपंतही ब्रह्मावर्तास आले. त्यांनी मनुबाईस एकुलते एक अपत्य म्हणून तळहातावरील फोडाप्रमाणे जपले. बाजीरावांनी त्यांस कारभाऱ्यास योग्य अशी नोकरी दिली. ब्रह्मावर्तास आल्यानंतर चिमुकली मनुबाई पतंग उडविणे, चक्री खेळणे, लहान मुलींमध्ये राणी बनणे, असे हरतऱ्हेचे खेळ खेळत असे. भातुकलीच्या खेळातही काही मुलींना नोकर बनवून त्यांच्याकडून हरतऱ्हेची कामे करून घ्यावी, ती न केल्यास दंड करावा किंवा शिक्षा सुनवावी म्हणजे, मुलीस काही देऊ नये वगैरे तिच्या बाललीला चालत. शिवाय बाजीरावांचा दत्तक मुलगा नानासाहेब व दुसरा रावसाहेब हे तिचे आणखी लहानपणीचे सवंगडी. तेसुद्धा तिला बरोबर घेऊन विविध खेळ खेळत असत. त्यांना शिकविण्यासाठी तत्कालीन पद्धतीप्रमाणे एक शिक्षक ठेवला होता. तो त्यांना मोडी व मराठी मुळाक्षरे शिकवीत असे आणि त्याबरोबरच महाभारत-रामायणातील पौराणिक कथा सांगत असे. त्या वेळी मनुबाईसुद्धा त्यांच्याबरोबर अध्ययनास बसत असे. साहजिकच मनुबाईस अक्षरओळख झाली.

नानासाहेब-रावसाहेब यांना पांडित्यदर्शक शिक्षणाबरोबर घोड्यावर बसणे, पट्टा चालविणे, तलवार फिरविणे हे लष्करी शिक्षणही देण्याची व्यवस्था बाजीरावांनी केली होती. त्यांच्याबरोबर मनुबाईसुद्धा घोड्यावर बसून रपेट मारत असे आणि तलवार व पट्टाही चालवी. त्यामुळे तिला हे मर्दानी शिक्षण त्यांच्यासमवेत आपोआपच प्राप्त झाले. किंबहुना त्या दोघांपेक्षा तिने यांबाबतीत अधिक कौशल्य मिळविले होते. एवढेच नव्हे, तर ती धिटाईने हत्तीवरही बसत असे. तिच्याविषयी तत्कालीन कागदपत्रांत अशी एक आठवण नमूद करण्यात आली आहे की, "एकदा नानासाहेब हत्तीवर बसले, तेव्हा तिने हत्तीवर बसण्याचा हट्ट धरला. श्रीमंतांजवळ एकच हत्ती होता. श्रीमंतांनी नानासाहेबास मनुबाईस घेऊन बसण्याचे सुचविले; पण नानासाहेब या गोष्टीस कबूल होईनात आणि मनुबाई हट्ट सोडेना. तेव्हा मनुबाईचे वडील मोरोपंत अतिशय त्रासले आणि मनुबाईला म्हणाले, "तुझ्या नशिबी हत्ती कोठून येणार!" हे ऐकून त्या पाणीदार मुलीने उत्तर दिले, "एक सोडून दहा हत्ती माझ्या नशिबी असतील!" लग्नानंतर खरोखरीच तिच्या सासरी दहापेक्षा जास्त हत्ती होते. अशा प्रकारे मनुबाईचे ब्रह्मावर्तास बाजीरावांच्या सान्निध्यात देखरेखीखाली सर्व प्रकारचे शिक्षण तर झालेच, शिवाय बालपण अत्यंत सुखात गेले. तिला मर्दानी शिक्षणाबरोबरच लिहिता-वाचता येऊ लागले. मुळात ही मुलगी अतिशय रूपसंपन्न आणि बालवयापासून लढाऊ वृत्तीची, करारी स्वभावाची व चाणाक्ष बुद्धीची होती. मुलींपेक्षा तिची उठबैस प्रामुख्याने नानासाहेब-रावसाहेब या पेशवे पुत्रांच्या व त्यांच्या सवंगड्यांत अधिकतर असल्यामुळे तिच्यात बेडर वृत्ती, धाडस व धीटपणा हे गुण बालवयातच रुजले होते.

मनुबाई सात वर्षांची झाली असेल, तोच मोरोपंतांनी श्रीमंत बाजीरावांजवळ तिच्या लग्नाचा विषय काढला; परंतु मोरोपंत हे कन्हाडे ब्राह्मण असल्यामुळे त्या ज्ञातीतील योग्य वर पाहिजे होता. याच सुमारास प्रसिद्ध ज्योतिषी व वेदशास्त्रसंपन्न तात्या दीक्षित हे श्रीमंतास खास करून भेटण्यासाठी आले होते. त्या वेळी मोरोपंतांनी आपल्या मुलीची जन्मकुंडली त्यांस दाखविली आणि जोशीबुवांस एखादे स्थळ असल्यास सुचविण्याविषयी विनंती केली. तेव्हा त्यांनी झांशीचे महाराज श्रीमंत गंगाधरराव नेवालकर यांची पहिली पत्नी रमाबाई यांचे नुकतेच निधन झाल्यामुळे ते दुसरे लग्न करू इच्छित असल्याचे मोरोपंतांच्या कानावर घातले; आणि श्रीमंत बाजीरावांमार्फत जरूर प्रयत्न करून पाहावा, असेही सुचविले. तेव्हा बाजीरावांमार्फत मोरोपंतांनी झांशीचे महाराज गंगाधरराव यांच्याकडे शब्द टाकला. अर्थात मोरोपंतांसारख्या सामान्य नोकरदाराची विनंती झांशीचे महाराज मान्य करतील, ही गोष्ट तशी सकृतदर्शनी असंभवनीयच होती; परंतु मोरोपंतांस बाजीरावांचा पूर्ण आश्रय आणि सांपत्तिक सहकार्य असल्यामुळे गंगाधरांनी या

विनंतीस मान्यता दिली. तत्पूर्वी तात्या दीक्षित व अन्य मंडळींनी मनुबाईच्या रूपाबद्दल आणि गुणांविषयी इत्यंभूत माहिती दिली होती; किंबहुना तिची अप्रत्यक्षरीत्या शिफारसच केली होती. अखेर बाजीरावांच्या मध्यस्थीने हा विवाह जुळून आला. मोरापंत तांबे ब्रह्मावर्त येथील काही निवडक मंडळींसह इ. स. १८४२ मध्ये झांशीस गेले. वैशाख मासात सुमुहूर्तावर मंगल लग्नसोहळा पार पडला. गंगाधर महाराजांनी वधू पक्षाकडील मान्यवरांचा देणग्या व आहेर देऊन यथास्थित मानसन्मान केला. लग्नानंतर धार्मिक उपचार पार पडल्यावर यथावकाश मनुबाईने राजवाड्यात शाही थाटात प्रवेश केला. त्या वेळी झांशीतील सर्व प्रजाजनांना साक्षात लक्ष्मीच झांशीत अवतरली आहे, असे वाटले. म्हणून त्या आनंदाप्रीत्यर्थ मनुबाईचे नाव लक्ष्मीबाई ठेवण्यात आले.

लग्नानंतर काही दिवसांनी गंगाधर महाराजांनी आपल्या सासऱ्यांस म्हणजे मोरोपंतांस झांशी दरबारातील सरदाराचा दर्जा दिला आणि दरमहा तीनशे रुपये मानधन चालू केले. भागिरथीबाईंच्या मृत्यूनंतर मोरोपंत अविवाहित-विधुर जीवन व्यतीत करीत होते आणि एव्हाना त्यांचे वय पस्तीस-छत्तीस दरम्यान होते. सर्व बाजूंनी ते सुखी होते; परंतु मनुबाईच्या लग्नानंतर त्यांना एकाकी वाटू लागले. म्हणून त्यांनी गुलसराई संस्थानातील वासुदेव शिवराव खानवलकर ह्यांच्या कन्येशी लग्न केले. त्यांच्या या दुसऱ्या पत्नीचे नाव चिमाबाई होते. तिच्यापासून पुढे त्यांना एक मुलगा झाला.

इ. स. १८३५ मध्ये झांशीच्या गादीवर रामचंद्ररावानंतर त्यांचा चुलता रघुनाथराव आला आणि त्याच्या मृत्यूनंतर (इ. स. १८३८) त्याचा भाऊ म्हणजे गंगाधरराव आला. पण वाद निर्माण होऊन त्या वेळी म्हणजे इ. स. १८३८ ते १८४३ दरम्यान इंग्रजांनी झांशी संस्थानचा कारभार आपल्या हाती घेतला. पुढे लक्ष्मीबाईंशी विवाह झाल्यानंतर इंग्रजांनी गंगाधररावांबरोबर तैनाती फौजेचा तह केला. या तहाप्रमाणे महाराजांना सुमारे पावणेतीन लाखांचा मुलुख इंग्रजांस तोडून द्यावा लागला. तेव्हा गंगाधररावांची योग्यता व एकूण कर्तृत्व लक्षात घेऊन बुंदेलखंडचा तत्कालीन इंग्रज राजकीय प्रतिनिधी याने गंगाधरपंतांच्या हाती राज्याची सर्व सूत्रे देण्याविषयी वरिष्ठांकडे शिफारस केली आणि गंगाधरपंत राज्यकारभार पाहू लागले. तैनाती फौजेचा तह करताना त्या तहाबरोबर एक ठराव संमत करून घेऊन दोन पलटणी व दोन तोफखाने त्यांनी आपल्या तैनातीस ठेवले. नंतर कंपनी सरकारकडून त्यांना आहेर, खिलात व पोशाख सन्मानपूर्वक देण्यात आला. त्यानंतर गंगाधररावांनी पूर्वी रघुनाथरावांच्या कारकीर्दीत माजलेली अंदाधुंदी निपटून काढून संस्थान कर्जमुक्त केले आणि आर्थिक घडी नीट बसविली. राज्यकारभारात सुस्थिरता आल्यानंतर त्यांनी लक्ष्मीबाईंसह तीर्थक्षेत्रांची-विशेषत: प्रयाग-काशी यात्रा

केली. लक्ष्मीबाईंच्या सहवासात गंगाधररावांचे वैवाहिक जीवन आठ-दहा वर्षें सुखासमाधानात गेले. लक्ष्मीबाईस दिवस राहिले आणि मार्गशीर्ष शुद्ध ११ शके १७७३ रोजी (इ. स. १८५१) ती प्रसूत होऊन तिला मुलगा झाला. संस्थानला वारस आला. त्या आनंदाप्रीत्यर्थ सर्वत्र साखर वाटण्यात आली; परंतु तो पुत्र अल्पायुषी ठरला. तीन महिने पूर्ण होण्यापूर्वींच त्याचे निधन झाले आणि संस्थानवर दुःखाची छाया पसरली. ह्याचा जबरदस्त धक्का गंगाधररावांना बसला आणि त्यांची प्रकृती हळूहळू क्षीण होऊ लागली. पुढे इ. स. १८५३ मध्ये त्यांना संग्रहिणीच्या रोगाने पछाडले. त्यातच त्यांचे दि. १९ नोव्हेंबर १८५३ रोजी देहावसान झाले.

मृत्यूपूर्वी काही दिवस अगोदर त्यांनी नेवाळकर घराण्यातील सगोत्रातील एका दूरच्या नातेवाईकाचा पाच वर्षांचा आनंद नावाचा मुलगा विधिवत दत्तक घेतला होता, आणि त्याचे नाव दामोदर असे ठेवले होते. पूर्वीच्या तहातील कलम दोन याप्रमाणे हे दत्तकविधान पार पडले होते आणि त्यास कंपनी सरकारतर्फे झांशीचा रेसिडेन्ट एलिस आणि लष्करी अधिकारी कॅप्टन मार्टिन हे उभयता उपस्थित होते. त्यांनी रीतिरिवाजांप्रमाणे देणग्या-मानसन्मानही केला. पुढे रेसिडेन्ट एलिस यांनी या दत्तकविधानाचा खलिता आपल्या शिफारशींसह मान्यता व योग्य त्या कार्यवाहीसाठी गव्हर्नर जनरल यांच्याकडे पाठविण्याचे ठरले. दरम्यान महाराजांच्या मृत्यूनंतर संस्थानात काही गडबड घोटाळा होऊ नये, हे गृहीत धरून झांशीत लष्कराचा बंदोबस्त वाढविला. तसेच किल्लेदाराच्या देखरेखीखाली असलेल्या व ज्वालानाथ पंडित या खजिनदारासमक्ष सहायक राजकीय प्रतिनिधी मेजर मॅल्कम यांच्याकडे गंगाधररावांचे मृत्यूविषयीचे बातमीपत्र, तत्पूर्वीचा दत्तक विधान समारंभ व भावी राज्यकारभाराविषयी मार्गदर्शन करण्याच्या संदर्भात सविस्तर अहवाल पाठविला. या अहवालात झांशीच्या पूर्वीच्या दत्तकवारसासंबंधीची महत्त्वाची माहिती देण्यात आली होती. झांशीचे सरदार, राजे राव रामचंद्र हे इ. स. १८३५ साली वारले. ते निपुत्रिक असल्यामुळे त्या वेळी हे संस्थान पुढे खालसा करावे अथवा त्यास दत्तक घेण्यास अनुमती द्यावी, या प्रश्नाचा ऊहापोह झाला. त्या वेळी शिवरावभाऊंचे दोन औरस पुत्र रघुनाथ व गंगाधर हे हयात होते; परंतु गंगाधररावांच्या मृत्यूने त्या घराण्यातील अखेरच्या औरस वंशजाचा शेवट झाला, शिवाय रामचंद्रराव वारले तेव्हा एक त्यांचा दत्तक व एक त्यांच्या पत्नीने घेतलेला दत्तक असे दोन दत्तक पुत्र गादीवर हक्क सांगू लागले; परंतु त्या वेळी दत्तकांचा हक्क नामंजूर करण्यात आला आणि औरस वंशाद्वारे संस्थानचा कारभार पुढे चालवावा, असे ठरले व रघुनाथराव व त्यांच्या मृत्यूनंतर गंगाधर राजे झाले. त्या वेळी जो पत्रव्यवहार झाला होता, तो आपल्या दप्तरी उपलब्ध होईल. त्यावरून आपल्या असे लक्षात येईल, की झांशी संस्थान ज्या शर्तीवर कंपनी सरकारच्या हुकमतीखाली चालत आहे, त्या

शर्तींनुसार राजास किंवा त्याच्या विधवा राणीस सार्वभौम सरकारच्या अनुमतीशिवाय दत्तक घेण्याचा हक्क पोचत नाही. म्हणून हा सविस्तर खलिता मॅल्कमसाहेबांनी आपल्या मतासह व आवश्यक ते शेरे मारून गव्हर्नर जनरल यांच्या कार्यालयाकडे पुढील कार्यवाहीसाठी पाठविला आहे. हा खलिता ज्या वेळी पाठविला त्या वेळी गव्हर्नर लॉर्ड डलहौसी हे दौऱ्यावर गेले होते. म्हणून 'जैसे थे' परिस्थिती काही काळ ठेवण्याचे ठरले आणि झांशीच्या बंदोबस्तासाठी कडेकोट व्यवस्था करण्यात आली. शिवाय शिंदे सरकारच्या फौजेतील एक पलटण, बंगाल नेव्ही इन्फ्रंट्रीची एक पलटण आणि ब्रिगेडियर पार्सन्स यांच्या हाताखालील चार पलटणी अशी झांशी व करेरा यांच्या बंदोबस्तासाठी व्यवस्था करण्यात आली.

एलिस व मॅल्कम यांच्या शिफारशींचा विचार करून गव्हर्नर डलहौसी यांनी दामोदर यांच्या दत्तक विधानास नामंजुरी देऊन झांशी संस्थान खालसा केले. (इ. स. १८५४) आणि तत्संबंधीचा रीतसर जाहीरनामा दि. ७ मार्च, १८५४ रोजी राणीसाहेबांकडे पाठविला. या हुकूमान्वये झांशी संस्थानचा कारभार कंपनी सरकारद्वारे चालू झाला आणि झांशी कंपनी सरकारात विलीन करण्यात आले. दि. १३ मार्च, १८५४ रोजी मेजर एलिस याने इंग्रज शासनातर्फे सर्व सूत्रे हाती घेऊन तेथील प्रजेला जाहीररीत्या 'आपण ब्रिटिश सत्तेच्या अंमलाखाली आहोत, असे समजून यापुढे जमिनीचा सारा, कर व अन्य बाबी देत जाव्यात आणि सुखी व संतुष्ट राहावे' असे सांगितले. यामुळे झांशी येथील इतिहासप्रसिद्ध शिवरावभाऊ घराण्याची सत्ता संपुष्टात आली. यानंतर मेजर मॅल्कम यांच्याकडून इंग्रज सरकारचा आलेला जाहीरनामा राणीस वाचून दाखविला. संस्थानी रीतिरिवाजाप्रमाणे लक्ष्मीबाई व मेजर एलिस यांची चिकाच्या पडद्यामागून दरबार हॉलमध्ये भेट झाली. मेजर एलिस याने सर्व दरबारी मंडळींसमोर दत्तकासंबंधीचा गव्हर्नर जनरल यांनी केलेला ठराव सर्वांसमोर राणी लक्ष्मीबाईस वाचून दाखविला आणि झांशी संस्थान खालसा करण्यात आल्याचे व दत्तक वारस नामंजूर केल्याचे जाहीर केले. या जाहीरनाम्यानुसार आपणांस पुरेसा तनखा देण्यात आला असून आपला मानमरातब यथास्थित पूर्ववत रीतिरिवाजाप्रमाणे ठेवण्यात येईल, असे आश्वासन एलिसने कंपनी सरकारच्यावतीने दिले. ही वार्ता ऐकून लक्ष्मीबाईला अत्यंत दुःख झाले. एलिसने तिला समजावण्याचा खूप प्रयत्न केला आणि परत जाण्याची अनुज्ञा मागितली. तेव्हा लक्ष्मीबाईचा कंठ दाटून आला आणि तिच्या तोंडून 'मेरी झांशी नही दूँगी' हे निश्चयपूर्वक उद्गार बाहेर पडले. झांशी संस्थान ब्रिटिश सरकारला देण्याची माझी इच्छा नाही, असे सांगताच एलिसने पुन्हा एकदा झांशी संस्थान खालसा केल्याचे जाहीर करून निरोप घेतला.

राणी लक्ष्मीबाईला सादर केलेल्या खलित्यात पुढील महत्त्वाची कलमे होती–
(१) लक्ष्मीबाईंना झांशीच्या खजिन्यातून किंवा त्या पसंत करतील तिथून दरमहा

पाच हजार रुपये निवृत्तिवेतन (तनखा) द्यावे. (२) झांशीतील राजवाडा त्यांच्या निवासाकरिता मुक्रर केला असून ती त्यांची खासगी मालमत्ता राहील. (३) राणीसाहेबांच्या हयातीत त्यांच्यावर किंवा त्यांच्या नोकरवर्गावर इंग्रज सरकारचा अंमल राहणार नाही. (४) कै. महाराज गंगाधरराव यांच्या इच्छेप्रमाणे संस्थानचे सर्व जडजवाहीर, अलंकार, खासगी शिल्लक आणि संस्थानचा हिशोब होत राहणारा शासकीय खजिन्यातील ऐवज राणीसाहेबांस देण्यात यावा आणि अखेरीस राणीसाहेबांच्या नातेवाईकांची एक यादी तयार करून त्यांचा चरितार्थ चालविण्यासाठी काही नेमणुका करावयाच्या असल्यास, ती यादी कंपनी सरकारकडे पाठविण्यात यावी. मात्र मेजर एलिस याने, संस्थानचे जडजवाहीर व सर्व मिळकत यावरील मालकीहक्क कै. गंगाधरराव यांनी दत्तक घेतलेल्या मुलाचा असल्यामुळे ती मिळकत राणीसाहेबांस देता येणार नाही; कारण कायद्याप्रमाणे ते दत्तकविधान जरी संस्थान चालविण्यास योग्य होत नसले, तरी खासगी मिळकतीवर दत्तक पुत्राचा हक्क राहणार, असे ठरविले. त्यानुसार झांशीचे राजकीय इंग्रज प्रतिनिधी यांनी झांशीच्या खजिन्यात शिल्लक असलेले सहा लाख रुपये दत्तकपुत्र दामोदर यांच्या नावाने कंपनी सरकारच्या खजिन्यात ठेवले आणि असा ठराव संमत करून घेतला, की दामोदर सज्ञान होताच व्याजासह ही रक्कम त्यांना देण्यात यावी. या व्यतिरिक्त संस्थानचे अन्य सर्व जडजवाहीर व सोन्यारुप्याचे अलंकार-भांडीकुंडी दामोदररावांचे विश्वस्त म्हणून राणीसाहेबांच्या स्वाधीन करण्यात आली. शहरातील मोठा राजवाडा लक्ष्मीबाईंकडे देण्यात आला. त्यांनी सर्व सामान घेऊन तत्काळ किल्ल्यातून बाहेर पडावे व किल्ला इंग्रजांच्या ताब्यात द्यावा, असे सांगितले गेले. साहजिकच झांशीचा किल्ला कंपनी सरकारच्या अखत्यारीत आला. त्यानंतर किल्ल्यासह झांशी आपल्या ताब्यात येताच इंग्रजांनी एतद्देशीय फौजेस पुढील सहा महिन्यांचा पगार बक्षीस देऊन कायमची रजा दिली व तिच्याऐवजी इंग्रजी सैन्य उभारले. याशिवाय अन्य पलटणी आणून किल्ल्याचा बंदोबस्त केला. शिवाय कमी-अधिक सैन्याची मदत आवश्यक वाटल्यास ती सिपरीच्या छावणीतून कॅप्टन हेन्से किंवा ब्रिगेडियर हिल यांच्याकडून घ्यावी असे ठरविण्यात आले. याच सुमारास झांशीच्या लष्करी अधिकाऱ्यांनी किल्ल्यावरील युद्धसामग्रीचा नाश करून तेथील दारूगोळा तलावात फेकून दिला आणि पेशवेकालीन मोठमोठ्या तोफा निरुपयोगी करून टाकल्या.

लक्ष्मीबाईंनी दु:खी अंत:करणाने कंपनी सरकारचा निर्णय बाह्यातकारी तरी मान्य केला आणि मुलाकरिता स्वतंत्र पेन्शन व इतर मिळकत द्यावी म्हणून सरकारला लिहिले. त्यांचा ब्रिटिशांच्या सच्चेपणावर विश्वास होता. म्हणून त्यांनी ही नेमणूक स्वीकारली आणि संस्थानच्या विलीनीकरणासाठी पुन्हा एकदा फेरविचार करावा, म्हणून इंग्लंडमधील बोर्ड ऑफ डायरेक्टर्सकडे प्रयत्न चालविला. त्याकरिता

लक्ष्मीबाईंनी साठ हजार रुपये देऊन उमेशचन्द्र बॉनर्जी व एक इंग्लिश सद्गृहस्थ अशा दोन वकिलांची नेमणूक केली आणि आपली बाजू मांडण्यासाठी त्यांना इंग्लंडला बोर्ड ऑफ डायरेक्टर्सकडे पाठविले. या कैफियतीतील प्रमुख मुद्दा असा होता, की– 'पूर्वी रामचंद्ररावांनी घेतलेला दत्तक इंग्रज शासनाने मंजूर केला नाही. सबब अलीकडे गंगाधररावांनी घेतलेला दत्तकही इंग्रजांस मान्य नाही, असे गव्हर्नर जनरल म्हणतात; परंतु रामचंद्ररावांनी दत्तक घेतला तेव्हा औरस वंशज रघुनाथराव व गंगाधरराव हयात होते. त्यामुळे रामचंद्ररावांच्या परगोत्रातील दत्तकास इंग्रज सरकारने नामंजुरी दिली; परंतु ती गोष्ट विद्यमान दत्तकास लागू पडत नाही. गंगाधरराव यास दत्तक घेण्याचा पूर्णत: विधिवत अधिकार आहे, आणि त्यांनी आपल्या सगोत्रातील मुलगा दत्तक घेतला आहे. त्याअर्थी तो मान्य करून, कंपनी सरकारने काहीतरी कारण पुढे करून अन्यायाने नामंजूर केलेले दत्तकविधान पूर्ववत चालू करावे व झांशी संस्थान खालसा करू नये. झांशी संस्थान आम्हांस इंग्रज किंवा अन्य कोणाकडून देणगीदाखल आलेले नसून, ते आमच्या पूर्वजांनी पेशवाईत जोखमीची मोठमोठी कामे करून आपल्या बहादुरीबद्दल मिळविले आहे. ते कंपनी सरकारला खालसा करण्याचा कोणताच अधिकार नाही. अर्थात, या वकिलांनी नेमके इंग्लंडमध्ये काय केले, याविषयी अधिकृत कागदपत्रांद्वारे आज काही समजण्यास माहिती उपलब्ध नाही. कोर्ट ऑफ डायरेक्टर्सनी मात्र २ ऑगस्ट, १८५४ रोजी गव्हर्नर जनरलने पाठविलेल्या अहवालावर शिक्कामोर्तब करून झांशी संस्थान खालसा केले ते योग्य केले, असा शेरा मारून ठराव संमत केला आणि त्याची एक प्रत हिंदुस्थानातील कंपनी सरकारकडे पाठविली. तीत पुढे असे म्हटले, की 'शिवरामभाऊबरोबर केलेला इंग्रजांचा तह हा व्यक्तिविषयक असून त्याचा विद्यमान परिस्थितीशी काडीमात्र संबंध नाही. तेव्हा बेवारस झालेले झांशी संस्थान खालसा करावे, अशी स्पष्ट अनुज्ञा दिली; तथापि इंग्लंडला पाठविलेले आपले वकील काहीतरी करतील अशी राणीला आशा होती. मेजर मॅल्कमला या कामगिरीबद्दल पदोन्ती देण्यात आली आणि बक्षीस म्हणून त्याची नियुक्ती बडोदे संस्थानच्या रेसिडेन्सीवर झाली. झांशीच्या आयुक्तपदी मेजर स्कीन या लष्करी अधिकाऱ्याची नव्याने नियुक्ती करण्यात आली आणि झांशीचा शासकीय कारभार वायव्य सरहद्द प्रांताच्या गव्हर्नरकडे सोपविण्यात आला.

संस्थान खालसा झाले आणि आपल्या प्रयत्नांना काही यश येत नाही, असे पाहून लक्ष्मीबाईने उर्वरित जीवन ईश्वरचिंतनात आणि दत्तक मुलगा दामोदर याच्या संगोपन-शिक्षणात व्यतीत करण्याचे ठरविले. पतिनिधनानंतर तिचा सुरुवातीला कार्यक्रम उदासीनच होता. पहाटे चार वाजता उठून ती प्रात:विधी, स्नान वगैरे करीत असे. त्यानंतर आठ वाजेपर्यंत देवपूजा आणि नंतर पोशाख करून राजवाड्यातील

चौकात घोड्यावरून रपेट मारीत असे. पुन्हा अकराच्या सुमारास स्नान व नित्यदाने देऊन पुढे भोजन होई. भोजनानंतर रामनामाचा जप अष्टगंधाने कागदावर सुमारे अकराशे वेळा लिही. त्यानंतर पुढे रात्रीचे आठ वाजेपर्यंत ती पुराण श्रवण करी. पुराण श्रवणानंतर पुन्हा देवाची पूजा आणि नंतर भोजन असा नित्य कार्यक्रम होता. मंगळवार व शुक्रवार कधी घोड्यावरून तर कधी पालखीतून ती संध्याकाळी तलावातील महालक्ष्मीच्या दर्शनास जात असे. दर शुक्रवारी ती उपास करी. संस्थान खालसा झाल्यामुळे सर्व दरबारी लोकांस रजा देण्यात आली होती. त्यामुळे लक्ष्मीबाईचा खासगी कारभार तिचे वडील मोरोपंत तांबे व लक्ष्मणराव बांडे हे पाहत असत. दामोदर यास इ. स. १८५५ साली आठ वर्षे पूर्ण झाली. तेव्हा त्याचा व्रतबंध करण्याचे ठरले; परंतु मौजीबंधनास खर्च करणयाइतपत पैसे शिल्लक नव्हते. महाराज गंगाधरराव यांचे सहा लाख रुपये दामोदरच्या नावाने सरकारी खजिन्यात ठेवले होते त्यांपैकी एक लाख रुपये मौजीबंधनास मिळावे, असे तिने झांशीच्या आयुक्तांस कळविले. त्यांनी पैसे देण्याचे नाकारले; परंतु जामीन दिल्यास प्रस्तुत रक्कम मिळेल, असे आश्वासन दिले. त्याप्रमाणे मोरोपंत तांबे, शेठ लक्ष्मीचंद जयपुरवाला व आणखी दोन श्रीमंत गृहस्थ यांचे हमीपत्र इंग्रज आयुक्तास देण्यात आले. तेव्हा कुठे कंपनी सरकारकडून एक लाख रुपये मिळाले. त्यानंतर दामोदरची मुंज दिमाखाने शाही थाटात पार पडली. लक्ष्मीबाई अशा प्रकारे आपले व्यथित जीवन दानधर्मादी कार्यात घालवीत असताना इ. स. १८५७ मध्ये मुख्यत: उत्तर हिंदुस्थानात या वेळी काहीतरी निमित्ताने एतद्देशीय शिपायांनी इंग्रजांविरुद्ध उठाव केला. ब्रिटिश सैन्यात असलेले भारतीय सैनिक बिथरले आणि १८५७ चा उठाव विजेच्या चापल्याने देशभरात प्रसृत झाला. त्याचे लोण झांशीतही पोचले.

झांशीतील ब्रिटिश सैन्यातील एतद्देशीय शिपायांनी धार्मिक भावना दुखविल्याच्या सबबीवर एकत्र जमून तेथील ब्रिटिश अधिकाऱ्यांविरुद्ध बंडाचे निशाण उभे केले. एकूण सैन्यातील त्यांचे संख्याबळ तुलनात्मकदृष्ट्या खूपच होते. लक्ष्मीबाईने काही ब्रिटिश अधिकाऱ्यांना आश्रय देण्याचा प्रयत्न केला; पण या सशस्त्र उठावासमोर तिचाही नाइलाज झाला. बंडवाल्यांनी झांशीतील इंग्रजांची बायका-मुलांसह कत्तल केली. किल्ल्यावर धुमाकूळ माजविला आणि राणी लक्ष्मीबाईकडून जवळजवळ बळजबरीने एक लाखभर रक्कम घेऊन उत्तरेकडील बंडवाल्यांना मिळण्यासाठी झांशीतून काढता पाय घेतला. लक्ष्मीबाईने उर्वरित इंग्रज बायका-मुलांना आश्रय देऊन त्यांच्या संरक्षणाची जबाबदारी घेतली होती. झांशीत या वेळी ब्रिटिशांची- गोऱ्या सैनिकांची अशी कोणतीच पलटण नव्हती आणि बंडवाले उत्तरेकडे कूच करीत होते. उठावाच्या निमित्ताने त्या वेळी लक्ष्मीबाई किल्ल्यात गेली आणि किल्ला ताब्यात घेऊन तिने सर्व प्रजाजनांस धीर दिला व संस्थानाची व्यवस्था

अत्यंत चोख ठेवली. या काळातील राणी लक्ष्मीबाईची कारकीर्द अत्यंत वैशिष्ट्यपूर्ण व उल्लेखनीय ठरली. पतीनिधनाचे दु:ख बाजूला ठेवून श्रीमंत दामोदररावांच्या नावाने तिने झांशी संस्थान पूर्ववत चालू राहावे असा प्रयत्न चालविला. बंडखोरांचे उद्योग उत्तर हिंदुस्थानात चालू होते. झांशी प्रांतातील प्रजाजनांस त्रास होऊ नये, म्हणून तिने सर्व राज्यकारभार इंग्रजांच्या वतीने आपल्या हाती घेतला.

यानंतरच्या सुमारे नऊ-दहा महिन्यांत राणीने राज्यशकट अत्यंत न्यायाने व कार्यक्षमरीत्या चालविले. पूर्वीच्या राज्यदरबाराची प्रथा चालू करून अठरा कारखाने सुरू केले आणि झांशी शहराला संस्थानी वैभव प्राप्त झाले. तिने स्वत:चे लष्कर तयार केले आणि रीतसर दरबार वगैरे भरवून ती संस्थानचा कारभार पाहू लागली. प्रात:काळी लवकर उठून पूजाअर्चा झाल्यानंतर सरदार व आश्रित लोकांचे मुजरे होत असत. बाईसाहेबांची नजर करडी होती. एखादा मानकरी सकाळी आला नाही, तर तत्काळ त्याची चौकशी करण्यात येई. त्यानंतर दुपारचे भोजन आटोपल्यानंतर विश्रांती घेऊन ती दुपारी तीन वाजता कचेरीत जात असे. त्या वेळी ती पुरुषी वेश धारण करीत असे. पायजमा, अंगात अंगरखा, डोकीस टोपी, तीवर बांधलेली गोंडेदार बत्ती, कमरेस जरीचा दुपट्टा, त्यला लावलेली तलवार असा सर्वसाधारण पोशाख असे. क्वचित ती साडीमध्ये स्त्रीवेशात जात असे. पती निधनानंतर बहुतेक अलंकार तिने वर्ज्य केले होते. फक्त हातामध्ये हिऱ्याच्या बांगड्या, गळ्यात मोत्याचे पेंडे व बोटात हिऱ्याची अंगठी एवढेच अलंकार ती वापरीत असे. दरबारात तिची बसायची खोली स्वतंत्र असून ती दिवाणखान्याजवळ होती. खोलीच्या दारास सोनेरी मेहरप व तीवर जरतारी वेलबुट्टीदार चिकाचा पडदा सोडलेला असे. दरवाज्याबाहेर दोन भालदार असत. दिवाणखान्यात इतर मानकरी आपापल्या हुद्द्यानुसार हुजूर कारकून यांसह बसलेले असत. कोणत्याही कामाची हकीकत ऐकून घेऊन ती तत्काळ हुकूम देत असे. कधी तो तोंडी तर कधी लिखित स्वरूपात असे. न्यायदानाचे बाबतीत बाईसाहेब फार दक्ष असत. फौजदारी व दिवाणी कामे ती अत्यंत लक्षपूर्वक हाताळी. मेडोज टेलर या इंग्रज साहित्यिकाने राणीच्या दरबाराविषयी सविस्तर व तपशीलवार लिहून ठेवले असून त्याने तिची कार्यक्षम कार्यकर्ती म्हणून प्रशंसा केली आहे. तळ्यातील महालक्ष्मीच्या दर्शनास जाते-येते वेळी तिच्या स्वारीचा थाट काही वेगळाच– शाही स्वरूपाचा असे. ती कधी मेण्यातून तर कधी घोड्यावर बसून दर्शनास जात असे. जेव्हा घोड्यावरून जाई, त्या वेळी बहुधा ती पुरुषी वेषात असे. या वेळी कारभारी, मुत्सद्दी, मानकरी व भय्यासाहेब उपासनी इत्यादी आश्रित मंडळी घोड्यावर अथवा पायी चालत असत. बाईसाहेबांजवळ मोठमोठे शास्त्री, विद्वान, वैदिक व याज्ञिक होते. तिचे ग्रंथालय समृद्ध असून त्यात अनेक दुर्मिळ हस्तलिखिते, पोथ्या व ग्रंथ होते. तिच्या पदरी उत्तम पुराणिक,

गायक, संगीततज्ज्ञ, कुशल कारागीर इत्यादी अनेक प्रकारचे गुणी लोक होते. बाहेरच्या अतिथींची त्यांच्या योग्यतेनुसार राजवाड्यातून संभावना होत असे. कीर्तनकार, गवई, शास्त्री आदी मंडळींची राजवाड्यात नेहमी वर्दळ असे. राणी लक्ष्मीबाई जशी घोड्यावर बसण्यात तरबेज होती, तद्वतच ती अश्व परीक्षेत वाकबगार होती. तिच्या अश्व परीक्षेच्या अनेक कथा-वदंता प्रसिद्ध आहेत. बाईचे दातृत्व आणि औदार्य यांविषयी कागदपत्रांतून अनेक उल्लेख सापडतात. भिक्षुक, दरिद्री वा अन्य एखादा विन्मुख परत गेला, असे कधी घडले नाही. भिकाऱ्यांना अन्नदान, हा तर तिचा नित्यपाठच होता. पेशव्यांचा पुण्यात जसा ब्राह्मणांचा रमणा भरत असे, तसाच झांशीत भिक्षुकांचा रमणा करून बाईने प्रत्येकास एक रुदार बंडी, टोपी, घोंगडी द्यावी असा परिपाठ होता. लक्ष्मीबाईंच्या या धोरणामुळे शहरातील अनेक कारागिरांना काम उपलब्ध झाले. लक्ष्मीबाईने सर्वांस वस्त्रदान करून संतुष्ट केले. याशिवाय लष्करातील जखमी, आजारी सैनिकांना औषधोपचार करण्याची पद्धत तिने अंमलात आणली. त्यामुळे सैन्याला दिलासा मिळाला.

अशा पद्धतीने स्वत:च्या अधिकारात बंडाच्या निमित्ताने लक्ष्मीबाईच्या हातात आलेला किल्ला आणि राज्यकारभार झांशीला वेढा दिला. राणीचा एक दूरचा नातेवाईक सदाशिवराव व ओच्छर्चा दिवाण– बुंदेलखंडचा प्रबळ सरदार नत्थेखा यांनी वीस हजार सैन्यानिशी झांशीवर चाल केली. या वेळी झांशीत इंग्रजांचा अंमल होता, परंतु इंग्रजांची अशी खडी फौज नव्हती. त्यामुळे अनेक इंग्रज स्त्री-पुरुष झांशीतून पळ काढू लागले. लक्ष्मीबाईला ही गोष्ट सहन झाली नाही. तिने त्यांना किल्ल्यात सुरक्षित ठिकाणी ठेवले व त्यांच्या अन्नपाण्याची व्यवस्था करून प्रजेस उद्देशून ती म्हणाली, "लोकहो, तुमच्या झांशीचा मोह नत्थेखास सुटला आहे. तीन लाख रुपये लाच दिल्यास तो माघारी फिरण्यास राजी आहे. तेव्हा त्याला लाच द्यावयाची की प्रतिकार करावयाचा, हे तुम्ही ठरवा. वेळ थोडा आहे.'' याच वेळी तिने संरक्षणासाठी इंग्रजांची मदत मागितली. परंतु इंग्रजांनी मदत पाठविली नाही. तेव्हा तिने सशस्त्र प्रतिकार केला. राणीचा निर्धार लोकांना कळला. वीराने नामर्दासारखे धोरण स्वीकारण्यापेक्षा रणांगणावर बलिदान करणे केव्हाही श्रेष्ठ, या तत्त्वानुसार लोकांनी राणीला साथ दिली.

तिने तत्काळ पुरुषी थाटाचा लष्करी पोशाख चढविला, घोड्यावर स्वार झाली आणि मोठ्या निकराने त्यांच्यावर चालून गेली. पहिल्या धडाकेबाज आक्रमणातच सदाशिवराव तिच्या हाती सापडला. राणीने त्याच्या मुसक्या बांधून त्यास झांशीच्या किल्ल्यात डांबले. नंतर तिने नत्थेखाला निरोप पाठविला, 'मी शिवरावभाऊची सून आहे. बुंदेले लोकांस बाया करून सोडण्याची धमक मजजवळ आहे. तेव्हा विचार करून पुढील चढाई करावी. सोबत पाच गोळ्या व थोडी दारू पाठवीत आहे. तिचा

स्वीकार करणे न करणे, हे सर्वस्वी आपल्या हाती आहे. तुझ्यात दम असेल तर पुढे येऊन चार हात कर आणि झांशीचे राज्य हरण कर.' यावर नत्थेखा नक्की चढाई करणार, हे गृहीत धरून राणीने किल्ल्यात पुरून टाकलेल्या तीन तोफा बाहेर काढल्या. शिवाय राजवाड्यात गुप्तपणे दडवून ठेवलेल्या आणखी चार तोफा मिळून सात तोफा रातोरात किल्ल्याच्या बुरुजांवर दारूगोळ्यांसह सज्ज ठेवल्या. तसेच किल्ल्यावर पेशव्यांचे जुने निशाण व इंग्रजांचा युनियन जॅक हे दोन ध्वज फडकावून पाच हजार फौजेनिशी राणी युद्धास सज्ज झाली. दुसऱ्या दिवशी सकाळी लढाईस तोंड फुटले. राणीने किल्ल्याभोवतीचा बुजलेला खंदक खणून तो पाण्याने भरला. त्यामुळे शत्रूस किल्ल्याशी लगट करता येईना. तसेच किल्ल्यातील भुयारे ऐनवेळी प्रसंग गुदरल्यास बाहेर पडण्यास उपयोगी पडावीत म्हणून तिने ती साफ करून घेतली. झांशीचा चिरेबंद तट भेदून नत्थेखाला शहरात प्रवेश करणे तसे सोपे नव्हते. राणीने प्रारंभी तटावरून तोफेच्या गोळ्यांचा जोरदार मारा केला आणि नत्थेखाच्या सैन्यास बेजार केले. तेव्हा नत्थेखा राणीच्या शौर्याला व लष्करी डावपेचांना घाबरला आणि राणीशी युद्धविराम करून शांतता प्रस्थापित करण्यास तयार झाला. या दोन संस्थानिकांबरोबर तिने तह करताना युद्धाचा खर्च तर वसूल केलाच, शिवाय त्यांच्याकडून चार तोफा मिळविल्या. आता तिच्याकडे किल्ल्यावर अकरा तोफांची युद्धसामग्री स्वत:च्या मालकीची झाली होती. या युद्धात प्रत्यक्ष रणसंग्राम न होताच राणीने केवळ डावपेच खेळून किल्ल्यावरून तोफांच्या गोळ्यांचा मारा करून या दोन हल्लेखोरांना धडा शिकविला आणि झांशीचा कारभार व बंदोबस्त उत्तमरीत्या ठेवला. अर्थात लक्ष्मीबाई हे सर्व इंग्रजांकरिताच त्यांच्या वतीने करीत होती; कारण तिला न्यायी इंग्रज आज ना उद्या आपल्या मुलाला झांशीच्या गादीवर बसतील, अशी आशा होती; पण इंग्रजांना तिचे वाढते वर्चस्व डाचत होते. त्यांना राणीला या ना त्या निमित्ताने झांशीतून दूर करायचे होते.

लक्ष्मीबाई झांशीचे राज्य इंग्रजांच्या वतीने चालवीत होती. तशा आशयाचे दोन-पाच खलिते तिने इंग्रजांकडे धाडले होते; परंतु प्रत्यक्षात त्यांना ते मिळाले होते की नाही, याविषयी शंका होती. कदाचित मिळालेही असतील, पण त्यांना हे राज्य जाचक वाटत होते. म्हणून राणीच उठावाची सूत्रधार असून इंग्रजांच्या अंमलाखालील झांशी संस्थानात झालेल्या इंग्रजांच्या कत्तलीत तिचा हात असल्याबद्दल गव्हर्नर जनरल लॉर्ड कॅनिंगने राणीस दोषी ठरविले व राणीला पकडण्याच्या दृष्टीने सर ह्यू रोज व सर रॉबर्ट हॅमिल्टन यांच्या कुशल नेतृत्वाखाली इंग्रजांचे सैन्य झांशीजवळ दि. २३ मार्च १८५८ रोजी दाखल झाले. दि. २५ मार्च रोजी त्यांनी झांशीला वेढा दिला. एकूण सैन्याचा नारा पाहता इंग्रज संघर्षासाठीच आले आहेत, याची लक्ष्मीबाईला खात्री झाली. इंग्रजांनी झांशी शहर व झांशीच्या किल्ल्याभोवती

मोर्चेबांधणी केली. झांशीचा किल्ला मजबूत होता. त्याचे रुंद तट आणि सभोवतालचा खंदक यामुळे किल्ल्यात सहजासहजी प्रवेश करणे शक्य नव्हते. तटावर अकरा प्रचंड तोफा ठेवलेल्या असून त्यांपैकी भवानी शंकर, कनक बिजली, घनगर्ज नालदार वगैरे काही आश्रित मंडळी यांना हा शेवटचा वियोगाचा प्रसंग अत्यंत दुःखदायक झाला. सर्वांनी आपल्या स्वामिनीला अभिवादन करून आपला मार्ग धरला. कित्येक स्वामिभक्त सेवक राणीसाहेबांबरोबर जाण्यास तयार झाले व त्यांनी बाईंना स्पष्ट सांगून त्यांची संमती मिळविली. मध्यरात्री सर्व ज्येष्ठ मंडळींचा सल्ला घेऊन व तयारी करून राणीसाहेबांनी किल्ल्याबाहेर पडण्याचा संकल्प केला. मोरोपंत तांबे, अन्य आप्तमंडळी आणि लालभाऊ बक्षी हे सेनापती हत्यारबंद होऊन तयारच होते. वाटखर्चाकरिता किल्ल्यातील खजिन्यात जेवढे होते तेवढे द्रव्य थैल्यांत भरून बरोबरच्या विश्वासू शिलेदार मंडळींच्या स्वाधीन केले. संस्थानचे पूर्वापार चालत आलेले सर्व जडजवाहीर व मूल्यवान वस्तू हत्तीवर हौद्यात भरून तो हत्ती मध्यभागी घेतला. सुमारे जिवास जीव देणारे दोनशे निवडक हत्यारबंद स्वार व काही विलायती सैनिक (इंग्रजांच्या सैन्यातील बंडखोर एतद्देशीय सैनिक) बरोबर घेऊन सर्व मुख्य सरदार किल्ल्यातून बाहेर निघण्यास तयार झाले. लक्ष्मीबाईंनी पुरुष वेश धारण केला होता. अंगात चिलखत व कमरेला जांबिया वगैरे हत्यारे बांधून एक तळपती समशेर कमरपट्ट्याला लटकविली होती आणि आपल्या राजरत्नसारख्या पांढऱ्या खंद्या घोड्यावर त्या आरूढ झाल्या होत्या. आपल्याजवळ त्यांनी काहीच धन घेतले नव्हते, मात्र आपल्या पाठीशी त्यांनी रेशीमकाठी धोतराने दामोदररावास बांधून घेतले होते. ही सर्व तयारी झाल्यानंतर 'हरहर महादेव' अशी गर्जना करीत ही सर्व मंडळी किल्ल्याखाली उतरली. प्रथमतः त्यांनी नारोशंकर तळ उदध्वस्त करून किल्ल्यातून वाट काढण्यास प्रारंभ केला; परंतु मध्यरात्र उलटली तरी तो पडला नाही. त्यामुळे त्यांनी मोठ्या दक्षतेने इंग्रज सैन्याची हालचाल लक्षात घेऊन उत्तर दरवाजाने (खंडेराव द्वार) बाहेर पडण्याचा बेत केला. हा दरवाजा भर शहरातून जात होता. या वेळी किल्ल्यातील उरलेल्या सर्व प्रजाजनांनी राणीला अखेरचा नमस्कार केला आणि त्या शूर राणीने त्यांच्या अभिवादनाचा स्वीकार केला. सर्वांचा निरोप घेऊन ती दरवाजाबाहेर पडताच एका ठिकाणी तिला अटकाव झाला, मात्र इंग्रज शिपायांनी तिला ओळखले नाही. हे तेहरी संस्थानचे सैन्य आहे; सर ह्यू रोज साहेबांच्या मदतीस ते जात आहे, असे राणीने सांगितले. तसेच मागाहून आणखी दोनशे सशस्त्र जवानमर्द येत आहेत. तेव्हा वेळ न गमावता त्यांनाही मोकळे करावे, असे त्यास बजावले. लक्ष्मीबाई आपल्या सुंदर व काशी या दोन निवडक दासी, एक-दोन बारगीर आणि जिवास जीव देणारे पंधरा-वीस स्वार व पाठीवर दामोदर यांसह सैन्याचा गोट फोडून गुप्तपणे बाहेर पडल्या. त्यांनी वीस

तासांच्या प्रदीर्घ प्रवासानंतर थेट काल्पी गाठले आणि रावसाहेबांच्या सैन्यात येऊन त्या दाखल झाल्या. रावसाहेब हे नानासाहेबांचे दत्तक पुतणे होते. काल्पी हे उठावाचे प्रमुख ठिकाण होते. नंतर तिथे तिला तात्या टोपे व बांद्याचा नबाब भेटले.

लक्ष्मीबाई लष्कराचे कडे भेदून काल्पीच्या मार्गावर लागली. त्या नंतर मागाहून जे दोनशे स्वार काल्पीकडे जाण्यास निघाले, त्यांन लक्ष्मीबाईचे वडील मोरोपंत तांबे आणि सेनापती लालभाऊ बक्षी हे होते. या सैन्याच्या ताब्यात किल्ल्यावर जमा केलेले सर्व धन होते. ते इंग्रजांच्या तावडीतून सहीसलामत सुटणे शक्य नव्हते; कारण एव्हाना राणी किल्ल्यातून सुटून पळून गेल्याची वार्ता इंग्रजांच्या कानावर आली होती. इंग्रज सैन्याने या स्वारांना अडविले, तेव्हा झटापटीस सुरुवात झाली. तीत मोरोपंतांच्या मांडीला वार लागला आणि त्यातून भळाभळा रक्त वाहू लागले. इंग्रजांना दतिया संस्थानचा राजा मदत करीत होताच. त्याने राणीकडील जवाहिरांच्या आशेने, ते धन आपणांस प्राप्त होईल या उद्देशाने मोरोपंतास कैद करून इंग्रजांच्या हवाली केले; मात्र ते द्रव्य इंग्रजांनी हडप केले. पुढे मोरोपंत व बक्षी यांना झांशीत फाशी दिले. झांशी पूर्णपणे इंग्रजांच्या ताब्यात आली. त्यांनी झांशी पूर्णपणे लुटून तेथील समृद्ध ग्रंथालयही उद्ध्वस्त केले.

झांशीत अशी लुटालूट चालू असताना लक्ष्मीबाई काल्पीपासून साठ किलोमीटरवर असलेल्या कुच शहरी इंग्रजांशी लढत होती. इंग्रज व राणी यांत हल्ले व प्रतिहल्ले जोरात सुरू होते. राणी इंग्रजांना चांगलाच हात दाखवीत होती, पण रावसाहेबांच्या सैन्यात शिस्त नसल्यामुळे मराठ्यांच्या लष्कराची धुळधाण उडली व अखेर इंग्रजांनी काल्पी सर केली. काल्पीच्या पाडावानंतर राणीने आपल्या मराठा सैन्याचा मोर्चा ग्वाल्हेर किल्ल्याकडे वळविला. ग्वाल्हेरचा किल्ला घेऊन तेथील सर्व सरंजामदारांना इंग्रजांविरुद्ध उठवावयाचे आणि त्यांना बरोबर घेऊन इंग्रजांना आपल्या समशेरीचे पाणी पाजावयाचे, असा तिचा बेत होता. म्हणून लक्ष्मीबाईने सूर्योदयापूर्वीच ग्वाल्हेर किल्ल्याच्या बाजूकडे आपले सैन्य वळविले. लढाईला सुरुवात झाली. राणीच्या तुफानी पराक्रमाला घाबरून ग्वाल्हेरचे राजे जयाजीराव शिंदे आग्र्यास पळून गेले. जयाजीराव शिंदे इंग्रजांच्या बाजूचे होते; परंतु त्यांची फौज राणीस येऊन मिळाली. उठावातील लोकांनी तिच्या नेतृत्वाखाली ग्वाल्हेर किल्ला काबीज करून तेथील मराठा सैन्याबरोबरच ग्वाल्हेरच्या प्रजेची सहानुभूती मिळविली. पुढे नानासाहेब पेशव्यास बंडवाल्यांनी पेशवेपद दिले. काही दिवस ऐशारामात गेले. दरम्यान ह्यू रोज आणि स्मिथ यांच्या नेतृत्वाखालील फौज ग्वाल्हेरवर चालून आली. ग्वाल्हेरच्या सैन्याने राजद्रोह केल्याची गोष्ट ह्यू रोजच्या लक्षात आली; परंतु मुत्सद्देगिरी आणि युद्धातील डावपेचात कसलेला तो सेनापती होता. त्याने तत्काळ दवंडी दिली की, "आम्ही शिंद्यांचे राज्य सुरक्षित ठेवण्यासाठी लढत आहोत, तेव्हा लोकांनी राजाकरिता

व ग्वाल्हेरच्या संस्थानासाठी आमच्या सैन्यात दाखल व्हावे.'' शिंद्यांच्या फुटीर सैन्यांच्या कानावर ही वार्ता जाताच त्यांच्यापैकी अनेकांनी बंडातून आपले अंग काढून घेतले आणि ते सरळ इंग्रजांच्या युनियन जॅकखाली इंग्रजांना सामील झाले. सेनापती ह्यू रोजचा कार्यभाग साधिला. त्यातच त्याला किरकोळ विजय मिळत गेले. त्याने मुरारी-छावणी सर केली. दुसरीकडे स्मिथने राणीच्या सैन्यावर तोफखाना डागला. तेव्हा तिने आपले कर्दनकाळ मकराणी स्वार त्यावर सोडले. त्यांनी तोफखाना थंड पाडून उधळून लावला. राणी व इंग्रज यांत एका पाठोपाठ एक अशा युद्धाच्या चकमकी चालू होत्या. सततच्या धावपळीमुळे राणीचा घोडा राजरत्न अगदी फेसाळला होता; त्याच्यातील उमेद व त्राण संपले होते. म्हणून लक्ष्मीबाईने शिंदे सरकारच्या पागेमधून एक नवीन तरणा– ताठ घोडा निवडला व पोशाख बदलला. डोक्यास भरजरी बत्ती, अंगात तमामी अंगरखा, वर चिलखत, पायात पायजमा, कमरेला नंगी समशेर आणि हातात पट्टा अशा रणझुंजार वेशात लक्ष्मीबाईने रणधुमाळी माजविली. राणीच्या रणांगणावरील चपळ हालचाली आणि शौर्य पाहून ह्यू रोजने तोंडात बोट घातले. इतर इंग्रज सेनानीही राणीला वचकून असत. दातात घोड्याचा लगाम धरून ही तरणी– बागडी अवघ्या तेवीस वर्षांची युवती दोन्ही हातांनी पट्टा चालवीत तोफांच्या गोळ्यांतून जेव्हा भरधाव निसटली, तेव्हा आकाशातील विद्युलताच जणू भूतलावर अवतरली, असा पाहणाऱ्याला क्षणभर भास झाला. राणीला या नव्या पोशाखात ह्यू रोजने ओळखले नव्हते, पण तिची चपळाई आणि युद्धातील कौशल्य पाहता ती राणीच असावी, हे त्याने जाणले. शिवाय शिंद्याच्या फितूर होऊन आलेल्या सैन्याने ही दुसरी तिसरी कोण नसून झांशीची राणी लक्ष्मीबाईच आहे, असे छातीठोकपणे रोजला सांगितले. तेव्हा रोजची खात्री पटली आणि तो अस्वस्थ झाला. त्याने तत्क्षणी स्वत:च्या नेतृत्वाखाली एक सैन्याची तुकडी तिच्या पाठलागावर तिकडे वळविली.

ह्यू रोजच्या नेतृत्वाखाली इंग्रजांकडून राणीचा सतत पाठलाग चालू होता. ग्वाल्हेरच्या मार्गावर असताना राणीने नदीनाल्यातून पाठीवर दामोदररावांना घेऊन धडाक्याने मार्ग काढला. ग्वाल्हेरचा ताबा घेऊन इंग्रजांना खडे चारण्याचा तिचा हेतू होता; पण फितुरीमुळे बंडवाल्यांच्या मराठा सैन्यात विस्कळीतपणा आणि शैथिल्य आले होते. त्यामुळे ती दिवसागणिक निराश होत चालली होती. तशात अहोरात्र पाठलागामुळे तिला तीन दिवस उसंतही मिळाली नाही. अखेर तिची दमछाक झाली. म्हणून किमान तिच्या पाठीवरील ओझे तरी कमी करावे किंबहुना तिला थोडी मोकळी करता आल्यास पाहावे, या उद्देशाने तिच्याबरोबर असलेल्या रामचंद्रराव देशमुखने दामोदरास आपल्या घोड्यावर घेतले. सुंदर व काशी या दासी व रघुनाथसिंग हा विश्वासू सरदारही त्यावेळी तिच्याजवळ होता. पाठीवरील कमी

झालेल्या ओइय्याने तिला बरे वाटणार नव्हते; कारण तो तिचा जीव की प्राण होता. तिला या क्षणी विश्रांतीची नितान्त गरज होती. तिची तीक्ष्ण नजर विसाव्यासाठी आडोशाची जागा शोधू लागली. तोच शत्रू-पक्षाकडून एक गोळी सूं-सूं करीत आली आणि तिच्या कपाळाच्या डाव्या बाजूवर आदळली. तिचा डोळा फुटला, भळभळा रक्त वाहू लागले. राणी उसळली. पुन्हा अशाही परिस्थितीत तिच्यात चैतन्य संचारले. पुन्हा तिने प्रयत्नांची शिकस्त करण्याचा मनाशी निश्चय केला. परंतु घोडा पडला पूर्णत: नवीन! तशात त्याच्या पायातील एक नाल उडालेला. त्याला भरधाव धड पळता येईना आणि नाल्यावरून उडी टाकणे तर मुश्कीलच झाले. दुर्दैवाने वाटेत एक मोठा ओढा आला. तेथे तो बिचकला आणि थबकला. त्यामुळे राणीचा निरुपाय झाला. तिला लढणे अशक्यप्राय झाले. घोड्याने ओढ्यावरून पटकन पुढे जावे म्हणून राणीने अगदी शिकस्त केली. ती कसलेली घोडेस्वार होती, पण अडलेल्या जनावरासमोर तिचा नाइलाज झाला. तिच्या पाठीशी 'हुसार्स' या चलाख पलटणीचा ससेमिरा चालू होता. इतक्यात कुणीतरी शत्रू सैन्यातील शिपायाने सुंदर दासीवर वार केला. तिने किंकाळी फोडली व धाडकन जमिनीवर अंग टाकले. राणी मागे वळली. स्त्री जातीवर वार करणाऱ्या त्या अधम नराचा तिला संताप आला. तिने एका वाराने त्याला कंठस्नान घालून सूड उगविला. इतके सर्व घडत आहे तोच खुद्द राणीवरच कुणीतरी मागाहून वार केला. तिच्या डोक्याची एक बाजू कापली गेली. दुसऱ्याने छातीत संगीन खुपसली. त्यासरशी राणी घोड्यावरून धाडदिशी जमिनीवर कोसळली. तिच्या घशाला कोरड पडली होती. 'पाणी! पाणी'' असे तिचे उद्गार हवेत विरले. रामचंद्ररावाने इंग्रजांच्या हाती सापडू नये म्हणून राणीला जवळच असलेल्या बाबा गंगादासच्या झोपडीत द्रुतगतीने हलविले आणि ओढ्यातील गंगाजल तिच्या मुखात घातले. तिच्या सर्वांगामधून रक्त वाहत होते. क्षणभर तिने डोळे उघडले आणि इहलोकीची आपली यात्रा संपविली. २३ मार्च १८५८ पासून १८ जून १८५८ पर्यंत म्हणजे तिच्या अखेरच्या श्वासापर्यंत सुमारे अठ्ठ्यांऐशी दिवस तिने इंग्रजांशी क्षणाचीही उसंत न घेता धैर्याने तोंड दिले. तिच्या मृतदेहास रामचंद्ररावाने जवळच्या गंजीतून गवत आणून अग्री दिला. ही घटना ग्वाल्हेरपासून सात-आठ किलोमीटरवर घडली. पुढे रामचंद्राने दहा वर्षांच्या दामोदरास आपल्याबरोबर घेऊन पेशव्यांच्या सैन्यात तो दाखल झाला. इंग्रजांनी या झांशीच्या वारशास त्रास देऊ नये म्हणून या विश्वासू सरदाराने आपल्या काही साथीदारांच्या सहकार्याने त्यास सुमारे अडीच-तीन वर्षे जंगलातच गुप्तपणे वाढविले.

राणी लक्ष्मीबाई अखेरपर्यंत इंग्रजांशी एकनिष्ठ राहिली. तसेच शेवटपर्यंत तिचा त्यांच्या न्यायीपणावर विश्वास होता. आज ना उद्या आपल्या दत्तक मुलाचा वारसा हक्क ब्रिटिश राज्यकर्ते मान्य करतील आणि आपल्या झांशी संस्थानास

गतवैभव प्राप्त होईल, अशी तिला भोळी-भाबडी आशा होती; परंतु धूर्त व मतलबी इंग्रज राज्यकर्त्यांनी तिच्या साध्या सरळ स्वभावाचा गैरफायदा घेतला आणि संघर्षांचे निमित्त शोधून तिच्याशी वैर साधले. परिणामत: भुकेल्या सिंहिणीने हत्तीच्या गंडस्थळावर झेप घ्यावी, तशी ही संग्रामदेवता चवताळून उठली आणि इंग्रजांच्या बलाढ्य सैन्यावर तुटून पडली. लढता-लढता तिला वीरगती प्राप्त होऊन ती अनंतात विलीन झाली. लक्ष्मीबाईविषयी लोकमान्य बाळ गंगाधर टिळकांनी केसरीच्या (इ. स. १८९४) एका अग्रलेखात अत्यंत मार्मिक व चपखल शब्दांत केलेले तिचे वर्णन व मूल्यमापन इंग्रजांच्या तत्कालीन राजनीतीवर स्वच्छ प्रकाश टाकते. लोकमान्य लिहितात, ''झांशीची राणी कोणी बंडखोर कृत्या नसून कपटकटू डलहौसीच्या उपहारबुद्धीने सर्वस्वी नाडलेली व अतिशय जुलुमामुळे बेफान होऊन गेलेली गरीब गाय होती. निकट पाठलाग केला असता निरुपद्रवी हरिणेही पारध्यावर उलटतात. तेव्हा लक्ष्मीबाईसारखी मानी स्त्री आपले नैसर्गिक भीरुत्व क्षणभर विसरून जाऊन बंडखोरास मिळावी, यात नवल ते कोणते? नाना किंवा तात्या किंवा इतर बंडवाले यांचे दुसरे काही हेतू असतील, पण झांशीची राणी तरी इंग्रजांच्या जुलूमाला त्रासून व स्वेच्छेविरुद्ध त्या भोवऱ्यात सापडली व स्त्रीजात पडल्यामुळे लवकर निसटणे तिला दुरापास्त झाले. फ्रान्समधील 'जोन ऑफ आर्क' प्रमाणे ह्या झांशीच्या प्रतापशाली राणीने स्वदेहाचा धारातीर्थी बळी देऊन पुढील पिढीची संतती व संपत्ती सुरक्षित केली, असे म्हणण्यास मुळीच प्रत्यवाय दिसत नाही.''

संदर्भ ग्रंथ

१.	आपटे, गो. वि. गोखले व गोखले रास्ते घराण्याचा इतिहास, पुणे, १९५४.

२.	ओक, प्र. ग. संपा. पेशवे घराण्याचा इतिहास, पुणे, १९८५.

३.	ओक, प्र. ग. दुर्दैवी आनंदीबाई पेशवे, पुणे, १९८८.

४.	कर्वे, चिं. ग. आनंदीबाई पेशवे चरित्र, पुणे, १९३९.

५.	कानिटकर, य. गो. सखारामबापू (बोकील) चरित्र, पुणे, १९३५.

६.	कुलकर्णी, अ. रा. पुण्याचे पेशवे, पुणे, १९९९.

७.	केळकर, य. न. काही अप्रसिद्ध ऐतिहासिक चरित्रे, पुणे. १९६७.

८.	केळकर, य. न. होळकरांची कैफियत, पुणे १९५४.

९.	गर्गे, स. मा. करवीर रियासत, कोल्हापूर, १९६८.

१०.	गव्हर्नमेंट ऑफ बॉम्बे, प्रकाशित, आनंदीबाईंची दिनचर्या– सप्टेंबर १७८६ ते ऑक्टोबर १७८८, मुंबई, १९३०.

११.	गोगटे, चिं. ग. नानासाहेब पेशवे चरित्र, पुणे, १९०८.

१२.	गोडसे, द. ग. समन्देतलाश, पुणे, १९८१.

१३.	गोडसे, द. ग. मस्तानी, पुणे, १९८८.

१४.	चापेकर, ना. गो. पेशवाईच्या सावलीत, पुणे, १९३७.

१५.	चित्राव, सिद्धेश्वरशास्त्री, मध्ययुगीन चरित्रकोश, पुणे, १९३९.

१६.	ठाकूर, वा. वा. संपा. होळकरशाहीच्या इतिहासाची साधने, दोन भाग, इंदूर, १९६२.

१७.	ताटके, अरविंद, इतिहासातील स्मृतिचित्रे, पुणे, १९६८.

१८.	दीक्षित, म. श्री. पुण्याश्लोक अहिल्याबाई, पुणे, १९६२.

१९.	देसाई, बा. अ. महाराष्ट्राच्या कर्तृत्वशालिनी, पुणे, १९९४.

२०.	पवार, अ. ग. संपा. ताराबाईकालीन कागदपत्रे, भाग १ व २, कोल्हापूर, १९६९-१९७०.

२१.	पवार, जयसिंगराव, महाराणी ताराबाई, कोल्हापूर, १९७५.

२२.	पाटील, सुलोचना अ. आनंदीबाई पेशवे : जीवन आणि कार्य (अप्रकाशित एम. फिल. शोधनिबंध), नागपूर विद्यापीठ, नागपूर, १९९५.

२३.	पाटील, सुलोचना अ. अहिल्याबाई होळकर आणि त्यांचे कार्य (पीएच.

डी. प्रबंध), नागपूर, १९९७.

२४. पारसनीस, द. ब. संपा. महेश्वर दरबारची बातमीपत्रे, मुंबई, १९१०.

२५. पारसनीस, द. ब. झांशी संस्थानच्या महाराणी लक्ष्मीबाई साहेब यांचे चरित्र, मुंबई, १८९४, नवी आवृत्ती १९९३.

२६. भागवत, अ. ना. होळकरशाहीच्या इतिहासाची साधने, भाग बारावा, इंदूर, १९२२.

२७. भागवत, सुजाता, गोपिकाबाई पेशवे, पुणे, १९८२.

२८. भावे, वा. कृ. पेशवेकालीन महाराष्ट्र, पुणे, १९३५.

२९. मिराशी, मीना, महाराणी येसूबाई, पुणे, १९९९.

३०. मेंहदळे, गजानन, छत्रपती शिवाजी, खंड-१, भाग-१ व २, पुणे, १९९९.

३१. राजवाडे, वि. का. मराठ्यांच्या इतिहासाची साधने, १ ते १५ खंड, पुणे, १८९८-१९२२,

३२. लोही, म. ना. देवी अहिल्याबाई होळकर– वास्तव दर्शन, नागपूर, १९९९.

३३. शहा, मु. ब. संपा. इतिहासाचार्य वि. का. राजवाडे– समग्र साहित्य, खंड १ ते १३, पुणे, १९९५-१९९८.

३४. शेटे, वि. त्रं.; कुलकर्णी, गो. त्रं. व चिटणीस, कृ. ना. संपा. भारत इतिहास संशोधक मंडळ. त्रैमासिक, अंक १-४, पुणे, १९८७-१९८८.

३५. सरदेसाई, गो. स. संपा. पेशवे दप्तर– निवडक कागद, पुणे, १९४५.

३६. सरदेसाई, माया, महाराष्ट्राच्या सौदामिनी, पुणे, १९८४.

३७. सहस्रबुद्धे, स. अ. थोरले माधवराव पेशवे चरित्र, पुणे, १९३७.

३८. साने, का. ना. संपा. पेशव्यांची बखर, पुणे, १९२५.

३९. Brij Kishore, Tarabai and Her Times, Bombay, 1963.

४०. Dighe, V. G. Peshwa Bajirao I, Poona, 1944.

४१. Ghosh, Arun Kumar, Changing Civilization of India, 2 Vols., London, 1995.

४२. Sardesai, G. S. New History of the Marathas, Vols. 2 and 3, Kamashet, 1956 & 1960.

४३. Shrinivasan, C. K. Bajirao I, The Great Peshwa, Madras, 1961.